NGÔN NGỮ
TẠP CHÍ VĂN HỌC NGHỆ THUẬT
SỐ 44 ■ 1-THÁNG 7-2026

NHÓM CHỦ TRƯƠNG:
Luân Hoán – Song Thao – Nguyễn Vy Khanh - Hồ Đình Nghiêm – Lê Hân
Trần Thị Nguyệt Mai – Uyên Nguyên Trần Triết

CỘNG TÁC TRONG SỐ NÀY:
Ben OH, Bình Phạm, Bùi Dũng, Cái Trọng Ty, Cao Nguyên, Dan Hoàng, Dung Thị Vân, Đặng Hiền, Đặng Phú Phong, Đỗ T. Công, Đỗ Trường, Hà Ngọc Hoàng, Hoàng Chính, Hoàng Hoa Thương, Hồ Chí Bửu, Hồ Xoa, Hồng Hạnh, Huỳnh Liễu Ngạn, Huỳnh Thị Quỳnh Nga, Lạp Chúc Nguyễn Huy, Lâm Băng Phương, Letamanh, Lê Chiều Giang, Lê Đức Luận, Lê Hân, Lê Hữu Minh Toán, Lê Khánh Nhâm, Lê Minh Hiền, Lê Xuân Mỹ, Luân Hoán, Lưu Văn Vịnh, M.H. Hoài Linh Phương, Ngàn Thương, Ngô Nguyên Dũng, Ngô Sỹ Hân, Nguyên Bình, Nguyên Cẩn, Nguyễn An Bình, Nguyễn Đình Phượng Uyển, Nguyễn Đức Nam, Nguyễn Hoàn Nguyên, Nguyễn Kiến Thiết, Nguyễn Minh Nữu, Nguyễn Nguyên Phượng, Nguyễn Nhã Tiên, Nguyễn Thị Ngọc Lan, Nguyễn Văn Điều, Nguyễn Văn Gia, Nguyễn Vy Khanh, NP Phan, Phạm Cao Hoàng, Phạm Nga, Phương Tấn, Phương Uyên, Quy Hồng, Song Thao, Thái Thị Lý, Thái Tú Hạp, Thanh Trắc Nguyễn Văn, Thiếu Khanh, Thục Uyên, Thy An, Tiểu Lục Thần Phong, Tôn Nữ Mỹ Hạnh, Trần C. Trí, Trần Đình Sơn Cước, Trần Thanh Ngọc, Trần Thanh Quang, Trần Thị Nguyệt Mai, Trần Vạn Giã, Trần Văn Nghĩa, Trần Vấn Lệ, Triều Hoa Đại, Trịnh Chu, Trương Văn Dân, Trương Xuân Mẫn, Uyên Nguyên, Vinh Hồ, Võ Phú, Võ Thị Như Mai, Vũ Khắc Tế, Xuyên Trà.

BÌA: Uyên Nguyên Trần Triết
TRANH BÌA: Âm Vang Mùa Hè (Họa sĩ Nguyễn Lộc)
DÀN TRANG: Lê Hân
ĐỌC BẢN THẢO: Đỗ Huỳnh Đăng Ngọc
LIÊN LẠC: Thư và bài vở mời gởi về:
- Luân Hoán: lebao_hoang@yahoo.com
- Song Thao: tatrungson@hotmail.com
TÒA SOẠN & TRỊ SỰ:
Lê Hân: (408) 722-5626 han.le3359@gmail.com

MỤC LỤC
TẠP CHÍ NGÔN NGỮ
SỐ 44 ▪ 7/1/2026

THƯ TÒA SOẠN

Cuộc hội ngộ giữa những người quí thương tiếng nói và chữ Việt qua tạp chí Ngôn Ngữ số 44 này, kể như bắt đầu vào một mùa nắng ấm.

Mùa Hè cũng như mùa Hạ, tuy theo cách gọi, cách viết. Cốt lõi tinh thần những tháng mùa này đều như nhau. Có nơi vang rền tiếng ve. Nhiều địa danh tưng bừng phượng vĩ. Chúng ta có dồi dào trái cây ngon trên nhiều vùng đất. Muôn ngàn hoa lá, chim bướm, chuồn chuồn... chung sức với con người ngợi ca khí hậu, cảnh sắc của đất trời trong thầm lặng, tự nhiên.

Những năm xa xưa về trước, khi hơi thở tự do còn thong dong nửa phần đất quê nhà, báo chí, tạp san... từng có những tập hợp sáng tác văn học cho mỗi đầu mùa; trong đó mùa hạ khá thường sánh vai với mùa xuân, nhờ sự nghỉ hè của học sinh. Một thời của mỗi đời người đều trải qua, trừ một số rất ít.

Ngôn Ngữ số này, vẫn như đa số trước, không có chủ đề đặc biệt. Chúng tôi không rao trước, nào để xem chúng ta sẽ gặp được bao nhiêu cây bút, dành ưu ái cho những ngày hè tươi đẹp, vốn rất giàu kỷ niệm của từng người.

Tạp chí Ngôn Ngữ mọc trên đất Hoa Kỳ, có sự chăm bón của nhiều bạn trên đất tình Canada. Vào mùa hè năm nay còn có một sự kiện đặc biệt: Cuộc thi tài chơi bóng tròn toàn cõi thế giới. Lẽ ra chúng tôi nên sớm xin một số bài có liên quan, để làm lạ không khí thơ văn đều đều, rề rà lâu nay, nhưng thật tình chúng tôi đã quên, dù trước đây, cũng trên mặt giấy, chúng tôi cũng đã một lần thực hiện, bởi sự cho phép của nhóm chủ trương tạp chí Nắng Mới tại Montréal.

Trái bóng lăn bởi những cặp chân tài hoa thời buổi này tuy nặng mùi kim tiền, nhưng cái nghệ thuật riêng vẫn còn đó. Chúng tôi hy vọng ba quốc gia Bắc Mỹ vớt vát lại một phần nào thân thiện huynh đệ láng giềng như xưa. Hoa Kỳ là một quốc gia chưa có sự suy tàn, sự vĩ đại chưa mất, sao phải phục hồi? (xin chân tình xin lỗi đã gõ một vài dòng lạc đề ở đây).

Thư Tòa soạn kỳ này, chúng tôi không khoe trước điểm nào trong nội dung văn học nghệ thuật, mà các bạn sẽ đọc ở những trang tiếp theo. Nhưng chúng tôi không quên vui chúc bạn đọc, bạn viết bốn phương, luôn giữ trong lòng niềm vui sống thiết thực và mãnh liệt.

Luân Hoán

TRẦN THỊ NGUYỆT MAI

THOÁNG CHIM BAY

** Tưởng nhớ hai năm ngày mất*
của anh chị Trần Hoài Thư & Nguyễn Ngọc Yến.

Thời gian trôi nhanh quá! Loay hoay đã đến ngày Đại tường của chị, rồi đến của anh, cách nhau đúng một tháng. Anh chị đã đến và rời cõi đời này như đôi chim liền cánh, luôn ở bên nhau. Khi chim Yến bay về nơi miên viễn, hậu sự đã xong, chẳng còn chi vướng bận, cũng là lúc anh giã từ cõi thế.

Anh yêu chị nhiều lắm. Những ngày chị nằm bệnh, anh chăm sóc, lắng lo. Không phải đôi ba ngày hay đôi ba tháng mà gần 12 năm. Từ một người chưa bao giờ phải nấu ăn, anh đã tìm tòi, học hỏi nấu thức ăn Việt dặm thêm gia vị tình yêu để mỗi ngày hai bận mang vào *nursing home* cho chị. Cứ như vậy trong suốt thời gian chị nằm bệnh cho đến thời đại dịch Covid-19 phải chịu cách ly... Chị không ăn được đồ Mỹ, cộng thêm có quá nhiều cư dân ở đó, y tá đâu thể đảm đương việc ăn uống cho từng bệnh nhân đầy đủ như anh lo cho chị trước đây. Dần dà chị mất khả năng nhai, nuốt. Nên từ đó chị phải sống nhờ G-tube đưa thức ăn vào thẳng bao tử và anh cũng "*mất job*" nấu ăn... Sau tang lễ vào đầu tháng 6/2024, chúng tôi cùng ghé đến thăm căn nhà của anh chị lần cuối. Có quý anh Phạm Văn Nhàn, Tô Thẩm Huy, Nguyễn Đình Hiếu, quý anh chị Phạm Cao Hoàng – Cúc Hoa, Nguyễn Minh Nữu – Kim Mai, các con của nhà văn Doãn Dân và những thân hữu quý mến anh cùng gia đình các cháu Thoại, Hưng. Tôi thật cảm động khi bắt gặp cuốn sách dạy nấu ăn nằm lặng lẽ trên chiếc bàn phụ nhỏ dưới tầng hầm, nơi chốn thân thương từng gắn bó mỗi ngày với anh. Từ đây, anh đã cho ra đời tạp chí văn học nghệ thuật Thư Quán Bản Thảo (TQBT) vào tháng 9/2001, hồi phục những tạp chí văn học Miền Nam qua dạng flipbooks phổ biến trên trang blog Trần Hoài Thư cũng như in ấn Di sản Văn chương Miền Nam với biết bao công lao khó nhọc của anh chị đi sưu tầm tài liệu từ thư viện các Đại học Cornell (Ithaca, New York) và Yale (New Haven, Connecticut) của Hoa Kỳ.

"... 4 giờ sáng mồng 7 Tết Tân Mão, bắt đầu rời nhà. Rời nhà khi trời còn đen tối, khi tuyết bão, khi trời sương mù dày dặc. Khi chúng tôi đến Scranton, cách thư viện Cornell khoảng 50 dặm, vào lúc 8 giờ sáng thì đường đông đá. Chiếc xe đầu chạy chậm lại khiến tôi, quen như một phản xạ, cũng đạp thắng và đạp rất nhẹ. Vậy mà xe đã mất điều khiển trợt tự do. Hết trái, rồi qua phải, không thể kiềm chế nó nổi. Trong khi đó phía đường ngược chiều nằm phía bên trái, một chiếc xe truck chạy ngược lại. Tôi chỉ còn biết nhắm mắt..."

[Rong bút – Trần Hoài Thư – tr. 5 (TQBT số 46 tháng 4/2011)].

Kỷ niệm của những ngày phụ anh thực hiện những số TQBT lại hiện ra trong trí. Với sự tiến bộ của khoa học, email và máy tính đã giúp chúng tôi thực hiện những cuốn báo rất dễ dàng mà không cần phải cùng ngồi làm việc trong một tòa soạn nơi có những máy in to lớn cùng những người thợ sắp chữ. Tôi đọc bản thảo, đôi khi anh nhờ đánh máy bài vở trong những tài liệu văn chương mà lúc chưa bị bệnh, chị Yến đã cùng anh lái xe đến các thư viện để sưu tầm những di sản văn chương miền Nam. Nhắc lại thời kỳ này, anh luôn nói đến chị bằng giọng rất thương yêu, trìu mến: "Tội chị lắm em, chị giành lái xe vì mắt anh cận thị nặng không thấy rõ. Và chị hát suốt trên đường ru anh ngủ".

Nhớ em, bài hát đường về
Em ơi, tiếng hát bây giờ tìm đâu?
(Trần Hoài Thư – Tiếng Hát)

Mỗi lần thực hiện xong một số báo, anh rất vui. Như niềm vui của người vừa gặt hái xong cánh đồng chữ nghĩa, bội thu những hạt vàng mẩy, chắc, lóng lánh. Hãy nghe tiếng reo vui của anh:

Con tôi đã thức dậy rồi
Đang thi nhau nhả những tờ giấy in
Đứa dưới hầm, đứa ở trên
Đứa chạy chậm, đứa "run" nhanh cấp kỳ
Đứa chớp đèn báo bị jammed
Đứa cho biết giấy đã vơi cạn rồi
Vậy mà vui quá là vui
Hình như xuân cũng về rồi, bạn ơi
Con tôi đã thức dậy rồi
Thư Quán Bản Thảo sắp ra đời, bà con!
(Trần Hoài Thư – Con tôi đã thức dậy rồi)

Trong một trả lời phỏng vấn của nhà văn Trần Doãn Nho, anh THT giãi bày:

"... nếu người đọc muốn biết về văn chương và tác giả trước 1975, thì sách báo đâu mà đọc? ... sau 1975, văn chương về người lính miền Nam đã bị tận diệt. Sách vở tạp chí bị đốt hủy thì lấy chứng cớ đâu để nói lên tính cách nhân bản của nền văn học thời chiến... Bộ máy nhà nước cũng như mấy ông nhà văn nhà thơ trong hàng ngũ thắng trận luôn luôn trắng trợn vu cáo văn chương chúng tôi là văn chương thực dân kiểu mới, là văn chương đồi trụy, nọc độc văn hóa, vân vân để những khối óc ngây thơ luôn luôn bị tiêm nhiễm. Tôi biết có người sẽ bảo chuyện cũ mấy mươi năm rồi vẫn còn nhắc lại, mất thì giờ. Nhưng sự thật ai trả lại cho chúng tôi đây, hở? Ai biện hộ giùm cho những lời vu cáo người lính thám báo được viết trong *Nỗi buồn chiến tranh* của Bảo Ninh hay trong *Cõi người rung chuông tận thế* của Hồ Anh Thái? Ai?

Chẳng hạn đoạn sau đây của Hồ Anh Thái trong truyện ngắn vừa nói:

"Cuối cùng, điều Hoa không ngờ đã tới. Cô chỉ nghĩ rằng bọn thám báo sẽ lôi Hùng đi làm tù binh để tiếp tục lấy khẩu cung. Nhưng thằng cầm con dao găm của anh đã cúi xuống rạch một đường thành thạo trên bụng Hùng. Anh quằn quại hét lên một tiếng rùng rợn. Ở trên cao, Hoa nghiến chặt răng gần như ngất đi. Hai thằng kia đè chặt chân tay Hùng cho thằng mổ bụng moi tim gan ra. Chúng nổi lửa nướng tim gan ăn ngay tại chỗ. Hai hột tinh hoàn thì được phân chia cho hai thằng chắc là cấp cao hơn."

Vai trò thám báo là tuyệt đối giữ bí mật để làm nhiệm vụ săn tin hay chỉ điểm máy bay oanh tạc đơn vị địch. Họ bị đẩy vào những chỗ mà có lẽ mỗi lần ra đi là ít khi có ngày về. Bởi không ai có thể bảo vệ họ được trừ họ. Vậy mà ở đây, cảnh năm tên thám báo bắt một tù binh loại chính quy, nhởn nhơ với một bữa yến tiệc ăn tim gan và tinh hoàn người, giữa thanh thiên bạch nhật, đầy ổ kiến lửa (chúng tôi hay dùng cụm từ này để chỉ một mục tiêu khó nuốt, thường ám chỉ nơi có sự xuất hiện đơn vị chính quy Bắc Việt). Lại tỉnh bơ nổi lửa đốt cho khói bốc lên để 'lạy ông tôi ở bụi này'! Biết viết văn là bịa, nhưng bịa vừa vừa thôi chứ, ông Hồ Anh Thái ơi. Và thiên chức nhà văn ở đâu? Bịa trắng trợn như thế ai mà tin được!

Tôi bỗng liên tưởng đến những giọt nước mắt chảy trên má của người tù binh nào đó của chiến trường Bình Định vào những năm cuối của thập niên 60, qua bài thơ "Nước mắt kẻ thù" của Trang Châu: *nó bị thương / bị bắt sống / mọi người đòi giết nó: / nó núp trong hầm / với một khẩu tiểu liên / cầm chân cả trung đội: / nó bắn ngã chúng tôi một người / bắn bị thương hai người khác / ... / nó nằm chờ / một phát súng vào đầu / một lưỡi dao rạch bụng / một cái đạp xuống hố sâu / nó nằm chờ nằm chờ / tử thần / nhưng / chỉ có bàn tay vuốt dịu căm hờn / bàn tay băng bó vết thương / bàn tay vỗ về an ủi / nó nằm chờ tử thần / sững sờ bắt gặp tình thương / đồng loại / đôi mắt sát nhân vụt bỗng hiền từ / nhen hai dòng lệ nhỏ / ... / trong cuộc chiến hôm nay / cho tôi xin chiến đấu không hận thù / xin những vết thương bình đẳng / cho tôi đổi một trăm chiến thắng / lấy một giọt nước mắt kẻ thù.*

Ôi *cho tôi đổi một trăm chiến thắng lấy một giọt nước mắt kẻ thù*! Còn gì là nhân bản hơn, còn gì tình người hơn. Không phải lời ước ao trên phát xuất từ một y sĩ tiền tuyến là Trang Châu, nhưng nó phát xuất từ trái tim của Miền Nam. Đó là bản chất của con người. Đó là cõi lòng thấm đầy Chúa và Phật. Không phải như từ trái tim đen từ những kẻ sống chỉ biết căm thù! Và căm thù mãi mãi!"

Anh yêu văn chương, yêu chữ nghĩa, yêu cái đẹp trong từng con chữ, từng lời văn, từng câu thơ. Và muốn chia sẻ những nét đẹp đó cho tất cả mọi người.

Dưới đây là những dòng trích từ Thư Tòa Soạn của Giai Phẩm TQBT số 98, tháng 5/2022:

"Truyện của Sơn Nam rất nhiều, đăng rải rác trên các nhật báo hay tuần báo thủ đô.

Mặc dù có sự nỗ lực tìm tòi để cho ra đời ba tuyển tập truyện ngắn Sơn Nam, nhưng vẫn có một số nhiều truyện không tìm thấy trong các tuyển tập này.

Nhận thấy nếu không sưu tập là cả một thiệt thòi rất lớn cho nền văn học nước nhà, nên chúng tôi cố gắng cho ra đời giai phẩm 98 Thư Quán Bản Thảo để đăng lại một số truyện quý hiếm của nhà văn Sơn Nam mà chúng tôi tìm thấy trên tuần báo Tiểu Thuyết Thứ Năm..."

Hay khi thực hiện xong Giai Phẩm TQBT tháng 12-2023, chủ đề *Mai Thảo – Hạt Vàng Đã Mất*, sưu tập những bài tùy bút, tạp ghi, nhận định văn học của Nhà văn Mai Thảo xuất hiện trên tuần báo Khởi Hành, Nghệ Thuật, Vấn Đề, anh tâm sự:

Tôi đâu còn hơi còn sức như ngày nào
Khuân một ít đồ phải thở hào thở hển
Chân đi nay không còn vững
Ngón tay rã rời như không còn thuộc về ta!

Vậy mà điên rồ in sách báo tặng free
Muốn chia sẻ những niềm vui chữ nghĩa
Mới tháng trước vừa ra lò ***32 bài văn Mai Thảo****
Thì giờ đây sắp ***Mai Thảo Hạt Vàng*** ***
Tuổi già ai ai cũng muốn tẩy trần
Tôi lại đem nia đi đãi sàng tìm ra ngọc quý
Mang chiếc giỏ nặng ra ngoài bưu chính
Thấy ánh mắt cô quầy
lòng cũng đủ vui...
(Trần Hoài Thư – Khiêng Giỏ Sách Ra Bưu Điện)

Tạp chí TQBT cũng là nơi anh Trần Hoài Thư lên tiếng bênh vực cho người đã khuất nhưng cô thế, để phục hồi danh dự cho tác giả. Như trường hợp dịch giả Phùng Thăng. Bà tên thật Công Tằng Tôn Nữ Phùng Thăng, sinh năm 1943 tại Huế trong một gia đình hoàng tộc rất mộ đạo Phật. Là em ruột của cố Ni trưởng Thích Nữ Trí Hải (tên thật Công Tằng Tôn Nữ Phùng Khánh) - một danh ni uyên bác của Phật giáo Việt Nam. Phùng Thăng là giáo sư triết học, cùng với chị gái Phùng Khánh, là dịch giả của một số tác phẩm triết học, văn học và tâm linh nổi tiếng đương thời. Giáo sư Thái Kim Lan nhận định: "Quả thật tư tưởng và tác phẩm cũng như hành trạng của họ không những mang lại vẻ cẩm tú trên văn đàn miền Nam thời đó mà còn soi sáng trí tuệ và tâm thức của thế hệ đồng thời." (Thái Kim Lan – Phùng Khánh và Phùng Thăng: Lộ trình suy tư triết học – phác họa hiện tượng luận tình yêu – TQBT số 71)

"Chỉ khoảng một tháng sau khi *Những Ruồi* được phát hành thì bị Trần Thiện Đạo (TTĐ) dùng nguyệt san Văn để "phang" nặng nề qua bài viết "Tìm hiểu vở kịch Les Mouches của Jean-Paul Sartre (nhân đọc bản dịch của Phùng Thăng)". Bài đăng hai kỳ trên nguyệt san Văn tháng 11, tháng 12, dày tất cả khoảng 50 trang, khổ chữ nhỏ. Bài được người viết ghi là hoàn tất vào cuối tháng 9/1967.

Đặc biệt, kỳ 2 ông dành trọn bài để phang *Những Ruồi*: Nào là "một cái kho chất chứa chật ních và đầy đủ hết mọi lỗi lầm trong phép dịch văn", "bản dịch vừa phản vừa diệt", "khinh thường độc giả và miệt thị giới phê bình tới độ ấy", "dịch chữ không dịch tinh thần câu văn", "cắt bỏ không dịch", "cái giọng đặc Tây", ngớ ngẩn", chối

tai", "một thứ giấy không chỉ...", "cẩu thả", "sai bét", "ngờ vực cái vốn liếng Pháp ngữ", "không giữ tánh cách Việt Nam", "vô nghĩa", "thiếu nghĩa", "tối nghĩa", "lòng thòng", "dịch ẩu", "dịch càn", "sai cả mẹo luật tiếng Việt Nam", "lối dịch đầu-gà-đít-vịt", "Chưa lãnh hội thấu đáo mẹo luật Pháp", v.v...
Có điều ngạc nhiên là chẳng thấy một nhà trí thức, nhà văn, nhà thơ hay phê bình nào thời ấy động lòng trắc ẩn lên tiếng bênh vực Phùng Thăng!
(THT – Khi nghĩa tử không là nghĩa tận – TQBT số 71, tháng 8/2016)

Thời trước không ai lên tiếng bênh vực dịch giả Phùng Thăng. Sau này mới có Nhị Linh dành những lời khen ngợi cho bà. Riêng anh THT đã trân trọng và hết lòng "theo dấu chân Phùng Thăng qua kinh nghiệm của một cựu trung đội trưởng thám kích: bằng sự thu nhặt tin tức, đúc kết, đánh giá" để "vực dậy di sản văn học miền Nam, vực dậy sự thật", để rồi ba số báo TQBT với chủ đề Phùng Thăng lần lượt ra đời:

- TQBT số 59, tháng 3/2014 – Theo dấu Phùng Thăng
- TQBT số 71, tháng 8/2016 – Chiều đầy bông Phùng Thăng
- TQBT số 105, tháng 4/2023 – Phản phê bình Trần Thiện Đạo và Thụy Khuê về dịch phẩm *Những Ruồi* của Phùng Thăng của tác giả Chơn Hạnh Trần Xuân Kiêm

Bên cạnh việc phát hành TQBT, Thư Ấn Quán cũng tái bản hai dịch phẩm của bà trong tủ sách Di sản Văn chương Miền Nam:

- *Những Ruồi* (nguyên tác *Les Mouches* của Jean-Paul Sartre)
- *Kẻ Lạ ở Thiên Đường* (nguyên tác *Attente de Dieu* của Simone Weil)

để độc giả thấy được một dịch giả Phùng Thăng rất tài hoa, không như lời mạt sát nặng nề của TTĐ.

Đối với anh THT, tạp chí TQBT như một mái nhà để anh em bằng hữu họp mặt, đóng góp, chia sẻ văn chương. Anh không quản công in ấn, đóng gói gửi tặng bạn bè thân hữu. Ai muốn đóng góp tem thư hay tiền bạc phụ giấy mực in với anh cũng tốt, không có cũng chẳng sao. Tuy thế, lúc sinh thời, anh rất buồn mỗi khi tạp chí TQBT bị trả về vì không có người nhận mà anh hoàn toàn không biết lý do. Có thể vì họ đã đáp chuyến tàu hoàng hôn ở cuối cuộc đời, hoặc đã dọn nhà đi xa không lời thông báo... Một nỗi buồn khác là khi độc giả đã nhận được sách báo hay tài liệu anh gửi tặng nhưng rồi ít lâu sau lại phủ nhận và yêu cầu anh gửi lần nữa, khiến anh thật không hiểu... Anh cũng tâm sự, có khi bài viết gửi cho tạp chí TQBT, thay vì ca ngợi người Thầy đáng kính, tác giả lại có ý nâng mình lên, nên anh đã rất tiếc không thể đăng những bài như thế...

Lễ Đại tường năm nay cũng là ngày cháu Thoại xả tang ba mẹ. Ngoài cha, vợ con là những người anh yêu thương, trân quý nhất. Có lần anh chia sẻ, "Chị Yến và Thoại là quà tặng văn chương cao quý mà cuộc đời mang đến cho anh, hơn cả giải thưởng Nobel về văn học". Ở đầu tập thơ cuối cùng phát hành tháng 4/2024, anh ghi lời đề tặng: *"Cho em và con – hai nguồn thơ vô tận, đồng thời cũng là chiếc phao giúp ta mưu sinh và thoát hiểm. Qua em, anh tập therapy về tình yêu. Qua con, với những viên thuốc mầu nhiệm."*

Tôi chợt nhớ những câu thơ của Hương Hải Thiền Sư:

"Nhạn quá trường không
Ảnh trầm hàn thủy
Nhạn vô di tích chi ý
Thủy vô lưu ảnh chi tâm"

Anh chị đã đến với cuộc đời này và khi ra đi cũng không có ý để lại dấu như chim nhạn kia. Nhưng những công trình phục hồi văn chương Miền Nam của anh chị sẽ mãi còn đó, trên những kệ sách thật và ảo cũng như trong tâm biết bao người Việt yêu mến văn chương.

Trần Thị Nguyệt Mai

22-05-2026

-----

* Ấn bản đặc biệt Tạp chí TQBT, tháng 5/2021: Mai Thảo – Bài viết ở trang cuối

** Giai Phẩm TQBT tháng 12-2023: Mai Thảo – Hạt vàng đã mất

NGYỄN VY KHANH

KHUYNH-HƯỚNG VĂN-CHƯƠNG HIỆN-ĐẠI, LIÊN MẠNG

Văn-học trên mạng-lưới Internet như thấy được hôm nay đã trãi qua nhiều giai đoạn thử nghiệm, hình thành và phát triển. Đối với người Việt, liên mạng Internet đã là những viên gạch hiện-đại và hậu-hiện-đại làm phương-tiện cập nhật cho văn-học Việt-Nam đã và đang ở ngõ hẹp không lối thoát, "chính thức" ở trong (hệ thống hội viên, đảng viên, lề phải, kiểm duyệt,...) cũng như "đang hình thành" ở ngoài nước (khư khư "chính thống", cố cựu, hay mới/trẻ). Phương-tiện kỹ thuật tiên tiến để làm mới văn-chương, với người-cũ-mà-cập-nhật và người-mới-kỹ-thuật-hiện-đại! Và đã tích cực góp phần cho văn-học nghệ-thuật người Việt ở hải-ngoại trước hết, sau cho sinh hoạt văn-nghệ trong nước! Nhưng sự phát triển của các báo mạng gây thương tổn cho báo giấy và/hoặc làm mất tính độc đáo của bài vở, mà người viết thì ngày càng nhiều (hiện rồi biến) nhưng giá trị thường khó biết, khả nghi, không bền lâu.

Một trong những nhóm văn-học nghệ-thuật Việt-Nam đầu tiên lên liên-mạng Internet là **Văn-Học Nghệ-Thuật E-Magazine** (tạp-chí điện tử) do Phạm Chi Lan chủ biên cùng một số bạn trẻ như Nguyễn Phước Nguyên (TX), Nguyễn Tiến Dũng (FL), Trịnh Thanh Thủy (CA), Phạm Thiên Mạc (Ottawa, Canada), Sung Nguyễn (VA), Đinh Yên Thảo (TX). Phụ tá chủ biên gồm Phùng Nguyễn, Nguyễn Phước Nguyên, Nguyễn Sung, Nguyễn Tiến Dũng, Trần Thái Vân, đến năm 1997, ngoài các Phụ tá biên tập vừa kể, Ban biên tập còn có thêm Đinh Chinh, Lê Tạo, Trần Hoài Thư, Nguyễn Vy Khanh, Nguyễn Phúc Đan Thanh, Nguyễn Kỳ Phong, Đinh Yên Thảo, Thu Thuyền, Trịnh Thanh Thủy,... Internet thời đó còn được gọi là siêu-không-gian (cyberspace), liên mạng, mạng nhện toàn cầu (www=World Wide Web), siêu-xa-lộ-thông-tin (information super-highway), với những diễn đàn (forum), gia-trang (homepage)... và đã có một nhóm thảo luận (forum) của người Việt mang tên Soc.Culture.Vietnamese Newsgroup mà thành viên đa số sử-dụng biệt danh và đề tài đa tạp, không chuyên hẳn về văn-học nghệ-thuật. Do đó, Phạm Chi Lan và nhóm bạn ban đầu đã khởi sự báo mạng lưới Văn Học Nghệ Thuật.

Trước hết đó là một e-magazine, một "*diễn đàn về văn-học và nghệ-thuật phát hành miễn phí trên internet* (...) báo được gửi đến hộp thư điện tử (email) hàng tuần (lúc đầu 3 lần mỗi tuần, sau thành "nhật báo" và cho đến 1999 đã có 17,000 người ghi danh nhận báo), hoặc vào thăm "gia trang"(homepage) tại URL http://saomai.org/~vhnt để đọc những số cũ đã phát hành". Hình-thức và nội-dung mỗi số báo mạng cũng tương tự như tạp-chí giấy, có thư ngỏ, sáng-tác, dịch thuật, điểm sách và sinh hoạt văn-học nghệ-thuật. Nhóm sinh hoạt từ năm 1994 nhưng số đầu ra ngày 17-7-1995 và số cuối 562 ra ngày 5-5-2004, kéo dài được 10 năm – thời điểm 2004 bấy giờ đã có khá nhiều trang văn-học nghệ-thuật liên mạng. Hiện bạn đọc có thể xem 562 số báo tại https://www.vhnt.org/

Nhóm đã xuất-bản 2 tuyển tập *Tuyển Tập Văn-học Nghệ-thuật Liên mạng* (V@(n Học Nghệ Thu@^.t Liên M@.ng) năm 1996 và 1997 - nội-dung có đủ bộ môn, từ biên-khảo, nghị luận đến thơ văn, dịch thuật và phỏng vấn. Chủ biên Phạm Chi Lan cho biết "*chiều hướng cá biệt (của diễn đàn và Tuyển tập) (với) người viết và tác-phẩm được chọn vì sự bộc lộ tương quan của họ với đời-sống, với hiện thực, với văn-hóa và lịch-sử, với đời-sống và môi trường chung quanh họ, vì những tình cảm chân chất và cảm nhận rất con người cùng sự quan tâm và yêu mến đối với cái đẹp của nghệ-thuật ngôn-ngữ*", một "*thế giới văn-học vị nghệ-thuật*"! Nhóm còn xuất-bản các tuyển tập thơ văn nhiều tác-giả như *Gom Lại Những Vầng Trăng, Lan Ban, Giữa L&C, Vực và Gió*, tác-phẩm của Phạm Chi Lan (*Miền Lặng*), Nguyên Nhi (*Con Gái Người Gác Đèn Biển, Quái Phong*), *Thơ* của Từ Đông Nghị tức Nguyễn Phước Nguyên, tuyển tập thơ *Dạo Khúc* của nhà thơ Nguyễn Quang Tấn còn ở trong nước, *Về Miền Sâu Thẳm* của Đồng Vọng - gồm 2 phần: Thi ca và Kịch nghệ. "*Nghệ thuật Nhật bản chiêm nghiệm sâu xa giá trị thẩm mỹ của khoảng trống, sự bất động, cái tĩnh lặng. Giữa khoảng trống mênh mông, giữa bóng tối ngập tràn, một khoảnh khắc tồn tại mong manh vụt trở thành điểm hút sâu vời. Mùi lá cháy lan tỏa vào sương thu, cánh chim lao vút giữa trời giông, dòng suối ngân lẩn khuất trong ánh chiều hôm, tiếng chim kêu đơn lẻ âm vọng tự rừng già, thảy thảy đều là một thoáng dư ba tuyệt diệu giữa quãng thinh không. Cõi hư vô do vậy không còn làm ta ái ngại nữa. Nỗi đơn độc khi phải đối diện với chính mình và cả cái chết vốn biểu trưng cho sự triệt tiêu tận cùng của bản ngã cũng vậy, không còn là những điều thật khủng khiếp*".

Bên cạnh diễn đàn chính thức và công-cộng toàn cầu – ở đâu cũng có thể vào gia-trang này, nếu có Internet, Nhóm còn có một diễn đàn hạn chế có tên Ô-Thước dành cho một số thành viên và cộng tác viên. Nơi đây trao đổi bài vở, góp ý, thảo luận về nhiều vấn-đề văn-học,... để rồi một số bài và thảo luận sẽ được đưa lên diễn đàn toàn cầu Văn-Học Nghệ-Thuật E-Magazine. Các thành viên trong số có khá nhiều cây bút sung mãn trong thi văn, báo chí còn sinh hoạt đến hiện nay. Thành viên chết trẻ có Vi An, một nhà văn ở Nhật, tác giả *Phù Tang Tạp Lục* (Làng Văn), đã tự kết liễu đời mà anh xem là không lối thoát - một cuộc đời tị nạn, lưu vong. Và "Lời Ru Của Đá" của Lư Ngọc Dung, "Ba Mươi, Con Gái" của Trương Nguyễn Thị Thanh và "Con Đường Alcan" của Dương Hùng đều được Ban Biên Tập chọn in trong tuyển tập *Văn Học Nghệ Thuật Liên Mạng* số I, tháng 9 năm 1996.

Nhóm Ô Thước còn tổ chức những cuộc gặp gỡ văn-nghệ thường ở Dallas hoặc Houston, bang Texas. Một đặc điểm nữa là các thành viên đều sử-dụng máy điện toán ở chỗ làm hoặc ở nhà và phần lớn làm việc trong ngành điện toán hoặc liên hệ; gởi và nhận bài vở cùng thảo luận bằng email. Họ có thể đọc và trả lời, tham gia thảo luận cũng như sáng-tác trong giờ nghỉ hay ăn trưa. Nếu ở các giai đoạn văn-học trước đó nhất là ở trong nước, nhà văn thơ thường sinh sống, xuất thân từ nghề *làm báo* hoặc liên hệ ít nhiều, thì với e-magazine, văn-nghệ sĩ thời mới đa phần là giới *chuyên viên tin học, điện toán hoặc là sinh viên*, và từ e-magazine lan ra đến các tạp-chí giấy như *Văn, Văn-Học, Hợp Lưu, Thế Kỷ 21, Văn Tuyển, Phố Văn,* v.v. Một số bắt đầu nghiệp văn thơ từ diễn đàn này cũng như có vị đã thành danh trước đó cũng như có nhiều cây viết sau đó biến mất. Lúc đầu hình-thức của E-Magazine chỉ có văn bản, về sau với tiến bộ của thảo chương tin học, việc trình bày hình-thức thêm hình ảnh, phụ bản, màu sắc và cả âm thanh, khiến việc "lên mạng" thêm hứng thú và thu hút ngày càng nhiều người đọc. Từ con số vài trăm độc giả lúc ban đầu, đã có lúc vượt hơn chục ngàn người đã nhận và đọc e-magazine này – nhanh và đến được với nhiều độc giả ở nhiều nơi cùng thời-gian!

Sau đó đến các trang mạng, báo mạng Văn-Nghệ Ngàn Phương, Hồn Quê, Suối Nguồn, Tiền Vệ, Gió-O, Da Màu, Talawas Chủ Nhật, Sáng Tạo, Vuông Chiếu (Luân Hoán), Ăn Mày Văn Chương, T. Vấn & Bạn Hữu, v.v. với những số báo hoặc chỉ là trang mạng văn-học hoặc phiên bản (copy) bán hoặc toàn phần của báo giấy. Thế Kỷ 21 lập trang mạng cuối năm 1995 chỉ đăng một số bài vở của mỗi số báo giấy – như quảng cáo hơn là một tạp-chí liên mạng. Các cơ quan thông tin, báo chí và hội đoàn, ái hữu,... cũng tiếp nối lên mạng, rồi các cá nhân lập trang mạng hoặc blogs/blogspot, và cũng như báo trên mặt đất, báo và trang mạng cũng chết (vì tài chánh, kỹ thuật, nhân sự và sau này bị tin-tặc phá, đe dọa) hoặc biến mất. Sự phát triển của các báo mạng gây thương tổn cho báo giấy và/hoặc làm mất tính độc đáo của bài vở, mà người viết thì ngày càng nhiều nhưng giá trị thường khó biết, khả nghi, không bền lâu.

Da Màu, một trang sinh hoạt văn học mới từ tháng 8-2006, dành cho mọi sinh hoạt văn chương không phân biệt xu hướng với tên Da Màu, được nhà văn Phùng Nguyễn chăm sóc với đông đảo những cây bút ngoài và trong Việt-Nam tham gia – Ban biên tập và chủ trương ban đầu có Phùng Nguyễn, Đặng Thơ Thơ, Đỗ Lê Anh Đào, Thường Quán và Phùng Nguyễn, bên cạnh Đinh Từ Bích Thúy, Lưu Diệu Vân, Lê Đình Nhất Lang, Vi Lãng, Phạm Việt Cường. Các chủ đề bao gồm Ngôn Ngữ, Văn Hoá, Phái Tính, Tín Ngưỡng, Màu Da... Ban biên tập và chủ trương gồm Đặng Thơ Thơ, Đỗ Lê Anh Đào, Thường Quán và Phùng Nguyễn. Trong Phỏng vấn của đànchimviệt online ngày 29-7-2008, Phùng Nguyễn cho biết "*Tiêu chí của Da Màu là 'văn-chương không biên giới' và mục tiêu là 'thúc đẩy sự cảm thông và chấp nhận những dị biệt bắt nguồn từ văn-hóa, ngôn-ngữ, phái tính, màu da, tín ngưỡng, và chính kiến qua các hình thái văn-học nghệ-thuật... trừ biên giới cuối cùng giữa văn-chương và phi văn-chương*". Bao gồm nhiều thử nghiệm phổ biến như hình-thức tạp-chí, những số chủ đề, bài viết và tranh luận, dịch thuật (nhắm 'mang thế giới đến với Việt-Nam và mang Việt-Nam đến với thế giới'), phát hành sách e-book của tác-giả trong và ngoài nước; nói chung khá thành công vì thích hợp thời đại thông tin tin-học. Và đã ảnh-hưởng đến các vận động tư duy và sáng-tác của trong nước.

Gió-O gio-o.com, "trang văn-triết-sử hải ngoại" do Lê Thị Huệ chủ biên, với châm ngôn "đam mê-thách đố-trí huệ-sáng tạo" là nơi đăng tải thơ văn, tiểu luận, bút ký cùng các số Gió-O đặc biệt của / về các nhà văn, triết gia, ...

Talawas giới thiệu và lưu trữ nhiều tác phẩm (đặc-biệt của Văn-học miền Nam trước tháng Tư 1975), cũng như trao đổi, tranh luận về những đề tài văn hoá, xã hội và chính trị quan yếu cho Việt Nam như chuyên đề "Chiến tranh nhìn từ nhiều phía từ ngày 6-7-2004", v.v. Diễn đàn với chủ biên Phạm Thị Hoài, đã muốn "*góp phần khiêm tốn của mình vào sự hình thành và phát triển một công luận độc lập, một ý thức tự do tư tưởng, một tập quán sinh hoạt tinh thần đa nguyên cho người Việt trong và ngoài nước*". Talawas đã hoàn thành tốt đẹp mục-đích của mình trong hoàn cảnh khó khăn về chính-trị gây ra bởi toàn trị, đe dọa và độc tài tư tưởng – không hề có "độc giả tự nguyện"! "*Nói lời chia tay sau 9 năm tồn tại, chúng tôi thiết tha hi vọng vào sự ra đời của những mô hình báo chí và truyền thông mới, thực hiện bởi những người được trang bị những khả năng và phương tiện mà chúng tôi đã không thể có, với cùng một nhiệt thành phấn đấu cho một nền báo chí tự do cho Việt-Nam*" (talawas, 2-11-2010). Sự xuất hiện và có mặt của Talawas đã cho người Việt, tất cả mọi người và nhất là những người có thể gọi là "thức giả" ở trong cũng như ngoài nước phương tiện thông tin mạng lưới thiết yếu để trao đổi, thảo luận về nhiều vấn đề của đất nước cũng như giải tỏa một số những ngộ nhận và uẩn khúc lịch-sử và cả chính trị. Việc Talawas ngưng hoạt động sau nhiều lần bị phá hoại về phương diện này và trong tình cảnh đất nước hiện nay sẽ là một thất bại mà lỗi dĩ nhiên không thuộc về những người chủ trương diễn đàn.

Mạng Lưới Dũng Lạc do Lm. Trần Cao Tường sáng lập năm 2005 (khởi đầu chính thức ngày 2-4-2005), chủ trương góp tài liệu và gầy dựng Tủ Sách Dũng Lạc xây nhà văn hoá và văn-học Công giáo, với sự góp mặt của các tác giả và trí thức Công-giáo (và không Công-giáo) khắp nơi. Mạng lưới Dũng Lạc đã hợp tác tổ chức những buổi Họp mặt ở vùng Quận Cam CA, New Orleans LA và Boston MA (với chủ đề "Chuyển đạt Tin Mừng qua Sáng tác Văn học Nghệ thuật" tại Boston College của Dòng Tên những ngày 3-5 tháng Mười 2008, với sự tham gia của các nhà văn thơ, nhạc và truyền thông đến từ Hoa-Kỳ và Canada, và đã được thu hình trong CD "Xin Vâng" của nhóm ca sĩ Ngọc Huệ. Các linh-mục Trần Cao Tường, Giuse Nguyễn Thanh Liêm, Phạm Văn Tuệ, Nguyễn Ngọc Thảo, các giáo sư, nhà văn Trần Thu Miên, Quyên Di, Trà Lũ, Nguyễn Vy Khanh, Đỗ Hữu Nghiêm, Trần Đình Ngọc, Nguyễn Thị Kim Loan, các nhà báo Nguyễn Trọng, Trần Hữu Thuần, ... đã thuyết trình hoặc tham gia thảo luận). Tiếc thay, sau khi các linh-mục lèo lái con thuyền Dũng Lạc về với Chúa: Lm. Trần Cao Tường (21-11-2010) và Lm. Phạm Văn Tuệ (3-4-2013), người thay thế, Mạng lưới Dũng Lạc gặp khó khăn và không còn hiện diện trên mạng lưới Internet sau đó.

*

Hải ngoại đã có những trang mạng văn nghệ, sinh hoạt văn học và xuất bản/lưu trữ sách điện tử / ebook, như Tủ Sách Tiếng Việt, Việt Nam Thư Quán, VietMessenger, Quán Ven Đường, Việt Nam Văn Hiến, Tiểu Lùn, ... Một số nhà văn thơ cũng có trang blog (weblog) như Nhật Tiến, Phạm Cao Hoàng, Trần Hoài Thư, Nguyễn Xuân Thiệp (Phố Văn), Trần Yên Hoà (Bạn Văn Nghệ), Lê Hân

(Saigonocean), Bắc Phong (Sáng Tạo), Tôn Nữ Thu Dung (Tương Tri), T. Vấn & Bạn Hữu, Tạp chí Văn Phong,...

Facebook, Twitter,... từng đã trở thành một thứ Soc.Culture.Vietnamese tiên khởi của đầu thập niên 1990, nhưng hiện-đại hơn, đa phương tiện và kỹ thuật, nhanh chóng, trực diện ... hơn, có thể hổ trợ cho công việc văn-chương nhưng cũng có thể hại cho văn-học, như điện tử đã và đang tiếp tục hại sách báo giấy cùng thay đổi thói quen văn-hóa, thưởng thức văn-nghệ, thông tin! Tiếng Việt và "tác-phẩm", "báo-chí", blogs tiếng Việt chiếm một phần lớn nội-dung của siêu không gian Internet toàn cầu, riêng mảng văn-học trẻ Việt-Nam trên Internet cũng chiếm phần quan-trọng đáng kể.

Cuối cùng, văn-học hải-ngoại thêm hiện-tượng *xuất-bản qua các mạng lưới thương mại* như *amazon, lulu, barnes&noble,...* có thể ghi nhận các nhà Nhân Ảnh, Người Việt Books, Văn Học Mới, Lotus Media, Văn Học Press, Hợp Lưu, Sống, ... - tất cả đều có địa chỉ bưu-chính ở California Hoa Kỳ. Song hành có loại "nhà xuất bản" như Tủ sách T.Vấn & Bạn Hữu từ 2016 cung cấp miễn phí sách dưới dạng điện tử (e-book) sách đã lên trang và trình bày sẵn sàng để in ấn. Các nhà xuất bản này đến kịp lúc để thúc đẩy, tiếp nối việc xuất bản sách báo đã ngưng trệ (các tiệm sách thì dần đóng cửa hết) từ nhiều năm "lão hoá" trước đó.

Tác-phẩm văn-học từ hơn hai thập niên qua đã rơi vào một số tình huống gian nan để đến với người đọc nói chung cũng như các nhà nghiên cứu và các thư-viện. Trước hết, kỹ thuật tin học và mạng lưới Internet đã toàn cầu hoá và "đại-chúng" hoá đưa người viết và người đọc đến gần nhau hơn, trực tiếp hơn, có thể nhiều "người đọc" hơn và đồng thời tạo cơ hội cho các "tác-phẩm" khó khăn xuất-bản hoặc phổ biến ở một nơi có thể ra mắt ở nơi khác. Mới đầu cách này khiến dễ dàng cho các tác-giả và độc-giả người Việt ở khắp nơi vì không còn biên giới địa lý, nhưng cũng khiến cho việc theo dõi sinh hoạt văn-học nghệ-thuật trở nên khó khăn hơn và cũng vì vậy mà phần nào sản phẩm "văn-học" trở nên "lạc lõng" - không còn những buổi ra mắt sách, những bài điểm sách, tranh luận như bình thường sinh hoạt văn-học nghệ-thuật trước đó! Và đưa đến khuyết điểm về khó khăn đánh giá nội dung và tác giả, "sáng tạo", "nhà xuất bản" trên trời dễ trở nên loạn, có thể làm mất đi ý nghĩa sinh hoạt văn hoá !

*

Văn Học Nghệ Thuật Liên Mạng đã là cái điểm xuất phát, lên đường của một số **nhà thơ trẻ** thời ấy, như tiếng thơ **Trần Thái**

Vân trẻ nhưng đã vững vàng với *Chiếc Bóng* (1997). Tiếng thơ anh đúng ra là tiếng lòng chuyển tiếp, từ trong ra ngoài nước, những hình ảnh cũ pha lẫn chân trời và con người mới. Anh "định nghĩa thơ" như sau:

"Thật hư một cõi vô thường
Đời hư khó nhớ, đời thường dễ quên
Đời thường chuyện giả để bên
Đời hư chuyện thật trào lên thành bài" (tr. 88).

Với một số người sáng tác trẻ, chiến tranh vẫn còn đó như một kỷ niệm về người thân, như trong Trần Thái Vân:

"Anh đi từ độ đông năm ấy
Túi nặng, thân gầy, áo bạc vai
Cha đứng nhìn theo đưa tay vẫy
Quan san tiễn biệt vạn dặm dài
(...) Anh đã hai lần xa gia quyến
Xuân thì chưa quá tuổi đôi mươi
Mộ mẹ bên kia bờ vĩ tuyến
Khói hương lạnh lẽo vắng chân đồi
Cha khóc âm thầm tim tê tái
Nửa đêm vọng mắt ngóng chờ con
Bụi chuối bên nhà đau kết trái
Cha đau trong chờ đợi mỏi mòn
(...) Cha chờ cho đến ngày cỡi hạc
Suối vàng, thác bạc rụng thời gian
Một mảnh trăng xưa buồn đến nhạt
Mắt lão còn đâu ngóng mây ngàn
Anh chết vô danh không bia mộ
Không anh hùng, đại nghĩa xa xôi
Anh chết một người trai vô tội
Cổ lai chinh chiến kỷ nhân hồi?" (Vô Danh)

Đi tìm chân trời mới còn có nhà thơ trẻ **Nguyễn Phước Nguyên** dưới ba bút hiệu NPN, Nguyễn Hiện Nghiệp và Từ Đông Nghị trình giới thưởng ngoạn thi tập *Thơ* (TGXB, 1997), ba tiếng thơ như ba khía cạnh của một nỗi lòng tuổi trẻ Việt-Nam ở hải ngoại hôm nay: Nguyễn Hiện Nghiệp cảm xúc con người nhỏ bé trong cõi âm dương / sắc không. Tình yêu người và vui sống chiếm nhiều chỗ trong thơ Từ Đông Nghị.

"Có phải bây giờ mùa hè
Nên em nghe thoáng tiếng ve rầu rầu
Trao nhau một tiếng thương đầu

Ngờ đâu, em hỡi ... qua cầu gió bay (...).
Có phải thu đã về đây
Nên em nhớ những hàng cây khô cằn
Con tằm trong kén băn khoăn
Dưới cành khô, ẩn. Trở trăn. Giấc buồn..."
(Lục Bát Bốn Mùa, tr. 65).

Nguyễn Phước Nguyên với những cấu trúc và tình ý lạ, bất ngờ, như đau thương và tình yêu:

"*Gió cuốn thu / tạnh mây, / ấm trăng.*
Trần truồng buổi sáng soi hồ gương. Đọng.
Sương. / Mù.
Mơ hồ em. / Mơ hồ tôi.
Thánh thiện em trái cấm tình yêu nuốt vào tim
nuôi đời địa ngục...."
(Trăng. Tranh và Thơ, tr. 130).

Thuộc vào nhóm trẻ, **Đinh Trường Chinh** có những diễn bày mới:

"Bước qua sông nhớ bóng mình
Đò ơi hãy chở tiếng thinh không về
Nền chiều / cánh vạc / liêu xiêu
Đồng xa. / núi dựng
dáng hiu hắt người
Qua sông thấy lại một mùa
Đò về / lại thấy. / những mùa phôi pha
Bóng mình / chìm khuất / lao đao
Đò ngang dọc cũng / lao xao / bóng người"
(*Vực & Gió*, Sông, tr. 171)

Đinh Trường Chinh họa sĩ và nhà thơ, đã in chung *Vực & Gió* (VHNTLM, 1999). Trích bài Bố Cục:

"Chúng ta đang nói chuyện
trong bóng tối / đêm nay
Có người nằm, / người ngồi
& những hình người đi qua lại
Chúng ta: những biểu hiện,
dã thú / lịch sử gấp lại
mỗi ý tưởng mọc trên đầu ngọn tóc
Chúng ta chỉ còn nhìn thấy màu đen
trên khuôn mặt nhau
trong tư thế / bố cục khác
Cho đến khi / ánh sáng len vào

tất cả khuôn mặt / đều trang trở thành
bóng tối / của máu
Những ý tưởng chảy xuống,
Liên tục chảy xuống"
(*Tuyển Tập Tiền Vệ*, 2007, tr. 35-36).

Lục bát được **Nguyễn Phước Nguyên** trở về với rung cảm lạ:
"Lung linh / thắp / sáng một đời
Sao em rụng / giữa / vùng trời / tim ta
Bên này, / ta đứng nhìn qua
Bên kia em đứng / trông ta bên này
Một cơn / gió / nhẹ / rung cây
Một trăm chiếc lá / rụng / bay xuống trần
Mai / về nhìn / lá. / vàng sân
Thương em
Biết / Cũng chỉ ngần ấy / Thôi"
(*Thơ*, 1997, tr. 36)

Thơ tự do được những nhà thơ trẻ / mới đón nhận và thi dụng. **Thận Nhiên** là một trong số đó: tự do trong vần điệu, cách dùng con chữ, nhưng hình như có những uất ức, chướng mắt không dễ tỏ bày. Đây bài Thơ Không Đặt Tựa # 6:

"Những ngày,
mặt trời mọc muộn
ngọn thập giá đổ xuống vai con người
bầm huyết / hãy vác lấy mà đi!
Những đêm,
thời tiết linh hồn báo bão
áp suất bất thường
trên từng hơi thở mỏng
tín hiệu của thời gian ruồng máu
của hun hút vực / của gió!
là lúc khao khát đến rồ dại một bàn tay
giữa lòng bóng tối" – 29/9/99
(*Vực & **Gió***, 1999, tr. 49)

Vực & Gió (Garland TX: Văn Học Nghệ Thuật Liên Mạng, 1999) tuyển thơ của 4 nhà thơ trẻ Thận Nhiên, Nguyễn Phước Nguyên, Nguyễn Tư Phương và Đinh Trường Chinh. Trích đoạn đầu giới thiệu "Bốn Mùa Gió" của chủ biên Phạm Chi Lan: "*Gió bắt đầu từ* *phương đông, gió giạt về phương tây, gió lùa trên lũng, gió tràn xuống ngàn, gió lan về đồng, gió phiêu dạt trên lục địa xa, và gió dừng lại ở trong từng trang sách. Gió cuốn sâu mở toang cánh cửa lòng vào những lúc người ta muốn khép lại mọi thầm lặng. Gió của bốn mùa trong tập thơ này không phải gió của thời tiết, mà gió ở đây là gió của khí hậu tình cảm cuốn lên từ đáy vực tâm hồn, gió lồng lộng những mùa trăn trở. Có lúc gió êm dịu có lúc gió dữ dội mạnh bạo, bốn mùa thơ tràn ngập gió, gió cảm xúc miên man thổi suốt những mùa riêng tư. Trong một lúc bất chợt, gió như tên trộm giữa đêm lẻn vào khu vườn riêng của tôi, mở tung cánh cửa lòng đọc lén nỗi niềm. (...) Bốn mùa gió trong tập thơ này là những mùa đo gió đi tìm sao trong đêm. Tôi rất yêu những đốm sao nhỏ cô độc trong đêm yên tĩnh. Những lời chia xẻ này chỉ là chút phân trần rằng tôi thật sự yêu thơ, không trốn chạy thơ khi thơ tìm đến với mình mang cho điều hạnh phúc. Cảm ơn thơ!"* (tr. 3, 11).

*

Phạm Chi Lan sinh năm 1962, đến Hoa-Kỳ từ 1975, là một chuyên viên điện toán định cư tại tiểu bang Texas. Thành viên sáng lập và chủ biên của *Văn Học Nghệ Thuật Liên Mạng*, tạp chí văn học điện tử đầu tiên của Việt-Nam - số đầu tiên phát hành ngày 17-7-1995 theo dạng một mail list, sau đó chuyển sang hình thức một trang web tại http:// saomai. org/ ~vhnt, và http://demthu.lonestar.org. Độc giả hội viên lên đến 350 người, trong số đó khoảng 70% là giới chuyên gia và 30% là sinh viên. Đinh Yên Thảo, một thành viên của nhóm, cho biết: "*đến Hoa Kỳ năm 1975 lúc 13 tuổi, với đôi chân tật nguyền vì bạo bịnh từ nhỏ, vượt lên trên số phận, Phạm Chi Lan không chỉ sống với một nghị lực mạnh mẽ, khi trở thành một chuyên viên điện toán trong hơn 20 năm qua, mà còn trở thành một văn tài giàu suy tưởng cũng như đã tạo nên một nhịp cầu cho một số cây bút cùng thế hệ gặp gỡ. Và cũng là một trong những người tiên phong trong lãnh vực truyền thông điện tử tiếng Việt đa dạng như hiện nay. Hoạt động liên tục trong 6 năm trời, VHNT đã thu hút hàng chục ngàn độc giả đã nhận báo phát hành qua hệ thống điện thư mỗi ngày...*".

Phạm Chi Lan không chỉ sống với một nghị lực mạnh mẽ, khi trở thành một chuyên viên điện toán trong hơn 20 năm, mà còn trở thành một văn tài giàu suy tưởng cũng như đã tạo nên một nhịp cầu cho một số cây bút cùng thế hệ gặp gỡ. Và cũng là một trong những người tiên phong trong lãnh vực truyền thông điện tử tiếng Việt đa dạng như hiện nay. Phạm Chi Lan cũng cộng tác với các tạp-chí như

Văn, Hợp Lưu,... và đã xuất bản nhiều tác-phẩm và tuyển tập của các tác giả cộng tác với mạng lưới thông tin và các *Tuyển Tập Văn Học Nghệ Thuật Liên Mạng* (1995, 1996). Tác-phẩm riêng đã xuất-bản, *Miền Lặng* (Garland TX: VHNTLM, 2002. 232 tr.) gồm 19 truyện ngắn. Đây là thế giới nội tâm với nhiều tâm sự bên cạnh những mảnh đời bất toàn, những cõi lặng, cô đơn, của kiếp người và những định mệnh, những cái chết không bình thường.

Miền Lặng là thế giới nội tâm với nhiều tâm sự bên cạnh những mảnh đời bất toàn, những cõi lặng, cô đơn, của kiếp người và những định mệnh, những cái chết không bình thường. Truyện Nấm Mộ Lá tài tình diễn trình thân phận người lưu vong: khi sống "âm thầm như một chiếc bóng" cho đến khi rời cõi thế cũng lặng lẽ như những chiếc lá phong chuyển màu rồi lìa cành theo mùa: " *Mùa thu đến sớm và cũng chóng tàn, giữa tháng mười mà lá đã trút không còn một chiếc nào trên cành. Hàng cây trơ trụi lá, chơ vơ những nhánh cây xương xẩu trắng hếu như những bộ xương người dựng đứng đang choàng tay qua nhau. Những cây phong xứ này kỳ dị, dễ dị ứng với tiết lạnh. Chỉ qua một trận lạnh mầu lá đã rùng mình đổi sang mầu tê tái. Từ mầu tê tái chuyển sang mầu đỏ hực. Thêm vài luồng gió lạnh nữa là lá rũ mình chuyển sang mầu nâu xám xịt, rồi rùng mình tìm về với cội nguồn, im lìm như đất. Lặng lẽ nào ai hay".*

Trong *Miền Lặng*, tác giả đã nhiều lần trở về trong ký ức, để tìm lại, để chiêm nghiệm. Ký Ức Dòng Sông ghi lại hình ảnh ngôi nhà cũ kĩ với căn phòng "âm u ẩm lạnh" nhân một chuyến Hè về thăm nhà: "*Căn nhà hướng mặt ra bờ sông, dòng sông phẳng lặng xám ngắt như chì mà tôi vẫn nghĩ đó là một miếng sắc phẳng lạnh lùng hơn là một dòng nước thơ mộng...*". Căn phòng của "tôi" khi xưa "*Phòng thiếu người không khí âm u ẩm lạnh, đồ đạc như còn đang say ngủ trong cái vẻ hoang vắng của nó...*". Từ đây nhìn ra sân "*cành lá cây mộc lan xum xuê che gần kín cánh cửa kính đầy bụi mờ...*".

Lá – những chiếc lá rơi, lá Thu, lá "nạn nhân" của cuồng phong, của câm nín, lặng lẽ, v.v. được PCL đưa vào văn chương như ẩn dụ, như ám ảnh – tạm bợ, không thường hằng. Đây đó, lá được nhân cách hoá: *"Anh nghe tiếng thở, nghe như tiếng thở dài, anh không chắc lắm, có thể là tiếng thở của lá đêm"* (Cửa Đóng, tr. 163). *Ngày Đau Của Lá* cũng là toàn cảnh cái đau của làm người sống cõi tạm, người buồn cảnh có vui đâu bao giờ.

Cái Chết hiện diện ở hầu hết các truyện ngắn của PCL. Cái chết đã trở thành đích phải đến, là mẫu số chung của cảnh vật và nhân vật. Trong *Mùa Mưa*, tác giả trở lại hình ảnh cái chết của lá:

"Ven suối, hoa tí mơ lấm tấm vàng trên bờ cỏ, lá chết tụ cả dưới chân cầu chực chờ nước cuốn đi. Sau cái chết của lá chưa hẳn đã là sự kết thúc, mà dường như còn có sự chờ đợi. Chờ đợi mầu nhiệm biến hóa cho lá một đời sống nào khác... " (tr. 80).

Rốt cùng, đã là những Khát vọng hạnh phúc. Nói đến những chiếc lá và cái Chết ớ PCL hình như muốn tỏ bày ước ao được sống cái hiện sinh và sự sống còn: *"hạnh phúc là sự sống, sinh vật may mắn đang sống phải tận hưởng sự may mắn của mình"* (tr. 99). Và hạnh phúc đời sau như khi nói về lá chết: *"dường như còn có sự chờ đợi. Chờ đợi mầu nhiệm biến hóa cho lá một đời sống nào khác"*. Như khi hiểu lý do người cha ngồi một mình trong bóng tối hay nhìn trời cao – "*con đường trên trời*", ông "*không thấy lạc lõng nữa*"!

Những Giấc Mơ Trong Bệnh Viện có thể là bài văn cuối cùng mà PCL ghi lại cảm xúc và những giấc mơ khi ở bệnh viện, giữa những "thập tử nhất sinh" - và đã chia xẻ với bạn hữu. Xin trích phần cuối: "*... Giữa cảm giác mơ màng, mê mê tỉnh tỉnh, tôi cũng chợp mắt được một chốc và có được những giấc mơ nho nhỏ. Chúng là những hình ảnh không rõ nét, không liên tục, có thể khi tỉnh dậy không mang cho tôi cảm xúc gì rõ rệt nhớ từng chi tiết, nhưng tôi chỉ có thể cảm nhận đó là những "sweet dreams" tạo cho tôi cảm giác êm đềm, thoải mái, không phải là những ác mộng. Những giấc mơ đẹp trong bệnh viện là những món quà đẹp tôi có được, bù lại cho cảm giác bứt rứt, tù túng, đau đớn, khó chịu, mệt mỏi và những cơn đau hành hạ. ...*

Giấc mơ sau cùng không phải trong giấc ngủ, mà là ước mơ thực tế. Tôi chỉ muốn được về nhà nằm ở cái sofa trong phòng khách, bình an và ấm áp, bên cạnh Nhi. Những mơ ước xa xôi khác tôi không còn nghĩ tới. Ước mơ gần nhất đó được Chúa và Mẹ Đồng Trinh nhận lời. Sau sáu ngày trong bệnh viện, tôi được về nhà. Ôi chao, căn nhà nho nhỏ trong góc rừng của tôi mới thân thương làm sao. Tôi có thể nằm xuống ngủ một giấc ngàn thu trong khung cảnh này. Ở đây có rất nhiều kỷ niệm, những ngày vui và êm đềm cuộc đời tôi đã trải qua trong căn nhà này.

Tôi không mong ước gì thêm nữa. Bình yên trong không gian của riêng mình, thêm một thời gian nữa thôi, bên cạnh những bạn bè người thân yêu nhất của mình....

Tháng giêng, ngày 3, 2009"

Sáu tháng sau, Phạm Chi Lan đã "*ngủ một giấc ngàn thu trong ... căn nhà nho nhỏ trong góc rừng*" giữa tiếc thương của thân nhân và bạn bè văn nghệ! Cô qua đời ngày 21-9-2009 lúc mới 47 tuổi đời, tên thánh Têrêsa.

Đoàn Nhã Văn (Lê Tạo) với tập *Phác Thảo 15 Chân Dung Văn Học* "tiểu luận – phê bình", do Văn Mới xuất-bản, 2007, gồm 15 bài viết đa phần đã đăng trên các tạp-chí văn-học ở hải-ngoại, về Nam Dao, Nguyễn Mộng Giác, Trần Diệu Hằng, Trần Nghi Hoàng, Nguyễn Xuân Hoàng, Kiệt Tấn, Phạm Chi Lan, Mai Kim Ngọc, Dương Như Nguyện, Hoàng Thị Bích Ty, Tưởng Năng Tiến, Phan Lạc Tiếp, Thảo Trường, Ngô Thế Vinh và Trần Vũ. Trong Thay Lời Tựa, ông cho biết: "*Trong nổ lực phác thảo chân dung, xuyên qua những sáng tác, tôi cố gắng soi rọi phần nào tư tưởng cũng như phong cách văn-học của mỗi nhà văn. Nói cách khác, chân dung họ được dựng nên từ chính chữ nghĩa của họ, qua cách nhìn của một độc giả, là tôi. Vì thế, sẽ không ngạc nhiên nếu bạn đọc nhìn họ dưới một góc độ riêng, và phát hiện ra những điều thích thú khác, khởi đi từ khu vườn văn-chương của mỗi người. Và cũng vì thế, sẽ rất hạnh-phúc nếu những phát hiện của tôi, về họ, được đồng cảm của bạn đọc*" (tr. 5).

Thành viên từng sinh hoạt chung, ngoài các tên tuổi kể trên, còn có những nhà văn thơ trội nổi khác của văn học hải ngoại: Phùng Nguyễn, Trần Hoài Thư, Nguyễn Tấn Hưng, Hoàng Ngọc-Tuấn, Nam Dao, Nguyễn Vy Khanh, Nguyễn Quốc Trụ, Nguyễn Kỳ Phong, Lương Thư Trung, v.v.

Nguyễn Vy Khanh

[Trích theo Văn Học Việt Nam 50 Năm Hải Ngoại. Quyển Thượng Tổng quan (Toronto: Nguyễn, 2025]

(Vài ấn phẩm của nhóm VHNT-LM)

SONG THAO
THẢM ĐỎ

Tôi không nói tới thảm đỏ chính trị của các nhân vật lên xuống máy bay hay vào chốn công quyền. Chuyện chán phèo có chi mà nói. Thảm đỏ đây là thảm đỏ nghệ thuật của các đại hội phim ảnh hoặc âm nhạc, và của các sự kiện văn hóa. Chuyện có nhiều điều đáng nói. Thảm đỏ hình như chỉ dành cho nữ giới, nam giới tuy cũng có mặt đông đảo không kém (giai nhân nào mà không khoác tay một ông trên thảm đỏ!) nhưng bị mờ nhạt chẳng ai thèm ngó ngàng tới. Họa hiếm lắm mới có người được nhắc nhở trên mặt báo. Như anh tài tử bảnh trai Tom Cruise khi đứng trên thảm đỏ giới thiệu cuốn phim "Mission Impossible: Collapse" tại Nhật vào năm 2018. Anh vui vẻ tươi cười chào đón khán giả không để ý là khán giả cũng cười lại với anh. Họ cười vì anh quên kéo khóa quần! Người ta ngại nói nên anh không biết chuyện cửa *garage* bị mở. May là có vạt áo trắng che khuất chiếc xe hơi không biết mác gì nằm bên trong. Tới khi chuẩn bị họp báo anh mới biết sự tình và đóng cửa *garage*.

Trên thảm đỏ, ngoài các nam tài tử còn có các nhà báo nam phỏng vấn và tường thuật sự kiện. Họ mờ nhạt hơn các tài tử nên cũng chẳng ai thèm biết tới họ. Nhưng anh nhà báo Isaac Mizrahi lại được thiên hạ biết tên biết tuổi vì trong khi phỏng vấn người đẹp Scarlett Johansson tại lễ trao giải Golden Globe vào năm 2006 anh đã giơ tay "nắn" vòng 1 của nữ tài tử giữa thanh thiên bạch nhật. Sự việc rõ như ban ngày nên anh bị lên báo và mạng xã hội. Từ một anh không tên tuổi, tên anh bỗng có tuổi ngang xương chỉ vì cái tay táy máy.

Nhưng anh Isaac Mizrahi chẳng là cái đinh gì khi so sánh với anh nhà báo Vitalii Sediuk. Trên thảm đỏ của một *show* diễn thời trang tại Paris vào ngày 23/9/2014, anh đã chen lấn đám đông vào sát cô người mẫu có vòng 1 loại khủng Kim Kardashian khi cô từ trên xe hơi bước xuống. Anh nhào tới ôm sát người đẹp nóng bỏng khiến cô suýt té lăn đùng xuống đất. Sau đó anh xin lỗi: "Tôi hy vọng Kim không hề hấn chi và không phát điên vì tôi không có ý làm hại cô ấy. Kanye (bạn trai của Kim) là một người may mắn vì Kim đúng là một nữ thần quyến rũ". Màn "trình diễn" này của anh chàng Vitalii chưa thuộc vào loại xuất sắc nhất. Anh chàng người Ukraine này không biết có tham gia chiến trận tại quê nhà bao giờ không mà có màn đột kích rất táo bạo, chui đầu vào váy cô America Ferrera khi cô này đang đi trên thảm đỏ tại Đại hội điện ảnh Cannes tại Pháp vào năm 2014. Khi bị bảo vệ kéo ra, anh còn cố bám vào chân nữ diễn viên. America Georgina Ferrera là một nữ diễn viên, đạo diễn và nhà sản xuất phim truyền hình đoạt được nhiều giải thưởng gồm giải Emmy, Golden Globe, được báo Time chọn là một trong 100 gương mặt có ảnh hưởng nhất thế giới hai lần vào những năm 2007 và 2024. Có lẽ anh nhà báo ưa xục xạo này muốn điều tra tại sao người đẹp lại nổi đình nổi đám như vậy!

America Ferrera sanh năm 1984, khi bị anh nhà báo chui đầu vào váy mới chỉ 30 tuổi. Còn nhiều điều mới mẻ bên trong. Nhiều nữ nhân tới tuổi đáng được cất vào bảo tàng viện vẫn còn xí xọn trên thảm đỏ. Như "bà" ca sĩ tên tuổi Madonna. Khi Madonna bước lên thảm đỏ trong buổi ra mắt cuốn phim âm nhạc quay chuyến lưu diễn "Madame X" của bà tại Paradise Club & Theater trong khách sạn Edition tại Time Square, New York, vào tháng 9 năm 2021, bà mới 63 tuổi. Để kéo lại xuân xanh, bà cặp tay với "phi công trẻ" Ahlamalik Williams, 27 tuổi. Bà xí xọn mặc áo cúp ngực đen để khoe vòng 1, mang tất đen loại nhìn xuyên thấu và váy ngắn màu trắng xẻ cao nửa kín nửa hở. Dư luận chia làm hai chiều trái nhau. Cánh chịu chơi tung hô hết mình trong khi cánh bảo thủ cho đó là trò...nỡm.

Tuổi 63 không còn trẻ thì tuổi 49 có còn trẻ không? Đó là tuổi của siêu mẫu Heidi Klum vào năm 2022. Cô *post* trên trang Instagram một *video* cô mặc một chiếc đầm vàng hiệu Dundas được cắt xẻ táo bạo khoe trọn phần lưng trần, một phần hông và một phần cặp chân dài. Có tới 9 triệu người theo dõi và vỗ tay tán thưởng trên Instagram. Che ít hở nhiều là thời trang của các minh tinh ngày nay.

Thân thể người đẹp chia làm ba phần: vòng 1, vòng 2 và vòng 3. Vòng 1 dễ hớ hênh nhất vì thời trang bây giờ là thả rông, chẳng siêng cũng chẳng sú, rất bổ mắt. Áo quần được các *designer*, phần lớn là các ông, kiểm duyệt hết chỗ nọ tới chỗ kia. Vòng 1 nhìn trước cũng được, nhìn ngang cũng tốt, nhìn trên xuống cũng hay. Chẳng có ông nào bỏ qua. Vì theo các ông, trên nhật trình có chạy tin, khoa học đã khám phá ra nhìn ngực các bà các cô kéo dài tuổi thọ. Mười phút ngắm ngực có tác dụng tốt như ba chục phút tập thể dục. Vin vào đó, các ông chăm chỉ...thể dục. Tôi tin vào khoa học nên cất công tìm hiểu chuyện đáng mừng này. Tin mừng này có từ năm 2000 khi hãng thông tấn *News Agency of Nigeria* do chính phủ kiểm soát tung ra tin này, theo đó thì một nhà khoa học người Đức tên Karen Weatherby đã tiết lộ trên *New England Journal of Medecine* một cuộc nghiên cứu kéo dài trong 5 năm. Năm trăm ông tham gia cuộc nghiên cứu này. Họ chia đôi thành hai nhóm, mỗi nhóm 250 ông. Nhóm thứ nhất được cho ngắm ngực phụ nữ mỗi ngày 10 phút. Nhóm thứ hai không ngực nghiếc chi. Kết quả cho thấy sức khỏe của các ông trong nhóm thứ nhất được cải thiện một cách đáng kể. Ông Weatherby được trích dẫn đã nói: "Sự hứng thú tính dục khiến nhịp tim điều hòa và cải thiện sự lưu thông của máu. Nhìn ngực phụ nữ khiến phái nam khỏe hơn, giảm đột quỵ và nhồi máu cơ tim được một nửa. Tôi tin rằng nếu làm thường xuyên, một người trung bình sống thọ thêm được 4 hoặc 5 năm". Snope, một tổ chức chuyên xác định sự chính xác của tin tức đã cho đây là tin láo xạo. Anh chàng Snope này đáng đánh tội khi vạch trần một nghiên cứu khoa học các ông rất tâm đắc này.

Chuyện các bà ăn mặc ra sao trên thảm đỏ là chuyện không có chi mà ầm ỹ. Nếu không cho các bà phô trương thì bày ra cái thảm đỏ làm chi. Thảm đỏ là một thứ quyến rũ vì cả triệu cặp mắt đổ xô vào ngắm nghía tại chỗ cũng như trên các phương tiện truyền thông. Một trong những chiêu của các nữ tài tử muốn kéo dài thời gian trên thảm đỏ là đi thật chậm. Liên hoan phim tại Cannes bị chiêu trò này nhiều nhất. Liên hoan lần thứ 71 năm 2018 chứng kiến nhiều màn câu giờ kỷ lục. Thủ phạm là những người đẹp đến từ Á châu, nhất là Trung Quốc. Nữ diễn viên Phạm Băng Băng của Trung Quốc đã chây lỳ đứng trên thảm, không nhích về phía trước nhường cho người kế tiếp. Nhiều người không chờ được đã phải đi vòng ngang qua cô để tiến về phía trước. Nữ diễn viên Mã Tô đã biến thành con rùa khi phải mất tới 6 phút mới di chuyển được 60 thước trên thảm. Ban tổ chức nhắc nhở, người đẹp cũng vẫn ỳ ra không nhấc chân nhanh được chút nào. Người đẹp Nhật Bản Kiko Mizuhara tạo dáng tới 9 phút chiếm kỷ lục chây lỳ ở Cannes.

Thảm đỏ là chỗ bá quan văn võ soi rọi từng chút khiến mọi tỳ vết đều lộ ra hết. Megham Markle, vợ của Hoàng tử Anh Harris, diện một chiếc áo đầm đỏ rất bắt mắt khi cùng chồng bước lên thảm đó vào năm 2018 tại Polynesia. Chiếc áo giá 480 đô. Làm sao báo chí biết được giá này? Vì cô đã quên không cắt bảng giá đính vào mép dưới của váy. Người đẹp Elsa Hosk đã đánh rơi một chiếc bông tai trên thảm đỏ tại Liên hoan phim Venice. Behati Prinsloo bị tụt váy lộ một phần ngực tại Oscar 2015. Lily-Rose Depp bị một cơn gió tốc tung váy lộ cả thân hình tại Liên hoan phim London năm 2019. Hayden Panettiere vấp bậc thang vì chiếc áo dài tại Met Gala 2014. Đó là những tình huống bất ngờ trên thảm đỏ.

Té ngã là chuyện khá thường xảy ra trên thảm đỏ. "Chuyên viên" té phải kể tới cô nàng Jennifer Lawrence, một người khá hậu đậu. Tại Tây Ban Nha, trong khi quảng bá phim "The Hunger Games: Mockingjay", nàng vấp chân vào đuôi áo màu đen và lăn quay ra thảm. Người đi sau vội đỡ cô dậy nhưng vừa đứng lên, bước đi vài bước, cô lại vồ ếch. Tại sự kiện giải Oscar 2014, cô nằm đất hai lần. Vừa bước lên thảm đỏ, cô say mê vẫy tay chào người hâm mộ, mất cảnh giác nên lăn quay ra. Bị bất ngờ cô túm lấy người đi trước và được mọi người kéo lên. Đã quen cảnh tiếp đất, cô cười tươi như không có chi xảy ra.

Chúng ta nhìn thấy các người đẹp tươi cười trên thảm đỏ không thể biết được sự tình bên trong của giờ phút huy hoàng này. Mang giầy cao gót, váy áo lòa xòa, bước đi duyên dáng, miệng cười không biết mỏi không phải là chuyện dễ làm. Giầy cao gót ngày càng cao tới...trời. Cố giữ thăng bằng, ngoài chuyện tập luyện, phải tìm tới bác sĩ. Bác sĩ Ava Shamban, người có các thân chủ thứ dữ như Nicole Kidman, Angela Bassett, Kris Kardashian, mới đây đã tiết lộ: "Việc đi trên thảm đỏ của giải Oscar tương đương với 3 giờ đi bộ quanh một khu phố. Người đi còn phải dừng lại trả lời phỏng vấn, dạo bước rồi ngừng lại chụp ảnh rồi tiếp tục dạo bước trong một thời gian dài rất khó khăn khi mang giầy cao gót. Chúng tôi phải tiêm chất làm đầy *juvederm* và *botox* để làm giảm cơn đau, giảm chứng đổ mồ hôi quá nhiều". *Juvederm* có thành phần chính là *hyaluronic acid* được sử dụng rộng rãi trong ngành thầm mỹ. *Botox* được sử dụng với liều lượng ở mức không gây ngộ độc. Khi chích hai chất này vào chân có thể giúp giảm đau. Một ngôi sao Hollywood giấu tên thừa nhận đã sử dụng phương pháp này: "Đại dịch và giãn cách xã hội kéo dài, các sự kiện bị hoãn, tôi cùng nhiều người chỉ ở nhà. Chúng tôi mang dép xỏ ngón, để đôi chân mình thoải mái suốt thời gian đại dịch. Gần đây, các mùa giải trở lại, sự kiện thảm đỏ nhiều hơn. Tôi lại xỏ chân vào giày cao gót và chẳng hề dễ chịu. Tôi xoay sở tại một vài sự kiện nhưng cảm giác đau đớn như đang ở địa ngục vậy. Tôi đã hỏi bác sĩ thẩm mỹ để tìm giải pháp và câu trả lời là tiêm *juvederm* và *botox* vào chân".

Nhiều diễn viên đã không thể mang giầy cao gót trên thảm đỏ. Nhưng có một quy tắc bất thành văn là các người đẹp một khi bước lên thảm đỏ phải mang giầy cao gót. Tại Liên Hoan phim Cannes, không giầy cao gót xin miễn bước lên thảm. Tại đây, vào năm 2018, cô Kristen Steward, một giám khảo, đã nhiều lần lên tiếng vì nữ quyền, đã gửi một thông điệp. Khi đến tham dự buổi ra mắt phim "BlacKkKlansman", Kristen Steward đã bất ngờ cởi giầy cao gót, đi chân trần trên thảm đỏ. Cô đã phát biểu với tờ *Hollywood Reporter* vào năm 2017: "Mọi người rất khó chịu nếu thấy một sao nữ không mang giày cao gót hoặc không mặc đầm trang trọng theo quy chuẩn lâu nay. Những điều này khiến tất cả trở nên một màu, một kiểu dáng, rất nhàm chán. Với riêng tôi, nếu các bạn không thắc mắc tại sao một người đàn ông không mang giày cao gót hay mặc đầm theo kiểu này, kiểu khác thì bạn cũng không thể buộc tôi phải như thế. Nó chẳng công bằng khi chỉ có phụ nữ bị buộc tuân thủ những quy định này".

Đồng tình với Kristen Steward, nữ đạo diễn Chloé Zhao đã tới dự giải Oscar 2021 trong một chiếc áo đầm Hermès và đôi giầy thể thao, phá vỡ thông lệ mang giầy cao gót mà bà cho là một cực hình. Cô đào nổi tiếng Julia Roberts đã có lần đi chân trần trên thảm đỏ trong Liên Hoan phim Cannes, phớt lờ quy định của ban tổ chức. Cô Uma Thurman cũng từ chối mang giầy cao gót, diện một đôi dép mỏng mảnh với áo dạ hội. Nhìn họ chẳng mất một ly quyến rũ nào mà còn mang một vẻ đẹp mà người Pháp gọi là *"je ne sais quoi"*, sự quyến rũ không thể định nghĩa mà mọi quy định thời trang đều bất lực trước nó.

Có ở trong chăn mới biết chăn có rận, nhìn bề ngoài hào nhoáng của những bước đi trên thảm đỏ, chúng ta không hiểu nổi khổ sở đắng nghét của những người trong cuộc. Chỉ có họ mới biết đá vàng!

Song Thao
03/2026
Website: www.songthao.com

Jennifer Lawrence té trên thảm đỏ.

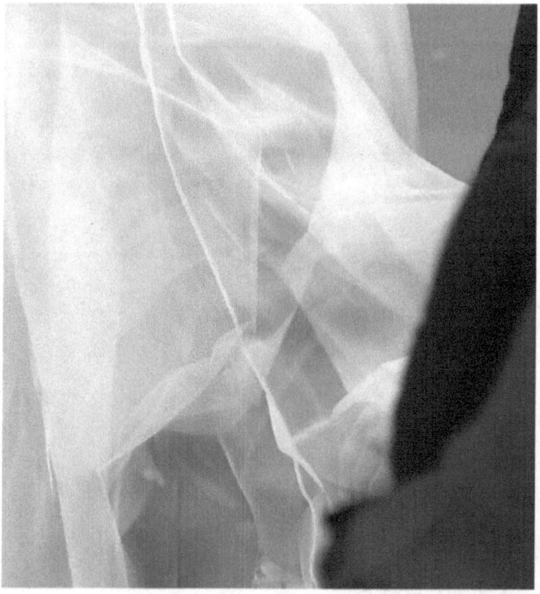

Vitalii Sediuk trong váy của America Georgina Ferrera.

Leigh-Anne Pinnock nóng bỏng!

Kimberley Garner khoe từ vòng 1 tới vòng 3.

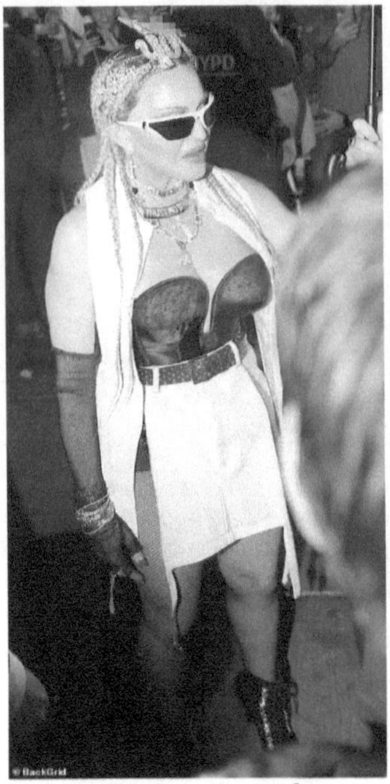

Madonna 63 tuổi.

Meghan Markle quên bỏ bảng giá áo.

Bedlla Hadid phô bày hết.

Tom Cruise quên đóng cửa garage!

TN

HỒNG KHẮC KIM MAI

ẤU THƠ NGẬM NGÙI

LTS: *Thập niên 1960, Sinh Viên Đoàn Đại Học Văn Khoa có ra một số báo xuân. Hồng Khắc Kim Mai khi đó là sinh viên năm Dự Bị Văn Khoa Pháp có gửi đăng một bài thơ rất mới, ý tưởng khá táo bạo được các độc giả chú ý. Cô sanh năm 1945 tại Huế. Cái đáng nói cô là một học sinh theo chương trình Pháp, theo học Lycée Francais de Tourane (Đà Nẵng), Lycée Marie Curie (Saigon) mà làm thơ tiếng Việt rất tới. Tôi vẫn nghĩ tài năng trẻ đó sẽ góp phần không nhỏ cho văn học Việt Nam.*

Từ khi sang Hoa Kỳ vào năm 1977, cô vẫn viết lai rai trên Thế Kỷ 21, Văn Học, Văn, Sóng Văn, Tạp chí Thơ. Năm 1965, cô đã cho xuất bản thi tuyển "Mắt Màu Nâu". Sau đó là một loạt tác phẩm trình làng gồm "Như Phù Vân" (thơ), "Vỡ Tháp" (truyện dài), "Tìm Nơi Suối Thương" (truyện), "Giáp Mặt" (truyện song ngữ Anh Việt). Cô lại còn cho in tập nhạc "Giòng Nhạc Hồng Khắc Kim Mai".

Tạp chí Ngôn Ngữ rất vui mừng được sự cộng tác của cô với truyện ngắn "Ấu Thơ Ngậm Ngùi" dưới đây.

- Song Thao -

"Out of suffering have emerged the strongest souls; the most massive characters are seared with scars"
Kahlil Gibran

1-

Chú nông phu dừng cuốc, chăm chú nhìn đứa bé con đang lủi vào bụi dưa hồng. Chú im lặng một lúc, rồi tằng hắng nạt thật to,
"Đám dưa người ta đang còn non, mà đứa nào dám cả gan vào ăn trộm? Ra đây ngay !"
Con bé hốt hoảng buông trái dưa, lí nhí,
"Tui... tui... khát nước quá, xin ông tha cho tui "
Đứng trước mặt chú là một đứa bé gái, giỏi lắm bảy tuổi đầu là cùng, mặt mũi lấm đất đỏ, tay chân đầy vết sướt cào. Hắn mặc áo đầm nhầu

nát, nhiều chỗ ướt đẫm mầu tím bầm, y như mầu sim chín. Trên vai hắn còn lủng lẳng cái túi xách học sinh.
Chú hất đầu,
"*Tau thấy mi mấy bữa ni hay lảng vảng gần đây. Chắc con ni trốn học ? Ừ mà mi khát nước, thì ăn dưa đi rồi về* "
Dưới trời nắng chang chang, con bé cúi đầu ngọam dưa. Nước dưa ứa xuống hai bên mép hắn, kéo theo bụi đất đỏ làm thành hai đường rảnh dài lăn, lăn xuống . Mầu đất pha với nước thọat trông như mầu máu tươi, trên cái ngấn cổ còn non...
Chú lấy nón đội lên đầu hắn rồi hỏi,
"*Mi con cái nhà ai ? mới chút tuổi đầu mà đã biết đi hoang đàng chi địa, lớn lên ai dạy mi nổi ???*"
Con bé không trả lời, ăn hết ruột dưa, lại khới đến vỏ
"*Mi đói lắm hả ?* "
Hắn gật đầu.
"*Mi mới ở trên núi bị lăn xuống hả ?* "
Hắn gật đầu.
"*Mi đi hái sim trên núi hả ?* "
Hắn lắc đầu.
"*A, hồi nãy mi đói thì nói được. Bây giờ no thì câm !* "
Lần này hắn mở miệng,
"*Ông tưởng ông cho tui ăn trái dưa rồi có quyền chửi tui à?*
Nói xong hắn ù chạy, chạy nhanh đến súyt vấp té. Trông cái thân nhỏ bé lảo đảo trên đường mương, rồi gượng dậy chạy, thật là hay, thật là tội. Bé ơi bé, đời bé sẽ chạy mãi về phương trời nào ?

Mẹ cầm roi chờ sẵn trước cửa. Thấy hắn lấm lét bước vào , mẹ liền quất tới tấp,
"*Con ơi là con ! nhà trường kêu mấy bữa ni mi không vào lớp. Mi trốn học đi mô để cho cha mẹ quẫn cả ruột gan ? Coi cái mặt lấm lem của mi kìa , người không ra người quỉ không ra quỉ* "
Hắn ôm đầu, rúm người, rú khóc theo mỗi lần roi. Mẹ không tha, quất thêm vài roi nữa,
"*Đồ mất dạy ! Không học không hành, lớn lên có mà đi ở đợ . Nói mau, mi đi mô mấy bữa ni ?*"
Hắn thút thít,
"*Con đi lên núi Ngự Bình tìm bà ngoại* "
Mẹ sựng đi một giây. Nhưng mẹ cho là hắn nói láo, vì bà ngọai của hắn chết sau khi vừa hạ sanh mẹ hắn . Với lại hắn chưa bao giờ được đưa đi thăm mộ bà. À, cái con này láo, thật quá quắc ! Nghĩ thế, mẹ liền cất roi lên định đánh phạt thêm.
Ba từ trong nhà bước ra, dằn roi lại. Ba ôn tồn,

"Mộ bà ngọai ở đâu làm sao con biết được mà tìm ? Tìm để làm gì ?"
Hắn nín khóc, lấy tay quẹt nước mắt, lầm lì cúi mặt xuống. Chị người làm dẫn hắn vào phòng tắm, kì cọ cho hắn. Chị dỗ dành hắn, thì hắn khai,
Rằng bà ngọai linh lắm, dẫn đường cho hắn tìm được mộ, để hắn thắp nhang. Hắn tin rằng chỉ có bà mới thương hắn ....

Ít hôm sau mẹ dẫn bé lên núi. Nơi mộ phần của bà, quả đã có ai mới đến đây hương khói. Có một cọng nhang, tuy đã cháy hết nhưng nguyên tàn vẫn còn, đứng thẳng
Khi mẹ chắp tay khấn lạy thì tàn mới rụng xuống...

2-
Hôm nay là ngày giỗ lớn. Ba Mẹ dẫn Mun và hai em về nhà hương hỏa, thuộc làng Minh Hương, để cúng tổ tiên . Năm năm mới có một lần, nên thân bằng quyến thuộc từ khắp các miền đổ về đông như hội .
Ông Nội mặc áo dài gấm xanh, đầu đội khăn đóng, trên ngực tòng teng môt thẻ ngà của Vua Tự Đức ban cho. Quan hàm của Nội là gì, Mun không biết. Ông Nội đứng tiếp khách, còn Ba thì lăng xăng kéo ghế mời quan khách.
Trong khi mọi người tay bắt mặt mừng ngòai sảnh đường, Mun vuột tay mẹ, chạy vào ngôi đền chính. Nơi đây, khói hương đang nghi ngút...
Trên bàn thờ, gần với Mun nhất là hình của Ông Cố.
Trông Cố oai lắm. Ba thường kể cho Mun và các em nghe rằng Cố từng giữ chức gì rất lớn (Thượng Thư) của triều đình. Đôi mắt Cố thật là hiền. Hình như Cố đang cúi xuống nhìn Mun, hỏi thăm Mun gì đó, nên Mun với tay lên sờ chân Cố.
Bé thầm thì với Cố điều gì ?
Chỉ có những ngọn bạch lạp trên bệ thờ mới nghe được thôi, nên ánh nến lao chao, nên hương khói như quánh lại ... Mùi thơm quyện vào mũi Mun, cho Mun cái cảm giác thật dễ chịu
Trên hình của Cố là hình của ông Tổ.
Mun nheo mắt nhìn. Hình như Tổ ăn mặc giống người Trung Hoa hơn là người Việt. Một bộ áo đơn sơ, không mầu mè. Một chiếc ghế mây đạm bạc. Gương mặt cương nghị và ánh mắt xa xăm của Tổ làm Mun có chút băn khoăn, sợ sệt.
Cao trên thật cao là môt bức tượng bằng đồng. Ô, tượng Ông Tổ Tổ.
Tổ Tổ oai phong lẫm liệt trong chiến bào, từng xưng Vương một cõi. Danh của Tổ Tổ như sấm, như sét.
Đây Thiên Vương Hồng Tú Toàn, của Thái Bình Thiên Quốc một thuở.

Với Tổ Tổ, thì Mun nhỏ nhoi như con loăn quăn. Biết lời Mun muốn nói, Ngài có thì giờ để lắng nghe không? Nên Mun chỉ nhìn Tổ Tổ một chốc rồi quì xuống, tay quẹt nước mắt ....
(trong mơ hồ có nhạc reo, của chục chục chục năm sau, vang vọng lời ca,
Vết thương dù đỏ máu, quyết không rơi lệ sầu bi ,
(Đất Trời Mông Mênh , nhạc mở đầu của phim Thái Bình Thiên Quốc)

Ừ, thì từ nay bé sẽ không rơi lệ sầu bi.

Bé đứng lên, xòe hai tay vén áo đầm ren trắng, quay quay múa trên sàn gỗ... Bé muốn khoe với tổ tiên của mình vũ điệu con chim ra ràng, con chim tập bay, để một mai kia bé sẽ tung cánh lên bầu trời xanh .
Tổ Tổ, với ông Tổ, với Ông Cố nhìn xem con nè. Hai cánh sệ xuống đất lết, lết nè. Chim té nè. Chim đứng lên đập đôi cánh có tí ti lông nè ......
"*Trời ơi, chỗ tôn nghiêm mà cái con ni vô làm chi đây ?*"
Tiếng của mẹ la lên làm bé giật mình, chân bé khụyu xuống. Bên ngoài, đám đông đã đứng đó tự bao giờ.
Ông Nội chạy lại đỡ Mun dậy, ôm Mun trong vòng tay, khoe với mọi người,
"*Con nhỏ ni, hồi ba tuổi đã biết làm cho cả thành phố Huế mê tơi. Hai bàn tay nhỏ xíu của hắn chạy thoăn thoắt trên phím đờn piano, làm tui sướng không thể tả ....*"

Ở Huế, vào thời xa xưa ấy, ai không biết Nội là tên nghệ sĩ cự phách ? Nội là một tay phong lưu đa tài, biết xử dụng nhiều lọai đàn, nhất là những nhạc khí tây phương còn xa lạ với nhân gian mình.
Chẳng qua, bé là con nhà tông, không giống lông cũng giống cánh . .....

3-
Năm tháng qua mau....
Sau ba tháng hè, ngày khai trường rồi cũng đến
Không biết trời đất phù hộ làm sao mà Mun lại đậu vô được lớp đệ thất trường nữ trung học Đồng Khánh, trong khi nhiều bạn cùng lớp rớt như sung rụng
Mun nghĩ tại chắc bà hiệu trưởng là bạn thân của mẹ. Vâng, mẹ có nhiều bạn lắm, mà bạn mẹ toàn là những người có ít nhiều thế lực trong thành phố.
Chả là mẹ cũng con quan đốc ....

Mẹ gặp ba, mê ba vì ba quá đẹp trai. Ba đàn hay, học giỏi và hiền ơi là hiền nên hay bị mẹ ăn hiếp. Ba mẹ mở một tiệm thuốc tây trên đường Gia Long, ngay trung tâm thành phố . Vào những tháng lụt lội, thiên hạ đau nhiều nên ba mẹ rất phát tài. Nhất là thời kỳ người Pháp còn đóng quân ở Huế, mẹ lại giỏi giao thiệp, nên tiền vô như nước, đếm không xuể. Hồi đó, lúc thời ba mẹ đang thịnh thì Mun được bảy tuổi....

Chị Mến xỏ quần vào cho Mun. Chị phát yêu vào đít Mun ít cái, rồi đãi giọng,
"*Lớn tổng tồng tông rồi đó nghen!.... chúm mấy ngón tay lại, đút vô tay áo nè, bận áo mau lên còn đi , kẻo trể giờ cô giáo kí đầu cho mà coi ....*"
Mun õng ẹo quay đầu qua, quay đầu lại. Lần đầu tiên trong đời Mun được mặc áo dài đi học. Trong bộ áo dài trắng bằng vải phin, quần trắng lụa mềm và mỏng , trông Mun lớn hẳn ra.
Mun sờ sờ cái thắt lưng quần. Chị Mến dịu dàng,
"*Cột chặt quá hả ? Bận tạm bữa ni đi, tối về chị Mến thay giây thun cho em ..*"
Chị lại cười cười,
"*Chắc thấy nhớ cái quần phồng cu-lốt (culotte) chứ gì ?* "
Mun gật gật đầu, chúm chím môi cười. Chị Mến dí tay vào trán Mun,
"*Có chút xíu xìu xiu hà, mà đã biết ăn cắp, bị đập cho đáng đời* " ...
Có tiếng động ở trên lầu. Chắc mẹ đã ngủ dậy, đang cho em bé mới sinh bú. Mẹ nói vói theo,
"*Nhớ chỉ đường chỉ sá cho hắn biết, mai mốt phải tự đi học một mình. Về thì nhớ ghé chợ mua thêm phèn chua, củ gừng thật lớn, ít nghệ và muối hột.*"
"*Dạ thưa bà, con nhớ* "
Nói xong, chị Mến bươn bả cầm tay Mun kéo đi....

Con đường từ nhà đến bến Phú Vân Lâu cũng khá xa. Đôi guốc gỗ Mun đi chưa quen, và hai vạt áo cứ cuốn vào chân làm cô bé thật khổ sở. Gần đến dốc cầu Trường Tiền thì Mun ngồi xuống, cầu cứu,
"*Chị Mến cõng Mun với* "
Tiếng "với" hơi nhếch lên một tí làm chị thấy tội nghiệp cô chủ nhỏ.
Chị vào làm công cho gia đình này cũng gần hai năm, bà chủ tuy khó tánh nhưng la đâu xong thì quên ngay đó. Ông chủ ít nói, suốt ngày ở trong phòng pha chế hết thuốc này đến thuốc nọ. Lâu lâu mệt thì Ông chủ lên sân thượng ngồi đàn một mình. Em Mun hay la cà xuống bếp bầu bạn với chị nên chị thương Mun lắm.
Hồi chị mới vào làm, em Mun hay ăn cắp tiền của cha mẹ, nhét đầy quần phồng, rồi đi phát cho những kẻ ăn xin ngoài phố. Riết rồi đám ăn mày thấy bóng dáng em đâu là sắp hàng đi theo đó. Lậm đến nổi bọn họ còn kéo nhau ngồi sẵn trước cửa nhà để chờ Mun. Tiếng đồn và sự thật đã hiển nhiên . Em Mun bị một trận đòn nhừ xương.

Chị Mến còn nhớ khi chị bế em vào giường chị để xức dầu cho em, chị hỏi tại sao em ăn cắp. Em nói em muốn trả thù.. Cái con nhỏ này, mới có bảy tuổi đã nói bậy ! Mà ai đã dạy cho hắn bốn chữ ghê gớm thế kia ?

Buổi sáng sớm, nhìn từ xa thì dòng sông Hương thật êm ả. Nhưng ngồi trên mạn chiếc đò con, đầy ắp khách qua sông, mới thấy rõ nước sông khua động nhiều vì những mái chèo. Lòng người hay dòng đời chắc cũng thế.

Đò qua lại như mắc cửi, đưa đám học sinh đồng phục trắng xóa, từ bến Phú Văn Lâu qua bến Thừa Phủ. Những vạt áo vén lên chen chúc ngồi , những tiếng líu lo của đám học trò còn ngây thơ, những ánh mắt nụ cười trên gò má hây hây, không thể nào không làm cho Mến thương Mun hơn. Bởi vì, bên cạnh chị, giữa đám đông, giữa những vui cười, con bé Mun luôn sầm mặt xuống một cách đáng sợ. Thỉnh thoảng hắn kéo chị Mến xuống, nhỏ to chỉ cho chị nhìn bên tay trái thấp thoáng những nhịp cầu Trường Tiền, và bên tay phải bóng cầu Bạch Hổ lờ mờ ở xa thật xa ..... `

4-

Khi Mun quẹo xuống đường Hàng Bè để về nhà theo lối tắt, thì từ trong một hẻm nhỏ con Sắc phóng ra. Hắn là con gái mụ bán chè ở xóm khác, lớn hơn Mun cả cái đầu . Theo đuôi hắn là một bọn lâu la, khoảng sáu hay bảy đứa . Có lẽ chúng đã đợi Mun từ lâu.

Mun còn đang hoang mang, thì nhanh như chớp, một đứa nhào lại cướp chiếc cạt táp của Mun, vứt lên trời. Sắc xấn lại, chỉ vào mặt Mun, xói xỉa, "*Ê, con kia, mi là con thực dân..*"

Cả bọn ó lên cười. Mun chưa hiểu tại sao mình bị gọi như thế, thì chiếc nón cối mầu trắng đội trên đầu bị một con khác hất tung xuống, lăn lóc trên lề cỏ.

Sắc đứng chống nạnh, hét lớn,

"*Tụi bây thấy chưa, tóc hắn đỏ hoe. Hắn là con tây. Bọn chó tây đã bị đuổi hết rồi, mà hắn vẫn còn đây. Đánh cho chết cha hắn đi....*"

Quá hoảng sợ, nhưng Mun tấn thối lưởng nan vì vòng vây đang dần dà siết chặt.

Mun cúi xuống cầm guốc lên tự vệ. Bọn chúng đua nhau cười chế nhạo, hô tấn công. Vốn nhỏ bé, và bầy sói cứ nhe nanh chìa vuốt, Mun bị chúng tha hồ làm tình làm tội . Và khi con Sắc nắm được tóc Mun ghì đầu xuống sát đất, thì Mun vô phương cục cựa . Những cú đấm đá tha hồ vung tới không tiếc thương.

Giữa lúc tưởng như tuyệt vọng, mắt Mun loé lên khi nhìn thấy chân con Sắc sát với đầu mình . Lập tức, bé Mun há mồm, ngoạm thật sâu vào thịt của con nữ tướng. Hắn ré lên đau đớn, buông tóc Mun. Thừa cơ hội cả bọn đang nhốn nháo, Mun chồm lên, phóng giò chạy bán mạng ....

Mun cắm đầu chạy miết, chạy miết.
Đến khi tiếng la hét không còn bám theo Mun nữa, bé chạy chậm lại. Mồ hôi chảy xuống ướt đẫm cả người. Hai tay Mun vẫn còn run bần bật vì sợ.
Mun càng lo sợ hơn, khi nhìn thấy hai vạt áo dài đã bị rách đứt phân nửa. Cạt táp sách vở cũng không còn. Không biết phải về kể sao với ba mẹ ? Mẹ có khi nào chịu tin lời của Mun đâu. Hay là mình trốn đi, không về nhà nữa .. Nhưng đêm nay mình sẽ ngủ đâu ? Rúc trong mấy bụi ấy.... Đói lấy gì ăn ? Thì đi vô chợ Đông Ba lục rác tìm trái cây hư người ta đổ bỏ....
Chân Mun bước tới đàng trước, mà đầu óc còn non dại kia chất đầy những toan tính ....

Bóng chiều đã đổ những tia nắng hoi hóp trên mặt sông. Đây là nhánh sông Đông Ba, một đoạn tiếp nối sông Hương dẫn thuyền đò về Đập Đá (nơi có quán cơm Âm Phủ nổi tiếng). Từ Đập Đá đò qua Bao Vinh . Và từ Bao Vinh, đò trôi theo dòng về thôn Vỹ, nơi có cảnh vật thật hữu tình mà chàng Hàn Mặc Tử đã để lòng luyến thương cô gái có gương mặt chữ Điền năm nao . Nếu cứ đi tiếp thì ta sẽ đến phá Tam Giang rồi ra cửa bể Thuận An. ....

Gió mát làm mặt sông gợn sóng lăn tăn, và nước thì xanh lơ . Thỉnh thoảng có những con cá bạc phóng mình lên khỏi mặt nước làm đám chim cứ bay qua bay lại đớp mồi.
Mun ngồi trên ghềnh đá, hai chân thòng xuống nước, mơ màng,
Bao Vinh à ? Hồi nhỏ thiệt nhỏ, Mun có theo ba mẹ về Bao Vinh ít lần. Ở đó có lò đường của bà Đội Thế. Ở đó có bọn anh em thằng Đá, người đen như mọi.
Ba mẹ thì cứ huyên thuyên chuyện trò, và bà Đội giao Mun cho thằng Đá Em giữ. Hắn tức lắm, hay cự nự,
"*Mi con nhà giàu, cái mặt phách lối thiệt dễ ghét. Mi đi ỉa mà bắt tau lau khu...*"
Hắn lấy lá chuối khô lau đít cho Mun, rồi véo Mun đau điếng làm con bé khóc thét lên. Thằng Đá Em bị cha bạt tai, và hắn hăm he,
"*Mi coi tau. Mai mốt mi lớn, tau lấy mi cho bỏ ghét. Tau sẽ băm mi ra ......*"

Bà Đội Thế có sạp bán đường ngòai chợ Đông Ba. Mỗi khi đi học về, Mun hay la cà ghé qua chợ. Thấy bóng dáng Mun thì bà hay giúi cho Mun ít cục đường nho nhỏ, vàng vàng, hình cái muỗng . Đường này cứng và thơm hơn đường chén, mầu sẫm mà nhà bếp hay mua để kho cá. Đường mía nặng mùi, nhưng đói bụng thì Mun thấy cái gì cũng ngon.

Dòng sông Đông Ba còn chảy ngang qua ngôi trường tiểu học Thăng Long, nơi đầu tiên Mun đến học khi trường tây đóng cửa dọn qua tỉnh khác, xa xa lắm. Mẹ gửi gắm Mun cho cô An, em gái của cô Hảo, bạn mẹ. Nghe đâu cô An là vợ thầy Tố, hiệu trưởng trường nam trung học Khải Định. Cô dạy lớp ba và cô rất hiền. Cô `cho Mun ngồi bàn đầu, ra bài riêng cho Mun làm, vì Mun không theo kịp chương trình của lớp . Ở Thăng Long, Mun bắt đầu bập bẹ học tiếng Việt ...

Qua năm sau, mẹ lại gửi Mun cho cô Liễu ở trường tiểu học Thượng Tứ, đối mặt với nhà mát Phú Vân Lâu. Cô Liễu dạy lớp nhất, coi như Mun đã nhảy không học lớp nhì . Đây là một chuỗi ngày khổ sở, vì cô Liễu không kiên nhẫn như cô An, khi vốn liếng tiếng Việt của Mun đựng không đầy bàn tay .
Dẫu gì, hai trường này đã mớm cho Mun văn hóa nước mẹ đẻ, để Mun thuộc nằm lòng hai bài ca chào cờ mỗi sáng,
"*Này công dân ơi, đứng lên đáp lời sông núi......*"
Hoặc
"*Đứng vùng lên nào bao thanh niên yêu nước.....*" .
Mun yêu ơi là yêu hai lời ca oai hùng "D*ù cho thây phơi trên gươm giáo. Thù nước lấy máu đào đem báo....*"
Rõ ràng là lòng ái quốc trong Mun bắt đầu nhen nhúm từ dạo ấy, để rồi lớn dần mạnh dần theo thời gian....

Mun cúi đầu xuống thật thấp, nhìn chính mình trong chiếc gương nước đang sấp sánh. Sau trận bị đánh đòn hội chợ, mớ tóc của Mun chổng đựng lên, rối không khác gì cái ổ quạ. Nhất là mấy chùm tóc mầu râu ngô, chính Mun cũng thấy đáng ghét thay, huống chi bọn con Sắc.
Mun thấy giận mẹ không thể tưởng. Chính mẹ, ừ chính mẹ, đã làm cho Mun nên nông nổi ngày hôm nay.
Mẹ đi học bên Tây về, nên đầu óc mẹ rất phóng khóang. Ở cái thành phố Huế xưa cổ, ai cũng khép nép, mà mẹ thì tân tiến quá, điệu nghệ quá, luôn ăn vận khác người. Áo dài thì để lòi cổ, phơi da. Tóc thì uốn phi-dê (frisé), lại chải phồng lên. Mẹ kẻ lông mày sậm, đi giày cao kêu lốp cốp, tay xách bóp đầm. Đêm ngủ thì mẹ đeo mặt nạ cho đẹp da. Toàn những thứ làm gai mắt thiên hạ.
Đã chớ, mẹ lại chế thuốc nhuộm tóc cho Mun. Con gái Huế tóc đen dài mượt óng ả , chỉ có Mun tóc ngắn lại hoe hoe đỏ từng nhúm, từng chùm. Tụi nó kêu Mun tây lai là đúng rồi. Con gái Huế đội nón bài thơ, mẹ bắt Mun đội nón cối trắng, mà mẹ kêu là sang, là mốt.....

Mỗi khi mẹ kể cho các bạn nghe tình sử của ba với mẹ, bắt đầu bằng buổi đi xi nê, thì Mun không thể chịu được. Xi nê, xi nê, xi nê, nghe thiệt đáng ghét, đáng hận. Và khi nào cũng thế, Mun bặm môi, mắt toé lửa, bỏ đi chỗ khác. Bé trốn ở góc xó nào đó, lủi thủi đứng khóc một mình. Mà bé biết, bé sẽ khóc khôn nguôi, sẽ khóc suốt đời ...

Mun, Mun, Mun.... thù mẹ lắm, mẹ có biết không ?

5 -

Chiếc xe Jeep của cảnh sát chạy vòng vòng khắp thành phố. Trên xe, một nhân viên cầm loa phóng thanh hô to:
"*Đồng bào chú ý ! Chú ý ! Đêm qua đồn Cảnh Sát Tả Ngạn có bắt gặp một bé gái độ chừng mười tuổi, không tên họ, nằm thoi thóp dưới gầm cầu Bạch Hổ. Ai có con thất lạc thì đến bót cảnh sát Tả Ngạn để nhận diện.....*"
Loa rao không bao lâu thì ba mẹ đã có mặt ở đồn Cảnh Sát. Đứa bé kia không ai khác hơn chính là đứa con gái mà họ đã thất điên bát đảo tìm kiếm ba hôm nay.
Ba làm thủ tục đón nhận Mun về. Còn mẹ đến ngồi bên cạnh Mun, ôm Mun vào lòng. Mẹ khóc,
" *Tại sao con làm cho cả nhà lo sợ ? hai đêm qua mẹ không hề chợp mắt....*"
Mun đẩy mẹ ra. Một nhân viên làm trong sở cảnh sát lên tiếng,
"*Khuya hôm qua, xe đi tuần thấy em nằm co ro dưới gầm cầu, cũng may còn thở. Xe cứu thương chở em về chăm sóc cho em, rồi sáng sớm đưa lại đây. Hỏi chi cũng không nói, cứ lầm lầm lì lì như thế đó ... Con nít bây lớn, mà đã bỏ nhà đi hoang, ghê thật !*"

Sau buổi cơm tối, ba kêu các con lại để kể chuyện đời xưa cho các con nghe. Hai em trai đòi ngồi trên bắp vế ba, nhưng ba không chịu. Ba kéo Mun ngồi sát bên ba, hai tay ba vỗ vỗ vào lưng con gái. Mẹ ngồi gần đó, mớm cháo cho đứa con sơ sinh.
Ba lên tiếng,
"*Bây giờ các con thích ba kể chuyện gì nào ?*"
Hai con trai cứ tranh nhau ầm ĩ, không bé nào chịu nhường bé nào . Bé Minh nhất định đòi ba kể chuyện Tarzan. Bé Thọ khóc om lên, đòi nghe chuyện Zorro bắn súng pằng pằng. Mẹ phải la lên thì chúng mới ngồi yên .
Mun vẫn ngồi im như tượng. Chỉ có ít hôm thôi, nhưng trông bé con già trước tuổi.
Ba dỗ dành,
"*Bây giờ cả nhà đều thương chị Mun nhen. Ba biết chị Mun thích nghe chuyện Tề Thiên Đại Thánh nhất. Hôm trước ba kể đến đâu rồi há, Mun nhắc cho ba nhớ coi ?*"

Ba lắc vai Mun mấy bận, cuối cùng Mun mới mở miệng, lí nhí
"*Không nóng, không nguội....*"
"*À, khúc Không-Nóng-Không-Nguội, đúng rồi !..... Bấy giờ bầy quỉ đã lôi chàng Tề Thiên vào trong động. Chúng bàn nhau là con khỉ này láu cá quá, không cách gì trị được. Hễ chặt tay này thì nó lòi ra tay khác dài hơn. Hễ cắt khúc đuôi này thì đít nó lại mọc ra thêm ba cái đuôi khác, nhúc nhúc nhích nhích, nhúc nhúc nhích nhích .....*"
Vừa kể, mấy ngón tay ba lại bò qua bò lại làm bon trẻ vừa cười vừa rú lên, chen nhau rúc vào ba.
"*Con quỉ cha phán : Hôm trước chúng ta nấu vạc dầu sôi, thả con khỉ già này vào. Nó nằm trong vạc dầu một lúc rồi ngồi nhổm dậy, nhăn răng ra dọa chúng ta . Nó khoe nó là thằng Không-Nóng-Không-Nguội. Bây giờ đám lâu la tụi bây kéo cái cưa sắt vào đây, chúng ta sẽ cưa nó ra thành trăm mảnh.... Chiếc cưa lớn bằng chiếc máy bay được kéo vào... Khỉ Tề Thiên bị căng nọc ra. Bọn quỉ xáp lại kéo cưa. Một cưa là đứt khúc đuôi. Hai cưa là rớt cái mồm....*"
Bọn con nít ré lên cười.
"*Ba cưa là gảy cái răng . Bốn cưa là méo cái.... gì ?* "
Cu Minh đưa tay lên,
"*Bốn cưa là méo cái mặt* "
Cu Thọ cà lặm,
"*Năm... năm cưa là đứt..... đứt.... đứt.... cái giò* "
Mẹ chen vào,
"*Sáu cưa là đi đoong cái bụng* "
Ba chê mẹ nói không hay bằng các con. Ba quay qua hỏi Mun,
"*Bảy cưa là .... là gì hả con gái ?*"
Mun sầm mặt xuống, rồi ngún nguẩy nói,
"*Tề Thiên không cho quỉ cưa tiếp. Ông vùng dậy, tất cả đuôi, mồm, răng, giò, bụng đều liền lại với nhau. Ông vỗ ngực nói "nè các người đừng có giỡn mặt ta . Ta đây là Đại Thánh, tên gọi là Không-Cứng-Không-Mềm . Các ngươi làm gì cưa được ta ?* "`
Ba há hốc mồm, không ngờ nó đã theo kịp ba nó rồi .....
Trong suốt quãng đời ở Huế, đầu óc Mun đầy ắp hình ảnh của Tôn Ngộ Không với những tục danh:
Không-Nóng-Không-Nguội, Không-Cứng-Không-Mềm, Không-Dài-Không-Ngắn, Không-Cao-Không-Thấp, Không-Rộng-Không-Hẹp, Không-Xa-Không-Gần, Không-Lớn-Không-Nhỏ, Không-

Mun muốn Mun như Tề Thiên, biến hóa vô lường ...

6-
Từ ngòai vườn, bọn con nít chạy ào vào nhà vì đã thấm đói.

Vỏn vẹn chỉ có nồi cơm trắng với một tô nước mắm chanh tỏi ớt đường được dọn lên bàn mà đứa nào cũng dành nhau ăn. Ngon quá vì lạ miệng. Ngon quá là ngon .

Bà ngọai đứng xúc cơm, chan thêm nước mắm cho từng đứa, rồi bà cười sung sướng.

"*Cần chi cao lương mỹ vị, phải không nào?* "

Bà ngọai này là kế mẫu của mẹ . Quê bà ở làng Truồi, con gái của một thường dân nghèo. Ông ngọai cưới bà về, chủ ý để có người thân tín coi sóc ruộng vườn, và nuôi mẹ. Sau đó, bà sinh thêm cho ông ngọai hai trai và một gái . Cậu ut được Ngọai gửi qua Pháp để sách đèn.

Bà ngọai rất cam phận, không se sua với đời nên ông bằng lòng lắm. Từ khi về làm vợ ông, bà quán xuyến hết mọi công việc nhà như người ăn kẻ ở. Ông ngọai tuy giàu có nứt vách, nhưng Ông hà tiện ơi là hà tiện, không dám ăn không dám tiêu. Bao nhiêu tiền của, Ngọai đều đầu tư vào nhà cửa, ruộng vườn. Ở tỉnh thành nào Ngọai cũng làm chủ vài ba căn phố. Thế nhưng, tiền chợ thì Ngọai phát nhỏ giọt. Vợ chẳng hề hé môi than vản.

Khi mẹ sinh ra đứa con gái đầu lòng, mẹ đặt tên chị là Huyên. Chị Huyên đau ốm liên miên, èo uột mãi, sợ không sống nổi. Nghe lời một thầy Tàu, mẹ đem chị cho ông bà ngọai làm con nuôi. Từ tên Huyên, chị được đổi thành Thanh Yên và bà ngọai đã nuôi nấng, chăm sóc chị như con ruột.

Mẹ đã không mang ơn thì chớ, thỉnh thoảng lại chì chiết. Quyến thuộc đều nghĩ rằng "chẳng qua, cũng chỉ vì gia tài của Ông ngọai!"

Mun ghét Ông ngọai lắm.

Vào những mồng một Tết, ba mẹ bắt anh em Mun sắp hàng chúc Ngọai sống lâu trăm tuổi. Lần nào cũng thế, bọn con nít phải đứng vòng tay nghe ông kể tội từng đứa. Ông con cà con kê sốt cả ruột, rục cả giò ! Nhất là khi đến phiên Mun, ông đem tất cả những gì xấu xa của Mun trong năm để kể lể cho mọi người nghe. Nhiều khi Mun tức ấm ách trong bụng, vì Ngọai đã nói những điều oan ức lắm. Phận làm con cháu, theo phong tục tập quán, người lớn nói thì phải cúi đầu nghe. Nghe thì nghe, nhưng lòng Mun không phục.

Cuối cùng Ngọai lôi xấp tiền ra, chậm rãi lấy hai ngón tay thấm nước miếng, bóc từng tờ giấy bạc mới toanh phát cho con cháu. Nhiều nhỏi gì cho cam, chịu cực hình mà mỗi đứa chỉ lảnh có đồng bạc !

Mun còn nhớ có lần, Mun đưa tay ra nhận tiền thì ông rút lại. Tăn măn tỉ mỉ, ông săm se tờ giấy bạc, để chắc ăn là không có hai tờ dính vào nhau. Mun không thích nhận sự ban ơn lạ lùng như vậy. Ngọai giàu có bạc muôn, lọt sàng thì xuống nia, dẫu cho có dính hai đồng thì đã sao ?

Nhưng thật ra, không phải chỉ riêng với ông Ngọai thôi, mà Mun ghét tất cả mọi người bên giòng họ ngọai đó !
Trừ bà ngọai, ít nhất là cho tới lúc này .
Mun rất yêu bà, tuy bà nghèo thật nghèo, tuy cách ăn nói của bà không bóng bảy như những vị phu nhân trong tỉnh, tuy bà chưa bao giờ cho Mun một gói kẹo cau rẻ tiền. Nhưng Mun vẫn yêu, vì bà đã yêu chị Thanh Yên của Mun vô bờ bến . Hay... hay... hay nói đúng hơn, ví bà bị mẹ ghét !
Bất cứ ai mẹ không ưa, thì Mun sẽ về phe họ ...

Chị Thanh Yên lớn hơn Mun một tuổi, học lớp đệ lục. Nhiễm tính bà ngọai, chị rất hiền và ít nói. Những giờ ra chơi, chị hay đến tìm Mun, chia cho Mun củ khoai lang nướng hay miếng bắp luộc. Mỗi khi bà ngoại bị mẹ bắt nạt, thì chị tìm đến Mun để than thở . Hai chị em thường ôm nhau khóc, mỗi người có một nỗi niềm u uất riêng .
Chị Thanh Yên sầu buồn vì bị cha mẹ bỏ rơi.
Còn Mun ? Mun có những con sâu li ti lúc nhúc trong từng tế bào. Chúng gậm nhấm tim gan Mun từng khắc từng giây từng phút, khuấy mòn tuổi ấu thơ, cạn ráo những ngây ngô để Mun già trước tuổi.
Tuổi ấu thơ của Mun nhọc nhằn quá đi thôi . Mà tuổi thơ là cái gì ? Tại sao ai cũng có mà Mun không được có ??? Tại sao đầu óc Mun luôn chất chứa những căm hận, những oán ghét ? Tại sao? tại sao ?
Hai chữ tại sao vang dội cả bầu trời Huế, để Huế luôn sầu muộn với cuồng phong lụt lội. Để giòng sông Hương luôn phủ hơi sương, để gió trăng quay quắt những nghẹn ngào ....

Những dịp nào các cô thầy nhóm họp, cho đám học trò đệ nhất cấp về sớm, thì hai chị em Mun có dịp đi chơi chung .
Mun dẫn chị Thanh Yên lên núi thăm mộ bà ngọai ruột. Mun đã đến đây nhiều lần. Mun thuộc lòng những ngõ ngách, những khúc đất . Mà hình như lần nào bà cũng biết sẽ có hai đứa cháu tí teo đến thăm, nên xúi cho những bụi sim dại gần mộ có nhiều nhánh chín, trái rũ xuống sát tận đất đỏ. Lá sim khía nhung xanh, hoa trăng trắng tim tím, mà trái lại tím rìm rịm. Đầu trái có cạnh xoè ra mấy cánh trên cái bụng tròn vo. Cắn một miếng, nước chảy ra ngọt lịm.. Ăn thích thích là.

Núi Ngự Bình chỉ đông đúc trong dịp tảo mộ, còn ngày thường thì vắng hoe. Dưới chân núi san sát những bia người chết. Chị Thanh Yên vô cùng nhát gan, đi đâu chị cũng túm áo Mun, mắt lấm la lấm lét. Bất cứ tiếng động nào, dù nhỏ mấy, cũng làm chị hồn bay phách tán, tưởng ma hiện về. Chị không thể tin chuyện Mun đã từng nằm trên núi hồi mới lên bảy, đêm nghe tiếng cọp gầm gần khu chùa Vọng Cảnh, hay tiếng

trăn rít dưới ánh trăng tròn vành vạnh, hay những ánh sáng lập loè của bọn đom đóm sa trên những bụi tràm, lá chổi.....
Chị Thanh Yên nhiều lần hỏi Mun lên núi để làm gì, Mun đều trả lời Mun thích nói chuyện với bà , vì chỉ có bà mới hiểu được những điều thế gian không hiểu nổi. Cũng may, chị Thanh Yên chưa bao giờ ép Mun phải nói về những điều Mun ghê sợ .

Mun chưa kể cho chị Thanh Yên biết chuyện Mun đứng bơ vơ trên đỉnh núi một sáng tinh sương khi gió núi đánh thức Mun dậy. Bé còn lồm cồm thì gió đã nâng bé lên, nâng nâng lên, nâng nâng lên cao . Những lớp khói sương vây bọc toàn thân con trẻ. Chúng phả những làn hơi mong manh vào mặt, cho bé cái cảm giác tuyệt vời. Bé sung sướng biết bao được nằm trong mây, lơ lửng giữa không trung, một cõi hoàn-toàn-không-có-ai . Chỉ có Mun thôi, chỉ có Mun thôi với bầu trời bao la .
Nhưng rồi cũng có lúc mây nhả bé ra, để bé lạc lòai trong vũ trụ, để bé mất hướng không biết đi về đâu. Chân trời nào là chân trời sáng láng ? chân trời nào là chân trời của ám chướng u mê ?
Bé hoảng sợ la lên, hét lên "Cứu tôi với, cứu tôi với !"
Tiếng "cứu tôi" lồng lộng trong gió, bay đi khắp núi rồi dội lại mồn một. Ô, thần núi và thần gió đã nhập vào trong bé, để bé nhận ra mình có lúc vi vu như làn hơi, có lúc tàn bạo như vũ bão. Có lúc mình vụt sừng sững như núi, và núi lại trầm mặc trong đêm . Có sự hiện diện của hai thần, hạnh phúc bỗng chứa chan, hạnh phúc bỗng vô vàn .
Nhưng rồi cũng có lúc các thần nhả bé ra, để bé lăn lóc từ trên đỉnh xuống tận chân núi, trầy vi tróc vảy, hiện nguyên hình là bé lọ lem .....

Bà ngọai và tất cả hồn ma ở núi Ngự Bình đã là những chứng nhân, dẫn dắt Mun đến ngôi mộ của bà cheo leo nằm bên bờ suối. Mun đã chôn một gốc tràm ngay trước mộ để làm dấu. Khi vo trong tay, lá tràm tiết ra dầu thơm ngai ngái như mùi khuynh diệp. Mùi này luôn phảng phất quanh Mun mỗi khi Mun chạnh lòng nhớ bà
Núi Ngự Bình luôn là ấn tượng thơ mộng, hùng bi và thiêng liêng trong trí tưởng của Mun.

7-
Chị Mến đã xin nghỉ việc, về quê lấy chồng.
Người làm công mới tên Tươi, quê quán ở làng Nam Phổ, là một mụ năm mươi tuổi, rất lanh lợi. Mụ Tươi có chồng đã chết vì bệnh thương hàn, không con. Việc chính của mụ là làm vú em, trông nom bé Hà, đứa con nhỏ nhất trong nhà.
Bọn người làm công trong tiệm cứ trêu mụ,
"*Ê ê, con gái Nam Phổ ở lỗ trèo cau*"

Mụ chẳng những không giận, cứ cười hề hề, đỏng đảnh,
"*Tau không phải là con gái nghe tụi bây. Già quắc rồi, có ở lỗ múa cũng không ai thèm coi mô...* "
Thế là cả bọn cười phá lên !

Mun thích mụ Tươi lắm. Mụ nấu bánh canh ngon chi lạ . Hàng quán ngòai chợ nấu thua mụ xa. Mụ tự pha bột gạo, lấy chai cán mỏng, cắt bột thành sợi. Nước sôi lên, mụ thả sợi bột vào. Tôm và thịt heo trộn với nhau, quết nhuyễn cùng gia vị vừa phải và trộn chút trứng . Mụ bỏ thêm chút hạt điều để nhưn thoa son (như con gái đỏ hồng đôi má), rồi mu vo nhưn thành những viên tròn tròn xinh xinh thả vào nồi bột . Cua thì mụ ráy trứng ra, thịt xé nhỏ.
Mụ múc bánh canh ra tô. Nước lèo sền sệt, bánh dai và nhưn mềm, ngon đậm ngon đà. Trên mặt tô nổi lềnh bềnh ít gạch cua đỏ. Rải chút hành ngò xanh tươi, và rắc thêm chút tiêu cho dậy mùi thơm.
"*Mời ôn, mời mệ, mời o mời eng, thời bánh canh Nam Phổ ....*".
Bánh canh của mụ Tươi ăn không biết chán.

Mụ còn trổ tài làm bánh bèo Vỹ Dạ. Bột trắng phau phau, nhưn tôm ươn ướt hồng, lại điểm ít hạt tóp mỡ dòn dòn làm duyên trên mặt . Nước mắm ngòn ngọt, cay cay. Chan ít muỗng nước mắm vào, lấy dao tre quét một vòng quanh chén để bánh tróc ra. Vừa ăn bánh vừa húp nước mắm, tuyệt ơi là tuyệt !
Món chi mụ cũng khéo tay, mẹ thích lắm
Mỗi khi ru em, mụ hay hò. Có hai câu làm Mun cười hòai,
"*Con quạ hắn đậu chuồng heo*
Hắn kêu, Ơi mụ Sỏi, bánh bèo đã chín chưa? "

Giúp việc được một tuần thì mụ Tươi nằng nặc xin thôi, vì yếu bóng vía. Theo lời mụ kể, liên tiếp trong ba hôm, mỗi khi thức dậy ba giờ sáng pha sữa cho em bé, thì mụ đều thấy bà ngoại hiện về. Một người đàn bà thật uy nghi, áo ngũ sắc, ngồi chễm chệ nơi bàn thờ . Mỗi lần như thế, thì đèn sáp trên bệ thờ tự bật sáng, mùi thơm của dầu lá tràm lừng lên cả một vùng không gian nhỏ . Ít phút sau thì bà biến mất, và mọi sự đều trở lại y như cũ.....
Đây không phải là lần đầu tiên mọi người trong nhà được nghe chuyện lạ . Chính chị Mến cũng kể y như vậy một vài lần, nhưng ai cũng cho là chị Mến giàu tưởng tượng.
Đương nhiên người xúc động nhất là mẹ . Vì mẹ vốn là đứa con mồ côi, đói tình mẫu tử từ khi mới lọt lòng. Mẹ luôn ao ước được gặp mặt thân mẫu, để thỏa lòng thương nhớ .
Còn Mun, thì Mun cũng mong được nhìn thấy mặt bà ngoại lắm. Mun tin rằng bà sẽ không nhát cho Mun sợ .

Đêm đêm, không ai bảo ai, cả mẹ lẫn Mun đều âm thầm mong đợi. Nhưng thường là cố ráng lắm Mun cũng chỉ thức đến mười hai giờ khuya là cùng, rồi em đi vào giấc ngủ lúc nào không hay.
Còn mẹ ? Mẹ kín miệng lắm. Mẹ không hề hở môi cho ai biết là mẹ có được nhìn thấy bà ngoại hiện về hay không...

Từ khi còn bé lắm kia, Mun đã khám phá ra mẹ có những điều giấu diếm . Mỗi khi ba đi vắng nhà, mẹ hay lên lầu, cẩn thận khóa phòng lại rồi lục tủ rút ra cuốn sổ . Qua khe hở, Mun nhìn thấy mẹ như đi vào cõi khác, miên man với ngòi bút.
Nghe tiếng ba về, mẹ nhét vội cuốn sổ dưới đáy tủ áo quần. Có nhiều lần, Mun định lén lấy sổ đưa cho ba, nhưng bé lại thôi...
Bí mật đó, nhất định Mun phải tìm hiểu, nhất là bây giờ Mun đã biết đọc biết viết.

Chiều qua, thừa lúc mẹ ra khỏi phòng và quên khóa cửa, Mun nhanh chân lẻn vào. Tủ áo đầy ắp những quần áo lụa là, nhưng ngăn dưới cùng ngổn ngang những thứ vặt vảnh. Không thấy gì đáng nghi.
Mun xê dịch từng món qua một bên. Cuối cùng bé tìm được một ô vuông nhỏ, bên trên đã được che đậy bằng một túi vải hoa đựng những son phấn chưa dùng đến . Đẩy cái ô vuông gỗ qua một bên, Mun sững sờ.
Thì ra, mẹ có rất nhiều sổ nhỏ. Những cuốn trên cùng, bìa còn mới. Phía dưới la liệt đây đó là những sổ bìa phai màu, giấy bên trong đã úa vàng .
Thì ra, đây là nơi đựng nhật ký của mẹ.
Mun như ngộp thở khi đọc những cuốn sổ dày đầy ăm ắp những thương đau, cuồng nộ của mẹ.

Dấu nước mắt nhoè nhoet lan ra vàng ố cả chục trang giấy khi mẹ viết về cái chết oan uổng của mẫu thân. Theo lời bà con kể lại, người đàn bà bạc phước đó đã bị chồng đánh đập tàn nhẫn khi bụng mang dạ chữa. Bà đã trút hơi thở cuối cùng tại nhà thương vì bị động thai, băng huyết. May thay, thai nhi được cứu sống..Thai nhi đó chính là mẹ của Mun.
Mẹ cất tiếng khóc oe oe chào đời như mầm non nhú lên giữa khu rừng hoang, mà nguồn sống là sữa của tha nhân, mà phân bón là những tiếng ù ơ ru em ngủ của những vú nuôi quê mùa, dốt nát, nghèo hèn. Họ sang tay nhau săn sóc trong thời gian mẹ còn trứng nước. Khi vui họ thương, khi buồn họ ghét.

Mun ấp cuốn sổ vào ngực, thổn thức. Hóa ra mẹ đã có những đọa đày, đau khổ khi còn thơ dại .
Mun cũng không thể không rấm rứt khi đọc những tâm sự về cuộc đời niên thiếu đầy bất trắc của mẹ..Roi đòn là cơm bữa. Mặn lạt là những

câu chưởi mắng của người cha khắc nghiệt, và sự đố kỵ của người kế mẫu .
Ạ à ơi, mấy đời bánh đúc a, bánh đúc a, mà có á à a, có xương..

....

Sự xung khắc giữa mẹ ghẻ con chồng càng ngày càng trầm trọng, nhất là khi mẹ được mười sáu tuổi, biết bướng biết cãi, biết chanh chua, biết đay nghiến ...
Năm mẹ học xong tú tài, mười tám tuổi, ông ngoại tống mẹ qua Pháp để đuổi mẹ đi cho khuất mắt mà không bị mang tiếng với bà con chòm xóm. Đối với mẹ, đó là một cơ hội đẹp nhất để mẹ thoát ly ra khỏi gia đình.

8-

Những cây me già mọc dốc cầu Gia Hội đã rụng hết lá. Bọn con nít trong xóm kéo nhau đi lượm me chín rớt vung vãi trên bãi sông. Vỏ trái me khô róm, mầu đất sẫm, trông buồn hiu. Bẻ trái ra làm đôi, ruột lộ ra thịt me chín mềm mầu nâu héo, ăn có vị ngọt nhưng hơi khô .
Ăn me lượm thì cũng ngon, nhưng Mun thích me dốp (của mấy o bán trước sân trường) hơn. Me dốp thịt xanh hơi ngã vàng, dễ tróc vỏ, bên trong có một dãy hột mầu nâu . Me dốp ăn chua chua ngọt ngọt thật hấp dẫn.
Nhớ hôm nào hai chị em ngồi núp nắng dưới mái ngói chùa Diệu Đế, chị Thanh Yên ăn me non, trái nhỏ xíu, mình cong queo. Khi ăn, thì ăn nguyên vỏ. Cắn thịt me chua lét, hột trắng chát, lại chấm chút ruốc ớt , thì chị hít hà kêu ngon tận tới trời. Nhìn điệu bộ ăn me non của chị Thanh Yên, Mun rớt cả nước miếng. Nhưng mà chịu thôi, Mun đói thèm những ngọt ngào âu yếm, không thích những gì chua chát đâu !

Mun gom mớ me đã lượm vào túi vải, đứng chờ chị Thanh Yên. Hai chị em có hẹn nhau đi thăm bà nội. Bà tu ở chùa Diệu Đế, bên kia cầu Gia Hội.
Mun có nhiều điều muốn kể cho chị nghe lắm. Nghe xong không biết chị sẽ vui hay buồn ? tình cảm chị sẽ như thế nào, bênh bà ngoại đang sống hay bà ngoại ruột đã chết ?
Nhưng mà, chị Thanh Yên thật là kỳ, đã hẹn lại không đến, để Mun phải giang nắng cả buổi, nhức đầu lắm nè . Thôi thì Mun đi một mình vậy ....

Tuy mặc áo nâu sòng và có đời sống thật đạm bạc ở chùa, nhưng lúc nào trông bà Nội cũng rất phương phi. Gương mặt của bà sáng rỡ, da dẻ trắng trẻo, môi hồng, mắt phượng. Bề gì bà cũng thuộc giòng giỏi quí tộc, hoàng phái Huế ...,
Mun từng nghe các Cô, chị và em của ba, kể chuyện thật ly kỳ về bà.

Bà làm vợ một ông chồng rất phong lưu, có tiếng đàn thần sầu. Ông không cần phải đi ve vản ai, mà các cô các bà lãng mạn vì mê mẩn tiếng đàn dìu dặt, tiếng sáo bổng trầm, họ bỏ cả chồng con để lăn xả vào anh chàng nghệ sĩ kia.
Người vợ thương chồng, khi mưa thuận gió hòa, thì rất hiền (như tên của bà, Công Tôn Nữ thị Lành). Nhưng khi có những ngọn gió trăng hoa tạt vào nhà, thì người vợ ghen trở nên hung dữ lạ thường. Vừa vừa thì chồng còn hứa hẹn quay trở về, cơm lành canh ngọt. Còn ghen quá hóa cuồng, như cảnh bà trói tình địch vào thân cây mít, rồi quất roi đánh họ tan xương nát thịt , thì ông không chấp nhận. Thay vì bỏ người tình, ông đã chọn bỏ vợ .
"*Ôi ta buồn ta đi lang thang bởi vì đâu ?*
Giòng sông sâu bạc cả mái đầu...." (khuyết danh)
Nàng Tôn Nữ buồn tình bỏ nhà bỏ cửa, bỏ bếp bỏ than, bỏ cả xóm làng, trôi giạt vào một cõi khác. Nơi bà tìm vui không phải là cổ bài có bốn ông tướng tứ sắc, không phải là nơi trác táng thuốc phiện cần sa, mà nơi am miếu thần hoàng.
Ở đây có hai con cọp sơn vàng đứng chầu trước cửa. Bên trong có những ông không ra ông, bà không ra bà. Họ ăn mặc sặc sỡ, phấn son loè loẹt, vòng vàng phủ kín lấy người . Trống chầu bụp bụp bùng bùng, kèn kéo ọ ọ ò e, nhịp phách lóc cóc. Họ ngồi đồng, thân lắc lư, cái đầu quay tít trong nhang khói mù mịt. Một tiếng vỗ tay lớn, theo sau là một tiếng hét thất thanh, cho biết hồn ma đã nhập. Họ ọ oẹ tự xưng thần này thánh nọ, không ai nhường ai . Họ ca, những lời ca lạ lùng. Họ nói, những câu lạ hoắc. Họ khóc, tiếng khóc trầm thống. Họ cười, giọng cười man rợ ...
Một thời gian sau, nhờ con cháu cầm chân van nài, nàng Tôn Nữ tỉnh ngộ, trở về với con người trần hiền dịu. Bà xuống tóc sớm hôm nương nhờ cửa Phật.

Bà Nội xếp những chiếc bánh phục linh gói bằng giấy kiếng mầu vàng, đỏ vào nhiều khay lớn. Bánh được chất cao hình kim tự tháp .
Cho Mun một bánh; bà nói,
"*Sắp đến rằm rồi, sẽ có đông thiện nam tín nữ đến lắm . Bánh này Nội làm để kiếm tiền cho chùa xây thêm phòng ốc...*"
Mun lắc đầu không nhận, vì Mun ghét bánh phục linh lắm. Mun thích bánh in đậu xanh nướng của bà hơn. Thơm, bùi, và không ngọt lắm.
Về gia chánh, thì bà Nội của Mun nổi tiếng nhất thành phố Huế . Ai đi đâu xa, hay ai ở xa đến viếng đất Thần Kinh, họ cũng đều ghé qua bà đặt bánh hay mua mứt. Nhất là mứt hạt sen hay mứt quất, là những tác phẩm tuyệt hảo, khó có ai làm được như bà .

Mun hay ngồi nhìn bà làm rất tỉ mỉ, từ khi ngâm hạt cho đến khi luộc, cho đến khi rim đường. Tâm huyết được đặt cả vào đấy, nên mỗi hạt sen thành mứt là một cánh hoa phơn phớt phấn đường. Bỏ mứt vào miệng, không cần nhai, sen tan mềm mại và vị thơm nhẹ nhàng .
Mun cũng nhiều lần say mê nhìn Nội gọt vỏ quất, lấy hột . Ngâm nước vôi. Luộc sơ cho trong rồi xên đường. Bà khéo quá, nên mỗi trái quất thành mứt trông tợ như những lồng đèn được thắp nến. Cắn một miếng vào miệng, nước chua chua ngọt ngọt ứa ra, dẻo và thơm đậm tình người đàn bà xứ Huế, công dung ngôn hạnh vẹn toàn .

Bà Nội dọn cơm ra bàn. Món mít non kho với đậu hủ chiên vừa sít tới, kẹo lại, thoạt trông như những miếng thịt kho . Canh bí ngô nấu với đậu xanh và chao thật hấp dẫn. Còn món bông mướp luộc, vàng vàng xanh xanh, thì chấm với nước tương dầm ớt.
Bà đơm cho Mun chén cơm gạo lức, gắp thức ăn bỏ vào chén, rồi âu yếm nói,
" *Nghe ba khoe cháu bà học giỏi, bà mừng lắm*"
Nghe Nội nhắc tới chuyện học hành, Mun phụng phịu,
" *Không thích bà nói rứa mô. Mấy thầy cô trong trường dạy, cháu không hiểu chi hết* "
Bà ngắt lời,
"*Răng cháu lại đứng nhì trong lớp ?* "
Mun hạ giọng sợ người khác nghe,
"*Cháu nói thật, bà đừng méc ba mẹ cháu nhen. Chỉ giờ Pháp Văn của bà giáo Thuyên là cháu được một dãy mười điểm, mười điểm, mười điểm đầy cả sổ. Còn mấy môn khác cháu toàn cọp-bi bài của mấy đứa khác ....*"
????
Mun phân bua,
"*Tại vì cháu biết có xí xi chữ Việt , cháu theo không kịp bài giảng, nên cháu đi học mà ngủ gục không hà* "
Rồi Mun hớn hở,
"*Bà Nội biết không, tụi trong lớp dành nhau đọc truyện của cháu. Cháu ra giá, đọc một truyện thì phải đổi mười bài làm.....* "
Sợ bà không tin, Mun lôi trong cặp ra một xấp giấy dày cộm, đầy những hình hoạt họa bằng bút chì. Bà hỏi,
"*Ai vẽ ?*"
" *Mọi người tưởng cháu ngồi ngủ gục, nhưng thật ra những lúc đó là lúc cháu đang tưởng tượng ra nhiều truyện thật ly kỳ đó Nội. Rồi cháu bắt chước mấy cuốn sách Tintin mà vẽ thành truyện bằng tranh . Tụi hắn mê lắm, vì tụi hắn chán mấy truyện Phạm Công Cúc Hoa, Chàng Nhái Kiển Tiên, Thạch Sanh Lý Thông, Chiêu Quân Cống Hồ v...v... rồi ...*"
Bà Nội lắc đầu,

"Mi thiệt ! mẹ mi mà biết được là mi chết !"
Nghe nhắc tới mẹ, Mun năn nỉ bà đừng cho ba mẹ biết. Rồi Mun khóc, *"Cháu biết tội rồi, nhưng cháu không thích học trường Đồng Khánh . Môn Vạn Vật, cháu lội lội lội. . Các môn Toán, Lý Hóa thì cháu bơi bơi bơi, cháu sợ lắm. Cháu chỉ thích các môn nữ công , cầm kim và chỉ thêu đủ màu vui, vui lắm. Nấu ăn thì nhất hạng !. Tuần qua cháu học làm món kẹo đậu phụng...."*
Rồi như trực nhớ điều gì, Mun kéo bà cúi xuống, thầm thì
"Cháu có điều này muốn hỏi bà, kẻo lại quên... Bà ơi,.... Bà Chúa Thượng Ngàn là ai vậy ?"
Gương mặt của Nội bỗng gợn mây. Bà đứng dậy dọn chén bát, không trả lời
Chả là, trong nhật ký, mẹ luôn ước ao được gặp mẫu thân, dù trong mơ hay bằng cách nào cũng được . Lời van xin khẩn cầu chất đầy những trang giấy.

Mẹ có toại ý hay không thì Mun chưa tìm thấy, nhưng hơn ít chục cuốn sổ gần đây ghi chép lại những mẩu đối thoại giữa mẹ và những bà Thánh Mẫu làm Mun hoang mang . Trong đó, nhân vật Bà Chúa Thượng Ngàn xuất hiện nhiều nhất, luôn dùng đại danh từ TA khi dẫn dạy những gì rất cao siêu, rất mơ hồ mà Mun chưa đủ trí khôn để hiểu thấu. Mẹ ngoan ngõan khấu đầu học hỏi những vàng ngọc mà mẹ gọi là tu tiên. Theo lời mẹ viết, Bà Chúa vô cùng quyền uy, vô cùng linh hiển và đầy lòng nhân ái .

Hóa ra bây giờ Mun mới khám phá biết được rằng dưới lớp vỏ rùa cứng ngắt như áo giáp che thân, vẫn có thớ thịt mềm. Mẹ cũng thế mà thôi. Trái tim sướt mướt của mẹ thèm được rúc trong vòng tay bảo ái của từ mẫu.

Mun ngậm ngùi, nghĩ ra mình cũng giống mẹ.
Nhưng mà.... nhưng mà.... Mẹ có biết rằng mẹ đã sơ sẩy không bảo vệ được con hay không ?.

9-

Ba đặt cây vĩ cầm lên vai, cằm kẹp chặt một góc đàn. Tay trái ba dang ra cầm cáng giữ thăng bằng, và những ngón tay kia nằm sẵn trên góc giây. Khi cánh tay phải đưa nhánh archet lên, vừa đủ để chạm xuống giây đàn thì mấy ngón tay khéo léo bấm nốt. Nhạc nhả ra tiếng tơ thật êm, ngân ngân vang. Nhưng ba ngưng ngay lại đó, sửa lại thế đứng. Hất mấy cọng tóc đang rũ xuống trán, ba lại nhắm mắt dìu hồn nương theo nhánh archet lên xuống thật nhẹ nhàng, thật thanh thóat .
Này là tình sử của Schubert, réo rắt hồn Sérénade.

Nhạc nhập đầu bằng một chuỗi thanh âm chạy tầng tầng lớp lớp, từ thấp lên cao, như bụi mịt mùng chân mây . Tiếp theo sau là tí tách hạt mưa rơi, rơi đều, nhịp chậm rãi .
Rồi thì, giai điệu thật du dương bắt đầu,
"là la là lá ... là lạ là lạ lá... lạ la... la la là lạ la.....
Nhắm mắt thả hồn vào đêm thâu. Nghe tiếng tình yêu gọi mời khi trời đất chìm xuống. Hãy đến với tôi, người yêu dấu ơi ! Tiếng thì thầm của cây cũng đã ngủ yên. Chỉ còn tiếng thở dài trong bóng tối .... Chỉ còn ánh sao nhấp nháy ... trong đêm buồn không mây ....
Dưới vầng trăng bạc, nỉ non tiếng dế mèn ....gọi người thân thương........
Trong lời chim hót, có tiếng gọi mời, ơi ơi tình yêu lòng tôi say đắm , ơi ơi tình yêu lòng tôi tái tê... nhớ thương một đời ...." (hkkm)
Nhạc lượn trong không gian, ướt sũng lòng người nghe. Nhạc thở tiếng nhẹ tênh như làn hơi mong manh. Đôi lúc tiếng trong vắt như nhành sương đậu cành Xuân, đôi lúc lao xao như con sóng đào đẩy mạn thuyền con nhấp nhô, đưa hồn lữ thứ trôi về vùng miên viễn . Đôi lúc nhạc buồn mênh mang nghe như tiếng trăn trở của con tim vời vợi thương nhớ...
Dẫu lòng có băn khoăn, dẫu đời có dâu biển, thì âm nhạc muôn đời vẫn là người bạn thiết, là chất xúc tác nhiệm mầu...

Mun thu mình như con mèo ngoan ngồi trong chiếc ghế bành cũ kỹ, không dám cục cựa vì sợ ba giật mình. Bóng người nghệ sĩ với cây đàn in trên vách thật linh động, thật huyền ảo . Đàn run hay hồn người run? hay cả hai đang quyện vào nhau, chung vai chuyên chở một nỗi niềm ?

Mun nhớ ba thường hay nói với Mun,
"*Khi chơi đàn, con hãy đem hết tâm can đặt vào đó....*"
"*Tâm can là gì hả ba ?* "
"*Là sự rung động của trái tim mình... Là đem tất cả đam mê say đắm ký thác vào .... thì thanh âm mới truyền cảm. .....*"
????
Có lẽ vì thế mà Mun nghe tiếng đàn của ba lúc nào cũng thật lả lướt, bay bướm.

Tiếng vĩ cầm đã ngưng hồi nào Mun không hay. Ba đến cạnh Mun, lắc vai con,
"*Gì mà thừ người ra thế? bộ ba đàn dở hay sao ? .... Đứng dậy lên nào, hôm nay cha con mình song tấu một bản coi ...*"
Mun vào ngồi ở dương cầm. Tiếng ba dịu dàng,
"*Cho con chọn đó. Cổ điển hay tân nhạc ?* "

Đầu óc Mun vẫn còn chơi vơi với tiếng đàn của ba. Hình như bài Sérénade Mun từng học qua, thiếu những đoạn ba đã đàn. Mun thắc mắc, thì ba cười,
"*Ba chế thêm đó con* "
"*Chế là làm sao?* "
"*Là như khi ba pha rượu, bỏ thêm chút này vào chút kia tạo thành một hỗn hợp khác. Sẽ làm cho người uống say lâng lâng....Gọi là sáng chế. Giống như khi con kể truyện về Tôn Ngộ Không (tác giả, Ngô Thừa Ân), thì con đã vẽ vời thêm, làm cho khả năng của nhân vật thêm giàu có, linh động ..... Còn như khi con viết hay vẽ truyện, con trở thành tác giả của một truyện mới. Nhưng cái mới đó, là do con đã đọc nhiều truyện của người khác, hoặc đã trải qua những kinh nghiệm đời, hoặc đã là chứng nhân của chuyện xảy ra chung quanh mình trong cuộc sống... . Những tích lũy được nhào trộn trong tiềm thức rồi chờ cơ hội mà trào ra thành tác phẩm, gọi là sáng tác...... Khi nào trí óc của con mở rộng, tự mình thóat ra những ý tưởng vô cùng lạ, chưa ai có, chưa ai làm... thì đó là sáng tạo* "
Sáng láng thay, lời ba dạy .

Ba hỏi,
"*Nào, con thích đàn bản gì ? Sonata Au Clair De Lune (Beethoven) hay Le Petit Berger của Debussy ? ... Lắc đầu à ? Hay Trăng Mờ Bên Suối của Lê Mộng Nguyên ?.....*"
Ba nhấc cây vĩ cầm lên, âm điệu tuôn ra thật thướt tha, trữ tình
.....Người hẹn cùng ta đến bên bờ suối.... Rừng chiều mờ sương .....
"*Cũng không thích à ? Hay là bản thật vui, điệu valse của La Hối nhé....*"
Mun vẫn lắc đầu. Ngập ngừng,
"*Ba, con muốn làm gì khác hơn những điều trước kia .... Cái gì mà ba nói là sáng tạo đó !* "
Ba nhíu mày ngạc nhiên. Con gái ba còn nhỏ quá, làm sao con có khả năng làm những việc phi thường? Nhưng thôi, ba cũng muốn cho con thử. Ba nhắc nhở,
"*Làm gì cũng được, nhưng nhớ là âm điệu phải luôn đi với hài âm...*"
"*..........*"
"*À, mà âm điệu phải phát xuất từ trái tim....* "
Trái tim ? trái tim Mun là hỏa diệm sơn ngầm, luôn chờ dịp phun lửa. . Vì thế, khi hai bàn tay nhỏ bé đặt lên phim, là cả một rừng âm thanh bừng bừng nộ khí. Nhưng Mun vẫn rất can cường giữ vững hài âm sát nút với âm vang của sóng, của gió, của bầu trời điên đảo. Như Mun đã và đang lầm lì đi trên con đường trần ai, chân chấm đất mà hồn đầy những trăn trở. .....

10 -

Cả tuần nay, nơi đâu trong trường Đồng Khánh, cũng nghe tiếng bọn học trò sì sầm, bàn tán không thôi về một truyện vẽ bằng tranh được truyền nhau đọc. Từ bọn đệ thất lóc cóc cho đến các chị lớn trên đệ nhị đệ nhất đều truyền miệng nhau, thêm mắm thêm muối . Một đồn thành mười, rồi thành trăm, thành nghìn, và cuối cùng không hiểu bằng cách nào, đã lan ra cả những trường nữ khác .

Các bà hiệu trưởng nhức đầu với những lời thưa gởi của các giáo sư, của những phụ huynh, nhưng bọn nhất quỷ nhì ma thứ ba học trò này thật khéo che đậy cho nhau.

Riêng Mun, Mun quá sợ hãi. Em giả vờ đau, trốn luôn ở nhà. Chả là, chả là, Mun chính là tác giả của xấp truyện đó .

Mun còn nằm nướng trong giường thì O Sáu đã chạy lên phòng tốc chăn của Mun ra. Mun cau có không chịu dậy. O oang oang,

"Ông bà biểu tui thức cô nương đó. Dậy mà đánh răng rửa mặt đi. Tui múc cháo đậu xanh để sẵn dưới bếp rồi..."

Rồi O nhứ nhứ tay vào mặt Mun,

"Phen này mi chết chắc! Ông bà vừa nhận được thư của nhà trường khẩn cấp mời lên họp hành gì đó. ... Ê, mi đã làm chuyện chi trên trường mà để cho ông bà lo lắng quá rứa hỉ ? "

"Cái O này ! tui làm chi mô ? dám mi tau với tui, coi chừng có ngày tui bẻ O lọi giò "

O Sáu lườm Mun, cái lườm sắc như dao cau. O gầm gừ,

"Mi dám ? cái mặt mi non choẹt, cái thân như cây củi, mà đòi bẻ giò tau ? Ừ, chưa biết đứa mô sắp bể đít.... "

Mun ngoe nguẩy không thèm cãi tiếp. Điều Mun lo lắng đã đến rồi !

Khi ba mẹ và Mun bước vào phòng họp của nhà trường thì một số thầy cô và bà hiệu trưởng đã hiện diện ở đó. Nét mặt của người nào ấy đều rất nghiêm túc . Nghiêm túc đến nổi lớp da trên gương mặt họ như muốn nứt ra. Và đôi mắt nào cũng nhìn thẳng, thẳng đến mức có thể chọc thủng trái tim của tội phạm. Vâng, quả thế, Mun là một tội nhân đang được dẫn độ đến phạm trường .

Cô Mộng Hà, giáo sư Sử Địa và cũng là giáo sư cố vấn của lớp Mun, đứng dậy kéo ghế mời ba mẹ ngồi. Cô chỉ cho Mun ngồi ở cái ghế dài gần đó. Mọi ngày, cô Mộng Hà rất thương Mun, hay lấy cớ che chở cho Mun mỗi khi Mun không thuộc bài. Nhưng hình như hôm nay cô làm mặt lạ, lạ đến nổi Mun thấy lạnh cả mình.

Bà hiệu trưởng lên tiếng trước nhất, rất trịnh trọng,

"Hôm nay chúng tôi mời phụ huynh của trò Mun lên đây để báo cho Ông Bà biết là hội đồng kỷ luật của nhà trường quyết định đuổi trò Mun...."

Mun thót cả ruột khi nghe đến đó. Mặt em đang xanh tái bỗng đỏ dần vì xấu hổ. Mẹ quay lại nhìn con gái, ngỡ ngàng. Ba điềm tỉnh đứng lên xin cho biết lý do.

Cô Mộng Hà liền đặt trước mặt Mun một tập bìa cứng. Mở ra, Mun thấy trong đó đựng xấp giấy truyện bằng tranh mà Mun đã hoàn thành cách đây không lâu. Đó là truyện Phá Nát Hồn Ta. Giấy được chuyền qua nhiều tay nên đã rách tả rách tơi, nhưng những hình họat họa vẫn còn sắc bén nét vẽ . Trong thoáng chốc, có chút kiêu hảnh dậy lên trong lòng Mun, thay vì sợ hãi.
Cô Hà hỏi,
"*Có phải những giấy này của em không ?*"
Mun gật đầu.
"*Có phải đây là truyện em vẽ và đã phân phát cho các bạn không ?*"
Mun gật đầu.
Bà hiệu trưởng chen vào,
"*Trò có biết là trò đã vi phạm kỷ luật nhà trường khi vào lớp học mà làm những chuyện bậy bạ như thế này không ?*"
Mẹ lộ vẻ ngạc nhiên, tò mò muốn hỏi, nhưng bà hiệu trưởng đã đi ngay vào vấn đề,
"*Trò Mun còn nhỏ nhưng đã có những ý tưởng thật đồi bại, vô luân, quá nguy hiểm. Những truyện như thế này có sức tác hại thật độc địa. Chỉ trong một thời gian rất ngắn, mà bao nhiêu đầu óc trong trắng đã bị ô nhiễm, gây nên những xào xáo bàng hoàng ở nhà trường . Chúng tôi xin ông bà lãnh trò Mun về và nên giáo huấn trò cho đàng hòang* "
Đương nhiên là ba mẹ đau xót sững sờ.

Trên đường về nhà, không ai nói với ai lời nào. Thấy gương mặt của ba mẹ buồn như trời đang sập xuống, Mun vô cùng hối hận. Em muốn nói lời xin lỗi nhưng miệng như bị keo dính cứng, không nhếch môi được. Ba mẹ không la mắng đánh rầy Mun như mọi khi, nhưng sự im lặng của họ làm cho ai nấy cảm thấy ngộp thở.

Buổi tối thật khuya, mẹ kêu Mun đến ngồi gần . Mẹ hỏi,
"***Phá Nát Hồn Ta*** ! *những chữ này con kiếm ở đâu ra ? ai đã dạy con ?* "
Mun cúi đầu im lặng. Nhưng lòng Mun muốn hét lên cho mẹ biết, rằng Mun đã ráp những chữ đươc tìm thấy, chỗ này chỗ nọ, trong tập nhật ký của mẹ .
Phá là giận dữ muốn đổ phách thành xiêu cho hả những bức xúc. **Nát** là chà hết cho tất cả đều thành tro bụi . **Hồn** là tâm tư bi nhốt kín, luôn ấm ức than thở . **Ta** là trên tất cả mọi người, như tiếng tự xưng của Bà Chúa Thượng Ngàn.

Bốn chữ này ghép vào nhau là tiếng khóc ai oán vọng từ đáy lòng Mun . Nhưng Mun làm sao nói rõ ngọn nguồn cho mẹ hiểu ? Không, không, không bao giờ mẹ hiểu được đâu !

Còn ba ?
Dưới bóng trăng trên lầu thượng, ba ngồi đọc tập truyện của Mun viết qua hình vẽ. Truyện kể về cô bé choàng khăn đỏ đi lạc trong rừng sâu. Cô bị con đười ươi trói bắt về hang núi. Con vật xé áo của cô ra. Hắn cột hai tay cô vào những nhánh cây, bít miệng cô bằng miếng khăn đỏ. Hai chân cô bị dang xoạc ra và cột vào hai tảng đá.
Cô bé vùng vẫy khóc than nhưng vô hiệu. Đười ươi nhe răng há mõm vờn qua vờn lại trước con mồi. Và khi hắn hoan hỉ đâm vật lạ vào.... thì máu tươi ứa ra. Nạn nhân đau đớn quá, ngất đi.
Khi tỉnh dậy, bé con thấy mình nằm bên bờ suối, ướt đẫm những chất sữa sền sệt. Nhất là phần dưới cơ thể. Sữa như có muôn vàn con chinh chích, như có trăm triệu con lủi nhủi rúc khắp người cô .
Dòi chăng? không phải . Sâu chăng? không phải. Không phải. Không phải.

Đọc đến đây, ba thấy quả là quá sức tưởng tượng của ba. Bé Mun dễ thương thế kia, đành rằng Mun có thông minh hơn các bạn đồng tuổi, nhưng sao nó lại có thể nghĩ ra được những gì quái ác như thế này ???

Truyện vẫn tiếp tục khi cô bé khăn đỏ quyết vứt khăn đi, vì đó là mầu của máu, của tang thương. Một ngày nọ nhân vật trong truyện thấy bụng người đàn bà hàng xóm phình lên. Thiên hạ nói nhỏ nhau là bà ấy mang thai, trong bụng có em bé.
Cô bé ngây thơ ngày nào đã già đi với thương đau. Cô bỗng nhiên cảm nhận rằng những vật lạ bắt đầu lúc nhúc, và bụng cô từ từ chướng lên. Cô quắn người mỗi khi hình dung đến mầm đười ươi đang cựa quậy bên trong . A ha ! con gái mười một tuổi đã chửa hoang, làng xóm ới ời ơi ....Để trốn mọi người, cô bé kia bỏ làng xóm đi thật xa.... và cô tự sát, trong lòng mang theo bao nhiêu oán hận.. .

Ba thở dài. Câu chuyện thật thương tâm, nhưng khó chấp nhận khi tác giả là một đứa bé con ăn chưa no, lo chưa tới. Ba cảm thấy hối hận khi đã giảng cho con nghe về sự khác biệt giữa sáng tác và sáng tạo. Không lẽ vì sáng tạo, mà nó đã bịa ra một câu chuyện khiếp đảm, lạ lùng đến như thế ư ?

Mun nói rất nhỏ, vừa đủ cho riêng mình em nghe: Ba lầm rồi. Đó chẳng phải là sáng tạo, mà là sáng tác. Con...con...con chính là cô bé choàng khăn đỏ trong truyện đó ba! ./.

Hồng Khắc Kim Mai

HK

LUÂN HOÁN

CHỢT NHỚ VỀ LA QUA, QUÊ NGOẠI

Mẹ còn, quê ngoại trên vai,/ mẹ mất quê ngoại rớt ngoài mái hiên. Hai câu 6, 8 tôi vừa viết, ăn cắp trăm phần trăm nội dung của một câu ca dao, hay tục ngữ, mà tôi nhớ mãi không ra. Nhận định trên của người xưa rất chính xác trong trường hợp của tôi. Ra đời rồi trưởng thành ở những nơi không xa quê ngoại là bao. Nhưng ký ức về miền quê thân thương này trong tôi càng ngày càng mờ nhạt. Mái tranh, sân đất, đống rơm, cây cau, cây mít, ngõ tre, bờ ruộng, dòng sông... là những hình ảnh chung chung, không làng quê nào không có. Sự khác biệt ở mỗi địa phương tùy theo cái hồn đất, cái tình người. Cái hồn đất có thể mơ hồ. Nhưng cái tình người quả nhiên có thật. Chẳng thể khi không nhớ về một bờ ao. Chẳng thể tự dưng hình dung ra một gốc đa làng. Sự gắn bó bắt nguồn từ tình cảm. Những chiếc rễ kỷ niệm mong manh nhưng bền vững, vẫn nuôi thơm trong lòng những cảnh xưa, chuyện cũ. Nhờ đó, dẫu tuổi thơ tôi không được may mắn mặn nồng nhiều với quê ngoại, tôi vẫn có thể bày ra trước lòng mình một ít hình ảnh thân thương, và bám víu lên đó để trôi ngược về một thời êm đềm xa xưa.

Mẹ đẻ tôi, người tôi gọi bằng má, sinh trưởng tại xã La Qua, huyện Diên Phước, phủ Điện Bàn. Một địa điểm, năm 1802, được chọn làm nền cho thành trì Quảng Nam. Cuối thế kỷ thứ XIX, sách Đại Nam Nhất Thống Chí có ghi rõ về thành trì này: "chu vi 489 trượng, cao 1 trượng 1 thước, có 4 cửa; hào rộng 4 trượng 5 thước, sâu hơn 7 thước..." Dù không biết chính xác đơn vị 'trượng' đo chiều dài là bao nhiêu. Tôi cũng hãnh diện hình dung ra cái bề thế, vững chắc của ngôi thành, mà chính mình đã từng ngậm ngùi:

cỏ cao quá đầu gối
nghênh ngang xanh góc trời
chống hồn làm gậy trúc
quẩn chân tìm dấu người

thành xưa rêu bụi loạn
chằng chịt vết thương đời
sờ nghe từng viên gạch
ngun ngút nỗi ngậm ngùi

người xưa hồn xưa khuất
thanh thản mây ngang trời
tì thân gò đất, mộng
tưởng nắm được tay người...
....
(CƠĐĐTT)

Cũng như nhiều gia đình người Việt khác, mỗi năm nhà ngoại tôi có nhiều ngày giỗ cùng những ngày Chạp mả, Tết Nguyên Đán, Tết Đoan Ngọ... Ngày giỗ là ngày kỷ niệm những thành viên trong đại gia đình đã không còn sống trên thế gian. Để tưởng nhớ những người đã khuất mặt ấy, thường được tổ chức một cuộc cúng bái nghiêm trang, với lòng thành kính, thương yêu của con cháu. Lễ vật của một ngày giỗ thịnh soạn hay đơn sơ, tùy thuộc vào hoàn cảnh của gia chủ. Nhưng dù nghèo đến đâu, ngày giỗ cũng được thực hiện, ít ra với vài ngọn hương, hoặc với chỉ một tấm lòng kính tưởng. Ngày giỗ cũng là ngày qui tụ những con cháu, thân thuộc, vì cuộc sống đi đó đây, có cơ hội về gặp gỡ, thăm nhau. Trong bốn, năm năm liền, tôi có mặt đều đều trong các ngày giỗ chạp tại quê ngoại.

Má tôi là con thứ năm trong một gia đình dòng họ Nguyễn ở Điện Bàn. Họ Nguyễn này không dính dáng gì đến họ Nguyễn của vua Gia Long. Cũng chẳng dây mơ rễ má gì với hàng trăm nhánh Nguyễn khác của đại đa số người Việt Nam. Bà cùng người chị, và người em gái không theo nghiệp làm nông với các ông anh. Bà chọn vào tầng lớp cuối cùng trong xã hội theo quan niệm của người xưa: sĩ, nông, công, thương. Và đi từ gọn nhẹ, thúng gióng lên từng bước. Cuối cùng của rừng cũng trả lại rừng. Bà từ giã những tiêu, chè, quế, cau... để trở về với tuổi già khi bước vào ngưỡng cửa ngũ tuần. Đất chôn nhau cắt rún, đã có dịp đỡ lại gót chân của đứa con, sau nhiều năm ngược xuôi tìm sống. Chị em chúng tôi nhờ đó biết được mặt mũi quê ngoại, khởi đầu từ sau 1954.

Vào một mùa Chạp Mả, chúng tôi từ Đà Nẵng đi xe đò vào Vĩnh Điện, tên mới của đất La Qua. Xe chạy cà rịch cà tang, dừng lại nhiều nơi trên lộ trình chừng 20 cây số. Chúng tôi đến bến xe Vĩnh Điện gần 11 giờ trưa. Bến xe nằm bên trái theo hướng đi vào, tiếp sát quốc lộ số 1. Nhiều hành khách mới lên xe để đi vào Hội An. Cũng không ít người xuống xe để giao hàng, mua hàng ở chợ Vĩnh Điện, gần đó. Đám trẻ em bán quà vặt khá đông. Bánh mì, bánh ú, trái cây... đủ cả, nhưng rất khiêm nhường. Quà ở bến xe Vĩnh Điện tôi thích nhất là chả. Mùi thơm của lá chuối, mùi thơm của thịt bò thấm gia vị, đậu thật lâu trong răng, trong lưỡi. Đến bây giờ tôi vẫn hình dung được những lọn chả đáng yêu ấy. Mũm mĩm, thắm xanh bởi nhiều lớp lá, gói cột rất nghệ thuật.

Thường thường, nếu xe đò dừng sát bên đường trước bến xe, chúng tôi sẽ không xuống, mà chờ đi tiếp chừng ba trăm thước nữa để đến ngã ba Hội An. Buổi sáng về chạp mả hôm ấy, xe vào bến, đồng nghĩa với sự dừng bánh lâu hơn, nên chúng tôi xuống lội bộ. Vĩnh Điện lúc bấy giờ được xem như một thị trấn. Tuy vậy, ngoài những hàng quán chung quanh bến xe, sự buôn bán hai bên đường vẫn chưa đủ để gọi là một đoạn phố. Một nhà mở cửa hàng, ba bốn nhà kế tiếp đóng cửa im ỉm. Nhà chị Dần, con dì Bốn của tôi, nằm ngay ngã ba đường xuống Hội An, cũng là một quán hàng xén có bán kèm một ít món ăn và ít loại nước uống, không sót rượu trắng, rượu ba con mèo. Trước khi vào nhà ngoại, chúng tôi ghé nhà chị Dần. Chị vẫn vui vẻ, tươi trẻ như hồi ở với chúng tôi trên Tiên Phước. Chị là người thích chải chuốt, làm dáng. Răng có cái bịt vàng, lông mày như sợi chỉ, tóc chải phồng (không biết có ảnh hưởng đến phong trào đầu phồng đá lửa, ruột chửa kaki hay không). Chị theo đúng mode của người phụ nữ thập niên 50. Dì Bốn tôi đã qua đời, để lại cho hai anh em chị một ngôi nhà tương đối rộng rãi. Chị Dần trở thành chủ nhà thật sự thay vì người anh quá hiền lành.

Từ nhà chị Dần vào nhà ngoại, tôi phải đi chừng hai trăm thước đường nhựa về hướng Hội An. Và ngay ngoài mặt lộ, chúng tôi đã nhìn thấy rõ ngôi nhà tranh, sân đất và những cây mít của ngoại. Tuy vậy, để đến nơi, chúng tôi phải đi quanh qua, quẹo lại trên ba bốn bờ ruộng một hồi lâu. Đường đất thiếu dấu chân trâu nên không quá lầy lội, nhưng rất trơn trợt vì đang mùa mưa. Tôi xách đôi sandale trên tay, thực hiện đúng những kinh nghiệm có được từ hồi ở quê nội: ngón chân cái bấm mạnh xuống mặt đất, lòng bàn chân hơi cong lên một chút và bước đi dễ dàng. Chị Dần cùng theo vào. Chị đỡ chừng má tôi. Chị Kim Anh bước rất cẩn thận nhưng một vài lần suýt đo đất. Trong lúc em Hân, đi như là chạy, tỉnh rụi.

Nhìn từ ngoài xa, nhà ngoại nhỏ, nhưng đến nơi tôi thấy rất cao ráo, rộng rãi. Nền nhà bằng đất nện cứng, cao cách mặt sân chừng nửa thước. Có khá nhiều cây cột bằng gỗ tròn màu nâu đen. Những cây cột này chia ngôi nhà thành ba gian. Gian giữa rộng nhất. Nằm sát vách gian giữa là nơi đặt bàn thờ. Tấm màn đỏ cũ mèm đã được vén lên hai bên, để lộ cái bàn thờ được xây bằng gạch khá lớn. Tôi nhìn thấy bộ tam sự bằng đồng thật to, đã được đánh bóng vàng rực. Không rõ con sư tử đã đứng trên nắp cái đỉnh từ bao giờ. Vẻ uy dũng của nó dừng mãi lại ở đấy đến muôn đời. Hai chân đèn đứng hai bên cái đỉnh khá cao, làm cho hai cây đèn sáp đỏ số 1 càng cao hơn. Tôi có khá nhiều kỷ niệm với những bộ tam sự thời ở Liêm Lạc. Đây là một tác phẩm đúc đồng có tính chất nghệ thuật rất gần với điêu khắc. Nhiều bộ tam sự được chạm trổ tinh vi. Mức đánh giá sự sung túc của gia đình thời xưa một phần có thể dựa vào những bộ tam sự họ thờ phụng.

Việc đầu tiên khi vừa đặt chân lên nền đất nhà ngoại đối với tôi đã quá quen thuộc. Vòng tay cung kính chào cậu Nuôi (tên tục của người anh má tôi) xong, tôi phải đến bàn thờ để ra mắt ông bà bằng một ngọn hương. Tôi phải đứng trên một cái ghế đẩu thấp, nghiêm chỉnh làm công việc này. Trên bàn thờ ngoại, tôi thấy có năm sáu bát hương. Bát hương to nhất đặt phía sau cái đỉnh đồng. Đó là một cái bát bằng sành trắng, có vẽ hình con chim phụng màu xanh. Số cát trắng đựng trong các bát hương cũng đã được thay mới. Trong một ống tre đựng những đôi đũa mun, tôi thấy có một đôi đũa tre. Một đầu của hai chiếc đũa này được vót thành một cái hoa. Những bó hương bọc giấy gương được đặt nằm ngay thẳng. Trong một thoáng, tôi nhìn vào khung ảnh ông bà ngoại.

Theo ảnh chụp, ông tôi ở vào khoảng 60. Râu tóc lơ thơ bạc. Gò má cao. Hốc mắt thăm thẳm nỗi mệt mỏi. Cái ghế ngồi, cái bàn bên cạnh tuy đi liền bên ông, nhưng tôi thấy có một chút gì đó cách biệt, ngụy tạo, không đồng nhất. Bà ngoại tôi có phần trẻ hơn ông tôi. Khuôn mặt đầy đặn với mắt, môi, mũi, cằm tỏa ra nét dịu dàng, khoan dung. Màu trắng đen của bức ảnh rất hài hòa, làm cho chân dung bà tôi thật có thần. Tôi nhìn chăm chăm vào khuôn mặt ông bà ngoại như muốn tìm ra sợi dây huyết thống. Những nét hao hao giữa ông bà và người mẹ thân yêu của mình tuy không rõ rệt nhưng quả thật có một sự liên hệ rất thiêng liêng. Tôi quẹt diêm, cúi đầu cắm vào bát hương một cây nhang.

Tôi chưa tập được thuần thục những động tác nghi lễ. Chắp hai bàn tay vào với nhau là chuyện dễ. Nhưng niệm làm sao, vái thế nào, cúi đầu mấy cái, tôi chưa được rõ ràng lắm. Cung cách quỳ lạy càng phức tạp hơn. Cho đến hôm nay, tôi vẫn chưa quỳ lạy lần nào. Những năm sau này, khi má tôi qua đời, ra ở riêng, tôi có lập bàn thờ. Hiện nay, tại Montréal, Canada, trên bàn thờ nhà tôi có đủ chân dung của bốn người sinh thành vợ chồng chúng tôi. Phải công nhận cái bàn thờ làm ấm ngôi nhà hẳn ra. Tuy vậy, việc cúng vái chủ yếu do vợ tôi đảm nhiệm. Sắm lễ vật, nấu nướng, thắp hương đèn, rồi vái lạy, khấn xin... tất cả đều được vợ tôi chu toàn. Một đôi khi tôi đóng góp tấm lòng bằng cách quét dọn bàn thờ, thay nước trước khi cúng hoặc bày lên lễ vật rồi lảng đi qua phòng khác hoặc ngồi vào một góc. Cũng có lúc Lý nhắc, tôi đứng im sau lưng vợ, chắp tay, cúi đầu mấy cái. Dĩ nhiên, tôi cũng biết thắp hương, nhưng chỉ thắp suông mà thôi, không lẩm bẩm khấn vái cầu xin gì. Tôi cảm thấy ngại phải làm phiền người khuất mặt.

Còn gần nửa giờ là đúng ngọ, trong khi chờ nhà bếp nấu lễ vật, tôi và Hân được theo đám con cháu của ông bà ngoại đi đến những ngôi mộ nằm rải rác trong các đám ruộng phía sau lưng nhà. Lần này chúng tôi lội bùn nhiều hơn. Trời đã ngớt mưa. Nhưng cái lạnh có phần gia tăng. Hân tím cả môi, vậy mà nó không biết lạnh. Nó vừa đi vừa ngắt những ngọn cỏ bên đường. Đoàn người đi hàng một qua các bờ ruộng. Hai người con trai cậu Nuôi cao lớn như tây và đẹp trai không thua dân thành phố. Họ vừa làm ruộng giúp cha, vừa dành thời gian làm thêm một công việc gì đó tại Hội An. Cậu Cửu Phòng có độc nhất một người con, mang tên Phòng giống cậu. Anh đi bộ đội. Không rõ trận chiến nào đã lấy mất của anh một cánh tay phải. Nhưng anh vẫn đi tập kết ra đất Bắc bỏ lại người cha đơn độc. Tôi đã có gặp anh Phòng một lần từ thời còn ở Tiên Phước.

Ngày chạp mả là ngày đi thăm mộ, rãy cỏ hoang trên các nấm mồ, đồng thời vun đắp lại những nơi đất trên mộ bị lún lở. Mỗi năm vào những ngày gần cuối tháng Chạp, tập tục này đều được đa số gia đình thực hiện. Tôi và Hân trong buổi chạp mả năm ấy chỉ biết đứng xem. Cánh tay của chúng tôi còn ngắn lắm. Bàn tay chúng tôi còn non xanh. Về quê ngoại để vui chơi, để cho thân mẫu mình được dịp tự hào có những đứa con trai, dù chưa làm nên danh phận gì. Về quê ngoại cũng là về với bất cứ làng quê nào của Việt Nam. Ở đó những câu hát ru em tràn lan trên từng ngọn lúa. Ở đó những chùm câu chuyện "ngày xưa..." còn treo trong mái hiên, chái bếp. Ở đó những khúc khích của các câu hò khoan ấm cả bờ ruộng:

Thiếp tới chàng chàng dọn một dĩa rau
hai bên hai củ hành tàu
ở giữa có con cá tràu nằm ngang
ăn vô cho thấu bụng nàng
thực bất tri kỳ vị, mới biết của chàng là ngon
(câu hát dân gian Quảng Nam)

Dĩ nhiên, với cái tuổi 14, tôi chưa hiểu một cách văn hoa đến như vậy. Đâu đó một dĩa xôi, ít miếng bánh khô nổ, khô mè..lấp ló đã gọi tôi về cùng quê ngoại.

Trời lại đổ mưa, rất may chúng tôi đã hoàn tất việc tu chỉnh mồ mả, về đến nhà. Lễ vật đã được đưa dần lên bàn thờ. Cái phản lớn giữa nhà đã được trải chiếc chiếu Yến Nê tươm tất. Một mâm thau cỗ bàn đặt trên chiếu để cúng đất đai, một hình thức hối lộ ông bà thổ địa cho đón thân nhân về. Cậu cửu phòng thay cậu Nuôi cúng vái. Má tôi đứng một bên, thỉnh thoảng rót thêm một chút nước vào các ly bên cạnh những lễ vật. Tôi biết chắc sẽ được gọi đến chắp tay cúi đầu nhưng cũng lẻn ra chái hiên. Trời vẫn mưa. Tôi ngửa cả hai bàn tay hứng những giọt mưa, từ mái tranh thòng xuống thành những dây nước trong suốt. Chẳng biết lúc đó tôi có nhớ về thời kỳ ở nhà tranh trên Tiên Phước không ? Những cơn mưa thời ấy thật ầm ĩ, ngoạn mục. Nhìn lên mái tranh nhà ngoại, tôi như gặp lại một người bạn thân quen. Xin phép được giới thiệu một chút về người bạn thực vật ấy. Tranh là một loại cỏ, tương cận với lúa. Lá to bản và dài hơn lá lúa chút ít. Tranh thường sống trong những rẫy hoang, hình như không ai trồng. Để có một tấm tranh lợp nhà, người ta cắt sát gốc tranh đem về phơi khô. Khi chín nắng, tranh từ màu xanh biếc trở nên màu vàng đậm. Người ta dùng những gốc tre già, chẻ thành nan. Loại bỏ bớt phần ruột của những nan này, chỉ giữ lại phần cật tre, là phần ngoài cùng của cây tre, để bảo đảm sự bền dẻo. Tôi không biết phải dùng bao nhiêu nan tre để "đánh" một tấm tranh. Và tại sao dùng động từ "đánh" để chỉ việc thực hiện sản phẩm dùng lợp nhà này. Ngôn ngữ Việt Nam thật phong phú. Giọng má tôi gọi cắt ngang những nhớ tưởng không đâu, tôi tiến đến bàn thờ ông bà ngoại.

Giờ cúng lễ đi qua. Bữa ăn chạp mả trong gia đình cậu Nuôi tôi thật vui vẻ, thân mật. Những câu chuyện đời thường, những lời thăm hỏi cùng những cốc rượu trắng, khói thuốc rê một phần nào đã làm hương vị thức ăn thêm ngon miệng. Trong lúc ông bà ngoại tôi, cậu dì đã mất của tôi chỉ hưởng được chút khói phù du? Không đâu, họ đã nhìn thật rõ sự đầm ấm của đám con cháu. Đó là bữa ăn đích thực của họ. Tôi biết rất chắc một điều, con người sau khi chết chẳng về với suối vàng cũng chẳng lên cõi cao xa nào cả. Họ ở lại trong lòng những người còn sống, cõi vĩnh viễn nhất, chân tình nhất. Ngoại tôi, dì cậu đã khuất của tôi, những người tôi chưa bao giờ gặp mặt, nhưng thoáng thấy qua những tấm lòng của những người đang cười nói quanh tôi. Là một cậu bé, nhưng tôi cảm nhận được thật rõ niềm vui của mình qua sự ân cần, trìu mến của bà con quê ngoại.

Cùng về trong dịp chạp mả ở quê ngoại năm ấy, thế hệ tôi còn có chị Kim Anh, hai em Ba và Bông. Chị Kim Anh lúc nào về nhà quê cũng muốn tìm món khóm mít chấm muối ớt. Chị ghiền món ăn chơi này từ hồi ở Tiên Phước. Nhưng hôm ấy trời mưa, chị đành đứng bên áng nước, ngó vu vơ lên những nhánh cây xanh ướt sũng. Chẳng biết chị có nghĩ gì về loại cây ăn quả thân có nhựa và mủ này không. Riêng tôi, cũng chơi rất thân với cây mít. Xin thêm một lần miên man. Người bạn này của tôi có vóc dáng không đồ sộ lắm, nhưng lá cành đủ che mát một góc vườn. Dù biết nhánh mít dòn, dễ gãy, nhưng tôi đã nhiều lần leo lên, hái lá chằm cho mình cái mũ cánh chuồn, chễnh chệ làm quan giữa đất trời trong chốc lát. Một điều rất đáng ngạc nhiên, cành lá mít khá rậm, nhưng ít có loại chim làm tổ. Hẳn không phải vì những quả mít xù xì đầy gai nhọn. Một hình thể thô kệch che chở những múi vàng thơm ngọt bên trong. Ở nhà quê một thời, cây mít là niềm tự hào của những nhà giàu. Trên phần đất thi ca Việt Nam, cây mít cũng không ngần ngại bén rễ. Rất tiếc, chị Kim Anh đứng nhìn cây mít không để làm thơ. Có chăng là một nỗi nhớ tưởng nào đó vừa đến với chị.

Ba và Bông là hai cô gái con dì Quyên, em ruột má tôi. Dì Quyên chính là người chăm nuôi chị Hạc, người chị cùng một bào thai với tôi, trong nhiều năm. Chị tôi suy tính trước sau, sợ đời hành hạ chuồn mau về trời. Dì Quyên chậm bước hơn, nhưng cũng đã ra người thiên cổ từ lâu. Ba, cô con gái lớn của dì nhan sắc mặn mà hơn cô em. Cả Ba và Bông đều lớn tuổi hơn chị Kim Anh một chút. Trong thời kỳ kháng chiến, Ba ở lại Vĩnh Điện, trong lúc Bông theo gia đình chúng tôi lên sống ở Tiên Phước. Bông là cánh tay mặt của má tôi trong việc tảo tần cho đến ngày bà bị tịch thu gia sản. Với Bông, đương nhiên tôi có nhiều kỷ niệm. Mặc dù lớn xác lớn tuổi hơn, nhưng ở vai em nên luôn luôn nhỏ nhẹ với ông anh nhí.

Vào năm 1968, Ba và Bông đều về nhà chồng. Bông đi buôn theo xe đò. Ba dựng nhà gần cầu Thanh Quýt. Chồng Ba là một nghĩa quân hiền lành, cầm súng bám rễ ở vườn nhà. Nhưng rồi một sáng tinh mơ, Ba vướng phải một quả lựu đạn gần cửa bếp. Anh nghĩa quân mất vợ sau một đêm nằm kích bên đầu cầu, nghe rất rõ tiếng lựu đạn ở hướng nhà mình, không xa, trên năm chục thước. Bây giờ nền nhà gần cầu Thanh Quýt đó hẳn còn. Người gài trái lựu đạn hy vọng vẫn còn sống. Có lẽ người ấy cũng đã nhiều lần qua lại nơi mình lập công. Bằng khen từ cái chết của Ba, từ những cái chết dễ dàng tương tự hẳn vẫn còn được treo ấm nhiều nhà. Cái Bông không biết bây giờ đã ra sao ?

La Qua Vĩnh Điện, quê ngoại tôi, sau cái ngày chạp mả ấm áp ấy, tôi còn về thăm rất nhiều lần. Nơi đây không chỉ là đất của một phần cội rễ của tôi. Mà còn là quê hương của rất nhiều người tôi thương mến. Những bút danh mượt mà đã cho tôi những người bạn. Với Nguyễn Thị Liên Phượng, tôi có Nguyễn-Nho-Sa-Mạc-Nguyễn-Nho-Bửu. Với Hoàng Thị Bích Ni, tôi có Nguyễn Phú Long. Và Hồ Luân, Nguyễn Nho Nhượn, Mạc Phụ Đynh Trầm Ca... những người từng đem lại cho thị trấn Vĩnh Điện một thời óng ánh trên sách báo. Hơn thế nữa, tôi còn có ở đấy một người thầy từng dạy Pháp ngữ cho tôi, thầy Trần Tấn. Lòng mắt kính thầy dày lắm. Giọng nói của thầy trầm lắm. Tôi nhớ rõ, nhớ đủ. Nhưng tất cả đều đã trôi qua.

Tháng 8 năm 2002, ngày 23, tôi có về ngang La Qua Vĩnh Điện. Sao lại chỉ về ngang ? Vâng, chỉ chạy ngang mấy phút trong cái nhá nhem chạng vạng. Hôm ấy, theo chương trình, vợ chồng chúng tôi cùng các em vào thăm Hội An. Chuyến đi qua ngã Ngũ Hành Sơn. Chuyến về qua ngã ba lò gạch Thanh Hà để ghé về quê ngoại. Nhưng một sự cố trên đường về đã phá hỏng dự tính. Vài chiếc xe gắn máy quá phân khối của đám em chưa có bằng lái đã cản trở chúng tôi. Những anh công an đã dễ thương hơn rất nhiều so với thời thập niên 80. Chỉ buồn thời gian chờ xử lý quá lâu, không còn đủ cho chúng tôi một chuyến tạt ngang. Lý do để bào chữa này hoàn toàn khó chấp nhận, nhưng cũng là một lý do cụ thể. Ngôi nhà ngoại, tôi không thấy. Ngôi nhà chị Dần bên đường cũng rất lờ mờ trôi tuột sau lưng. Một ít ngày còn lại, tôi đã không biết linh động, cứ theo chương trình đã định sẵn. Quê ngoại không nằm trong ân cần tha thiết của tôi. Một người không có tấm lòng như vậy còn màu mè viết những gì bây giờ ?

Dù xa cửa ngõ cũng xa, dù gần Vĩnh Điện La Qua cũng gần. Câu ca dao tôi từng được nghe nhà hàng xóm ở Liêm Lạc hát ru con ngày nào chợt phảng phất trong trí nhớ. Vĩnh Điện, La Qua là hai tên gọi của một con đất. Sự xa, gần được so sánh ngay trong một đơn vị địa lý. Xa đó mà gần đó. Gần đó mà xa đó. Khoảng cách tùy thuộc vào mức độ thân tình. Tôi hiện cách xa quê ngoại hay vẫn cận kề ? Xa thì đã quá xa nhưng đâu dễ quên con đất đựng những câu hát chơi chữ tuyệt vời, ý nhị:

Con gái La Qua, qua đường qua chọc
biểu em đừng, đừng có la qua
(ca dao Quảng Nam)

Bấy giờ là 8 giờ 12 phút sáng thứ sáu ngày 02 tháng 12 năm 2005. Đám học sinh tiểu học trên sân trường bên kia đường Charleroi vừa mang cặp vừa chạy vào vị trí xếp hàng. Trời bắt đầu rơi tuyết. Những nụ tuyết trắng lấm tấm như những con thiêu thân bay rối rít tán loạn, dần dần trở thành những dòng nước lí lắc dọc ngang. Neige fondante. Đám học sinh đang nối đuôi nhau vào lớp. Đèn giao thông ngã tư Armand Lavergne-Charleroi đổi màu đỏ. Dòng xe ngừng lại. Một chiếc xe cảnh sát đồn 40 dừng cạnh trạm chờ xe buýt. Mấy chiếc ghế dài trong công viên trống không. Buồng điện thoại công cộng đứng gần lặng lẽ. Tôi rời ghế, bước hai bước tới cửa sổ, thuận tay sửa lại dây đèn trang trí Noel. Bốn con nai nhựa còn lấp lánh ánh điện vàng trên kính cửa. Tôi nhìn xuống. Chiếc Acura của Bách nằm ngoài tempo, tuyết chạm ướt nhưng không đậu lại. Thật là vô duyên, tôi đang nghĩ, đang viết về quê ngoại sao bị chi phối thế này? Trở lại bàn, mó tay vào con chuột, chợt nhớ mình bỏ sót chuyện đã cùng Đynh Hoàng Sa, lần mò hỏi đường đến thăm nhà một nữ sinh trường Nguyễn Duy Hiệu. Thoan, tên cô học trò, một nàng thơ của Sa ngày ấy. Từ chân cầu Vĩnh Điện phía Đà Nẵng, đi dọc theo dòng sông, nhà của Thoan ở trong một vườn cây đẹp. Tội cho ông thầy lãng mạn, chỉ dám đi ngang mà không dám vào. Tôi đề nghị dán một bài thơ ngoài ngã ba gần nhà. Sa ngại gió bay vào nhà khác. Anh chàng vừa đi vừa nuốt thơ vào trong bụng. Buổi chiều Vĩnh Điện đẹp biết bao. Nguyễn Nho Sa Mạc từng đem vào thơ. Có cả người mang vào nhạc. Hình như là ông nhạc sĩ Từ Huy đang ở Sài Gòn. Ông này trông thật giống Hồ Luân con bác Hồ Dầu ở ngã ba Hội An Vĩnh Điện ngày nào. Bạn Luân đừng trách tôi gọi tên bác nhé. Gọi để nhớ ấy mà. Nhớ bất kỳ một thứ gì của La Qua Vĩnh Điện một thời đã ghé vào lòng tôi. Thèm đọc lại bài thơ của Nguyễn Nho Sa Mạc để nhìn rõ nơi Anh đứng tựa lũ cột đèn châm thuốc, rất vô tư nhìn năm tháng thay màu (thơ NNSM). Nơi ấy hẳn nhìn được ngã xuống Hội An, ngã ra Đà Nẵng, ngã vào Câu Lâu và cả ngã vào giấc mơ của một người yêu đời. Nơi ấy, nhìn kỹ đi La Qua Vĩnh Điện, có thấy gì không, thấp thoáng một bóng tôi.

Luân Hoán

La Qua ngày xưa (hình minh họa)

TRẦN C. TRÍ

MÀU MỰC CŨ

Tôi không phải là một "cư dân mạng" thuần thành, nhãn hiệu mà người ta thường dùng để chỉ những người sống trong thế giới ảo nhiều hơn trong thế giới thật. Tuy vậy, tôi vẫn nặng lòng biết ơn tất cả những nhân tài về kỹ thuật tân tiến trên thế giới đã đóng góp vào việc giữ gìn và phát huy kho tàng văn minh của nhân loại qua các nền tảng trên mạng như Google, Facebook, Wikipedia, YouTube... và gần đây hơn nữa là ChatGPT. Những nguồn thông tin đó đã giúp chúng ta học hỏi, tìm hiểu về vốn kiến thức đồ sộ của con người từ đời nay sang đời khác, trong một thời gian rất ngắn. Cuối thế kỷ trước, khi mạng lưới toàn cầu đã ra đời nhưng chưa thông dụng mấy, tôi từng phải vào thư viện biết bao nhiêu lần, nhiều khi chỉ để tra tìm một chữ, một khái niệm, trong suốt thời gian viết luận án của mình. Ngày nay, chỉ cần "nhấp con chuột" một cái, chúng ta đã có thể tìm được điều mình muốn tìm trong tích tắc.

Một điều tuyệt vời nữa là các nền tảng trên mạng đó là nơi lưu trữ cơ man nào là những thành tựu của con người về khoa học, nghệ thuật, kỹ thuật, văn chương, âm nhạc... Ôi, không thể nào kể ra cho xiết! Đối với những người một thời đã sống ở miền Nam tự do trước đây, không gì gây xúc động bằng lúc tìm lại được một bài nhạc, một bài thơ hay một bài văn cũ, hay cả một cuốn phim của nền điện ảnh Sài Gòn, gợi biết bao kỷ niệm đẹp của những ngày xưa thân ái. Không có kỹ thuật mạng tân tiến như bây giờ, chắc những tác phẩm quý giá của một thời huy hoàng đó đã lụi tàn theo năm tháng.

Trong những lần lang thang "về miền quá khứ" trên không gian mạng, tôi đã lần theo lối cũ, tìm lại những tờ tạp chí dành cho tuổi thanh xuân ngày trước, như Tuổi Hoa, Tuổi Ngọc, Thiếu Nhi, Thằng Bờm, v.v. Lại phải cám ơn những người bạn thật dễ thương nào đó đã chịu khó chụp lại từng bìa báo, từng trang báo bên trong, dễ đến cả trăm số cho mỗi loại tạp chí thiếu nhi ngày xưa, rồi tuần tự post lên mạng cho mọi người cùng xem. 50 năm đã trôi qua, nhanh như một cái chớp mắt. Đã bao lần tôi bâng khuâng tự hỏi, không biết ngày xưa có thật không, cuộc sống êm đềm ở miền Nam thuở ấy của tôi và của triệu triệu người khác, có thật hay không? Hay đó chỉ là một giấc mơ dài, chưa bao giờ có trong thực tế?

Nhưng những tờ tạp chí trên mạng, dù chẳng phải "bằng xương bằng thịt", cũng là bằng chứng hùng hồn hiển hiện ra ngay trước mắt, nhắc nhở rằng những ngày xưa đó là có thật. Tôi đã từng sống trong thời gian tuyệt đẹp đó, từng vui, từng buồn với cuộc sống của một cậu bé mới lớn, được kể hay miêu tả lại qua các bài thơ, truyện tranh, truyện ngắn, truyện dài... trong các tờ tạp chí nói trên. Một hôm, tôi chọn một trong số các tờ Tuổi Ngọc để xem. Bìa báo của số ấy là do Đinh Tiến Luyện vẽ (nhiều số khác có bìa của Lê Vĩnh Ngọc–hai hoạ sĩ tài ba này thay phiên nhau trình làng những hoạ phẩm dễ thương, xinh xắn, rất hạp nhãn đối với những cô cậu tuổi vừa lớn, đầy ắp mộng mơ). Tôi cảm động đọc qua từng trang báo cũ, thỉnh thoảng gặp lại vài câu thơ hoặc câu văn quen thuộc đã từng đọc qua, mấy mươi năm về trước. Đặc biệt, có một truyện ngắn làm tim tôi lỗi hết một nhịp. Đây là truyện tôi đã đọc hơn một lần, không phải vì thích nó hơn các truyện khác, mà vì nó có liên quan đến tôi nhiều năm sau đó. Truyện nói về tâm sự của một cô gái thuộc lứa tuổi "thích ô mai" vừa rời xa gia đình để vào học trong một trường nội trú. Bên cạnh nỗi nhớ gia đình vì lần đầu sống xa nhà, cô còn có thêm một niềm nhung nhớ mới mẻ, dành cho một người bạn khác phái cô mới quen. Truyện không nói rõ cô và người bạn này bao nhiêu tuổi, và không biết người bạn này có lớn hơn cô nhiều hơn hay không mà cô xưng "em" và gọi anh ta bằng "ông". Cũng có lẽ trong thời điểm đó, các tác giả trẻ chạy theo thời thượng, thích cho nhân vật nữ xưng hô "em em, ông ông" với nhân vật nam, chắc là muốn lập dị, muốn "nổi" hơn nhiều cây bút khác. Đọc lại truyện này, tôi nhớ ngay đến một câu chuyện đời thật mà tôi là một trong hai vai chính trong đó.

Sau khi cộng sản vào miền Nam, hình như nhiều người thích đi coi bói hơn trước. Chắc một trong những điều họ muốn nghe thầy bói phán là họ sẽ có dịp vượt biên thành công! Má tôi cũng đưa tôi đi tìm hiểu vận may rủi ra sao. Ông thầy này, tuy vậy, chẳng đề cập gì đến chuyện tôi có số xuất ngoại hay không, chỉ phán một câu xanh dờn, *Cậu này công danh tới rất muộn!* Trời đất, bói vậy ai không bói được. Cả miền Nam bị đổi chủ, trời làm một trận mưa giông, ông lại thành thằng, thằng lại thành ông. Nếu công danh có muộn thì cũng dễ hiểu, mà cũng nên mừng là vẫn có công danh, còn hơn là đi vùng kinh tế mới hay nhảy tàu lửa đi buôn hàng chuyến. (Về sau, nghiệm lại thấy ông thầy này nói trớt quớt vậy mà đúng phóc, à không, chỉ đúng 70% trăm thôi. Quả là tôi học hành xong xuôi muộn màng thật–vì qua Mỹ khá trễ–nhưng chỉ có "công" thôi chứ chẳng có "danh" gì cả).

Tính từ lúc tôi học xong trung học và cao đẳng sư phạm dưới chế độ cộng sản, đến lúc vượt biên và học tiếp ở Mỹ, ở khoảng giữa tôi có tổng cộng 9 năm lêu bêu, đi làm cho "nhà nước" với tiền lương không đủ một chầu bia hơi thời đó. Ngoài giờ làm việc, tôi thường cà-phê thuốc lá, "ngồi đồng" hàng giờ trong quán với bạn bè. Rảnh hơn nữa thì tôi viết nhật ký, làm thơ, than mây khóc gió, mơ một ngày vượt đại dương đi tìm tự do ở tân thế giới. Ngoài ra, lâu lâu tôi phải đi họp phường khóm một lần, đồng thời tham gia vào những buổi lao động ở miền quê quanh thành phố tôi ở. Chính quyền địa phương kiếm chuyện vớ vẩn cho đám thanh niên làm để không có thì giờ sinh sự lôi thôi, thắc mắc về chính trị chính em, không có lợi cho nhà nước. "Lao động" lúc đó thường là kiểu *"con kênh ta đào chưa có nước chảy qua/Chỉ có nắng mùa hè nóng bỏng...,* cho vui vậy mà.

Chính trong những... ngày hè nóng bỏng đó mà tôi quen được Thy An. Tôi dùng chữ "được" ở đây không phải là vô tình, vì Thy An sang cả và xinh đẹp vô ngần. Tôi nói vậy là không hề ngoa chút nào. Giữa các cô gái hoặc nhan sắc tầm thường, hoặc gốc gác bình dân, Thy An nổi bật lên trên hết với dáng vẻ điệu đà, thần thái tươi mát, phong cách thanh thoát; chàng trai nào nhìn cô cũng muốn... rụng tim, nếu không muốn nói là rụng rời cả tứ chi. Trước dung nhan của cô, những chàng trai tội nghiệp ấy chỉ thấy ngỡ ngàng, nghe trong lòng thoáng qua một ước ao mơ hồ nào đó, mà không dám nghĩ đến điều gì xa xôi hơn nữa.

Ấy vậy mà Thy An lại "chiếu cố" đến tôi, thật là bất tư nghì, thật không sao hiểu được. Ngày ấy, tôi là một gã trai lỏng khỏng loẻo khoẻo, người mong manh như lá lúa, không có nét gì cho ra vẻ nam nhi chi chí, không có được "râu hùm, hàm én, mày ngài" như nhiều đứa con trai cùng trang lứa với tôi trong phường khóm thuở ấy. Mặc dù vậy, chính Thy An là người bắt chuyện với tôi trước, trước những đôi mắt khâm phục lẫn ghen tỵ của đám trai gái chung quanh. Tôi cũng bồi hồi đáp lại, trong lòng cứ băn khoăn, không hiểu cô nàng này có ý gì đây. Tại sao, tại sao lại là tôi mà không phải ai khác?

Từ đó, những buổi họp khóm phường, những lần đi lao động–vốn là những cực hình đối với tuổi trẻ ham chơi, ham bay nhảy–giờ đây bỗng trở thành những lần tôi mong ngóng cho mau đến, cho tôi có dịp, có cớ gặp Thy An. À, tôi quên nói một chi tiết quan trọng. Thy An nổi bật trong đám đông không chỉ vì những gì tôi vừa miêu tả bên trên, mà còn vì cái tên khá hiếm có của cô. Nếu không kể các o tiểu thư danh gia vọng tộc có giây mơ rễ má với hoàng tộc Huế ngày xưa, mang những cái tên dài dằng dặc và văn vẻ, đại loại như "Công Tằng Tôn Nữ... Chi Chi..." chẳng hạn, thì tên của Thy An (vốn không phải là người Huế) cũng dài không kém: Hoàng thị Huyền Mỹ Thy An! Lúc nghe đến tên cô, tôi nghĩ, chắc ba má cô khi sinh ra cô mừng lắm nên mới đặt cho cô... gần hết những cái tên trên đời cho con gái rượu của mình.

Nhiều người đến với nhau là vì bề ngoài hạp nhãn, hay vì có cùng sở thích. Trường hợp của tôi thì đúng là... neither of the above! Như đã nói, bề ngoài của tôi là... trung bình về mọi phương diện, nếu không muốn nói là dưới trung bình. Còn về sở thích, Thy An "chọn" tôi trước khi cô có dịp biết tôi thích những gì. Khi đã tạm gọi là thân với nhau rồi, chúng tôi mới biết là cùng thích chuyện văn chương chữ nghĩa, thơ ca và âm nhạc. Thế là, bất cứ khi nào có dịp, chúng tôi cùng nhau nói chuyện thơ văn, hết sức tâm đầu ý hợp. Những câu chuyện tưởng như không bao giờ dứt. Những lần bên nhau lúc nào cũng là thời gian thú vị nhất cho cả hai đứa, mặc những lời bàn ra tán vào, xầm xì nọ kia của lũ trai gái quanh chúng tôi.

Một hôm, Thy An ghé nhà tôi chơi. Thật là một biến cố lớn lao. Thời ấy, con gái đến nhà con trai trước không phải là chuyện bình thường. (Tôi thì chưa đến nhà cô lần nào. Tôi thấy Thy An đã cao sang, nghĩ rằng ba má cô còn cao sang hơn nữa, chẳng bao giờ có ý dám đến chơi nhà). Chị Uyên của tôi, lần đầu thấy Thy An, cứ trố mắt lên mà nhìn, quên cả lịch sự tối thiểu mời bạn của em vào nhà. Thời may má tôi đã bước ra chào cô, vồn vã mời cô vào. Nói là "mời vào", chứ thực tình ra Thy An chỉ bước lại cái xích đu ngoài hiên nhà tôi và khép nép ngồi xuống. Còn tôi, nửa vui mừng, nửa mắc cở, cũng ké né ngồi xuống bên cạnh cô bạn gái mới, còn rất cẩn thận giữ một khoảng cách... an toàn giữa hai đứa.

Khi Thy An đã ra về, chị Uyên khều tay tôi:

"Thịnh, con nhỏ này đẹp mê hồn! Ăn nói lại dễ thương nữa. Em phải "cua" nó thôi!"

Tôi cười đến chảy nước mắt:

"Thì cổ đã tới nhà chơi rồi, em còn cua nữa làm gì?"

Tất nhiên là Thy An đẹp, nhưng còn cái mục "ăn nói dễ thương" thì tôi không bảo đảm. Với má và chị của tôi, làm sao mà cô không thận trọng lời ăn tiếng nói cho được. Thật ra, Thy An ăn nói khá kiêu kỳ. Ai sẵn không ưa cô ắt sẽ càng không ưa nữa. Có khác chăng là khi nói chuyện với tôi, cô không có kiểu ăn nói đó. Thy An trước và sau khi quen tôi thật là một trời một vực, chứ không thì tôi cũng khó xử.

Mùa hè qua nhanh. Những lần đi họp, những hôm đi lao động cũng qua như một giấc ngủ trưa ngắn ngủi. Hết hè, cả Thy An lẫn tôi đều có một thay đổi lớn. Tôi vào học khoa tiếng Anh của trường Cao Đẳng Sư Phạm, còn Thy An sẽ bắt đầu chương trình Trung Học Sư

Phạm ở Tuy Hoà, cách Nha Trang của chúng tôi hơn trăm cây số. Như vậy sẽ buồn lắm lắm, vì chúng tôi sẽ phải tạm xa nhau trong hai năm tới. Chắc lâu lâu Thy An mới về thăm nhà một lần. Mùa hè cuối cùng bên nhau đó, hai đứa thường đạp xe sóng đôi với nhau, đi qua những con đường nhỏ có nhiều cây phượng vỹ đang trổ hoa đỏ thắm. Tiếng ve sầu kêu râm ran từ những tàng cây nghe buồn nẫu ruột. Hai đứa dường như nói ít đi, trầm tư đạp từng vòng xe, bâng khuâng nghĩ đến những gì đang chờ đón trước mặt, và những gì sắp bỏ lại sau lưng.

Niên học bắt đầu. Cả hai chúng tôi cùng bận rộn với trường lớp mới, mãi đến mấy tuần sau mới bắt đầu liên lạc thư từ với nhau. Thời đó, những năm 80 của thế kỷ trước, làm gì có phone tay, Facetime hay texting, cho nên chúng tôi chỉ gởi cho nhau những tờ thư học trò. Thư của Thy An viết bằng mực tím (Thuở đó, tôi phải đi lục lọi khắp những hàng sách cũ để tìm mua tặng cho cô những tác phẩm một thời làm rung động tuổi mới lớn của Nhã Ca như *Hiền Như Mực Tím, Bước Khẽ Tới Người Thương, Bầy Phượng Vỹ Khác Thường...*). Còn tôi thường nắn nót làm những tấm thiệp bằng tay; nét vẽ, nét bút vụng về, nhưng chất chứa đầy những cảm xúc nồng nàn của người gởi.

Tôi học ngoại trú, vì từ nhà đến trường chỉ đi bộ qua mấy con đường là tới nơi. Trường tôi bên hông là bờ biển, nhìn ra đại dương xanh ngăn ngắt, gió từ khơi xa thổi vào mát rười rượi. Thy An vào nội trú, sống xa nhà. Tôi chưa biết được trường lớp của cô ra sao. Trong một lá thư cô viết, lời lẽ chợt văn hoa lạ thường, viết cho tôi mà như viết cho ai khác, *Mỗi buổi sáng Chủ Nhật, nội trú im lìm. Lũ bạn thường rủ nhau ra phố chơi cả. Em không đi đâu. Chỉ loanh quanh trong bốn bức tường mênh mông, trong khu vườn vắng lặng. Nghĩ đến ông. Nghĩ đến những lúc ông và em nói với nhau những lời bâng quơ, thế mà cũng cùng nhau phá ra cười rũ rượi. Trong không gian tĩnh mịch của khu nội trú, em như nghe rõ tiếng cười của ông, tiếng cười của em, âm thanh của một thời vừa mới qua thôi, mà nghe như từ thuở xa xưa nào vọng về...*

Ái chà chà, Thy An viết thư mà như viết văn, lại còn xưng hô thật kiểu cách nữa. Từ lá thư đó trở về sau, cô tiếp tục cách xưng hô đó, tuy lời văn không chải chuốt, cầu kỳ như trước nữa. Phần tôi, tôi vẫn thật thà như đếm, trong thư chỉ xưng tên mình và gọi tên Thy An, chẳng dám anh anh em em như nhiều cặp khác trong đám bạn bè của chúng tôi.

Có lần, cậu tôi trong Sài Gòn bị bệnh, má tôi vào để thăm cậu, rủ tôi đi theo. Lần đó, trường tôi được nghỉ lễ ba ngày nên tôi vui vẻ tháp tùng má. Tôi lớn lên ở Nha Trang, nhưng ra đời ở bệnh viện Đồn Đất trong Sài Gòn, vì má muốn sanh con ở nơi có đủ tiện nghi, ở thủ đô miền Nam ngày đó. Có lẽ vì vậy mà Sài Gòn đối với tôi có một cái gì thật gần gũi, gần như thiêng liêng. Mỗi lần xe đò đi vào Hàng Xanh, sắp tới Sài Gòn, lòng tôi lại nao nức, cảm động một cách khó tả. Lần nào cũng vậy, mỗi khi có dịp ở Sài Gòn trong một thời gian ngắn, tâm trạng tôi luôn bồi hồi lẫn vui sướng. Quanh tôi, cái gì cũng hay, cũng lạ. Những đại lộ râm mát với hai hàng cây cổ thụ. Những con người vui vẻ, phóng khoáng. Những hàng quán bán thức ăn ê hề, hấp dẫn. Nhất nhất, mọi thứ ở Sài Gòn đều khiến tôi mê tít. Bây giờ, xa Việt Nam đã mấy mươi năm, trong lòng tôi lúc nào cũng có hai quê hương để nhớ. Một là Nha Trang. Hai là Sài Gòn. Không thể chọn nơi nào bỏ nơi nào được.

Mấy người em họ, con cậu mợ tôi, rất vui tính và chiều chuộng tôi. Tôi thì nhìn họ như nhìn những thần tượng. Cách ăn mặc, sinh hoạt, cách nói chuyện của họ, với tôi, đúng là phong cách của người dân thủ đô, của Sài Gòn Đẹp Lắm, Sài Gòn Ơi, Sài Gòn Ơi!

Trong những ngày cuối tháng Tư năm ấy, gia đình tôi bỏ Nha Trang, chạy vào Sài Gòn. Cố nhiên là chúng tôi mất tất cả. Mất căn nhà trong cư xá sĩ quan mà ba đã bỏ bao nhiêu công sức, tiền bạc để trùng tu, xây thêm căn gác cho chị em tôi có chỗ ở rộng rãi. Riêng tôi thì mất hết sách báo mà tôi đã gìn giữ, chắt chiu cho đến tận những ngày cuối cùng trong căn nhà đó. Ngược lại, những cô em họ con cậu tôi, vì không phải chạy đi đâu, còn nguyên vẹn tất cả, quần áo, đồ chơi, sách vở, xe cộ, đặc biệt là các tờ tạp chí thiếu nhi mà tôi đã mất hết. Chiến tranh Việt Nam, ngày đó, đến Sài Gòn thì dừng lại, rồi kết thúc. Vì vậy, cuộc sống của gia đình cậu tôi dường như thay đổi rất ít, trừ những chủ nhân của thành phố bây giờ không còn là những người cũ nữa.

Suốt mấy ngày ở trong nhà cậu, tôi mượn những tờ tạp chí thân quen, say sưa đọc hết tờ này qua tờ khác. Cũng Tuổi Hoa, Tuổi Ngọc, cũng Thiếu Nhi, Thằng Bờm... Tôi còn nhớ một buổi sáng, đang háo hức lật những trang báo của một tờ Tuổi Ngọc, tôi chợt dừng lại ở một truyện ngắn. Tôi đọc truyện, thoạt đầu thấy một bầu không khí quen thuộc mà không hiểu vì sao. Truyện nói về một nhân vật nữ sống trong nội trú. Tới một đoạn, tôi sững sờ đọc những dòng chữ thật rõ ràng, đang bày ra trước mắt, *Mỗi buổi sáng Chủ Nhật, nội trú im lìm. Lũ bạn thường rủ nhau ra phố chơi cả. Em không đi đâu. Chỉ loanh quanh trong bốn bức tường mênh mông, trong khu vườn vắng lặng. Nghĩ đến ông. Nghĩ đến những lúc ông và em nói với nhau những lời bâng quơ, thế mà cũng cùng nhau phá ra cười rũ rượi. Trong không gian tĩnh mịch của khu nội trú, em như nghe rõ tiếng cười của ông, tiếng cười của em, âm thanh của một thời vừa mới qua thôi, mà nghe như từ thuở xa xưa nào vọng về...*

Tôi thẫn thờ gấp tờ tạp chí lại, ngồi ngẩn người ra một lát. Chi, cô em họ tôi, vai em nhưng lớn tuổi hơn tôi, đi ngang thấy tôi ngồi như ông phỗng đá, cười hỏi:

"Làm gì mà Thịnh ngồi thần ra vậy?"

Tôi hơi giật mình, nói chống chế:

"À, không có gì đâu. Thịnh đang thưởng thức mấy tờ báo của Chi đó mà. Cuốn Tuổi Ngọc mà Thịnh đang đọc đây, có một bài hồi trước Thịnh thích lắm. Bây giờ đọc lại vẫn còn thích."

Vừa nói, tôi vừa chìa tờ tạp chí cho Chi thấy. Cô cười nhẹ:

"Vậy Chi tặng Thịnh tờ này để giữ cho vui nhe!"

Chi đi khuất rồi, tôi vẫn ngồi yên đó, trong lòng lẫn lộn thật nhiều cảm xúc. Kinh ngạc. Thất vọng. Tức giận. Và... buồn tê tái. Phải một lúc sau, tôi mới tạm bình tĩnh trở lại. Ngó quanh quất để chắc rằng Chi không có ở đó, tôi bắt đầu xé trang báo có những lời thư đó ra khỏi tờ tạp chí. Tôi xé thật chậm và cẩn thận để trang báo không bị lẹm. Xong xuôi, tôi kẹp nó lại trong tờ Tuổi Ngọc, lên nhà trên để tìm Chi. Tôi hỏi xin Chi một cái phong bì, nói là cần gởi thư gấp cho một người bạn. Sau đó, tôi viết tên Thy An và địa chỉ nội trú của trường cô lên phong bì. Tôi nghĩ lúc cô nhận được thư và mở ra, chắc chắn là sẽ biết ai gởi, nên không cần phải đề tên mình. Tôi buồn rầu lấy trang báo ra, gấp làm ba rồi bỏ vào phong bì. Ngay chiều hôm đó, tôi nhờ Sơn, con trai út của cậu tôi, chở ra bưu điện thành phố, tự tay bỏ lá thư oan nghiệt vào thùng.

Tất cả những gì xảy ra sau hôm ấy chỉ là trong trí tưởng tượng của tôi, vì Thy An và tôi không bao giờ gặp lại nhau nữa. Có lẽ một ngày nào đó, tôi sẽ đóng vai Thy An, viết lại phần kế tiếp của câu chuyện này. Chuyện bắt đầu từ lúc Thy An nhận được lá thư không đề tên người gởi, nhưng tuồng chữ trên phong bì thì rất quen thuộc. Rồi lúc cô mở phong bì ra, thấy trang báo bên trong, rồi phản ứng ra sao, rồi hành động thế nào... Có thể cô sẽ khóc. Mà cũng có thể cô sẽ phá ra cười, bất cần và kênh kiệu như bản tính vốn dĩ.

Có lẽ tôi cũng nên viết một truyện ngắn khác mà cốt truyện có nhiều "alternative ending", và tôi là nhân vật chính. Trong truyện, sau khi đọc được những những lời thư trong tờ Tuổi Ngọc, tôi chỉ lặng lẽ gấp tờ báo lại, trả nó về tủ sách của Chi. Tôi sẽ trở về lại Nha Trang, sống tiếp những ngày tháng cũ, đi học, đi uống cà-phê, làm thơ, đọc sách, nghe nhạc. Nhận được thư Thy An, tôi sẽ đốt đi mà không đọc. Hay nhận thư rồi vẫn trả lời như không có chuyện gì xảy ra. Hay quen được một người bạn mới, để mau quên đi người bạn cũ. Một người bạn mới không nói năng kiểu cách, không viết lách cầu kỳ, chỉ nói những gì muốn nói, bằng những ngôn từ giản dị từ trái tim, không từ sách vở.

Có người nào đã nói câu này, đại khái là, sự ân hận lớn nhất trong đời không phải là về điều mình đã làm, mà là về điều mình đã không làm. Trong trường hợp của tôi, giải pháp nào cũng làm tôi đau khổ. Nhưng, bao nhiêu năm đã trôi qua, cùng với tuổi đời chồng chất, nhiều cảm xúc trong chúng ta có lẽ cũng đã chai đá. Tình yêu. Tự ái. Niềm tin. Thy An bây giờ ra sao. Tưởng tượng một ngày, tôi về lại Nha Trang, đến ngôi nhà tôi chưa bao giờ đến. Ba má cô có còn đó không. Cô còn ở trong ngôi nhà đó không. Hay cô đã–như một lời ca của người nhạc sĩ họ Trịnh–là một "người đi vắng", *người đi vắng/về nơi bế bồng.* Nếu gặp tôi, cô có thể, bằng một giọng kiêu kỳ muôn thuở, lạnh lùng cất tiếng hỏi, *Ông là ai?*

Trần C. Trí

NGUYỄN MINH NỮU

LÊ ĐỨC LUẬN, VIẾT ĐỂ CẢM TẠ THIÊNG LIÊNG, ĐẤT NƯỚC, CON NGƯỜI

Tôi làm quen với Lê Dức Luận qua tác phẩm đầu tay của ông xuất bản năm 2025. Cuốn Người Mẹ Tìm Con do Tiếng Quê Hương xuất bản. Lúc đó, tên tuổi Lê Đức Luận tương đối còn chưa được nhiều người biết, là một tác giả mới, nhưng lại không một tác giả trẻ.

Ông sinh năm 1944 ở Tuy Hòa Phú Yên. Tốt nghiệp Đại Học Chiến Tranh Chính Trị Đà Lạt, Cử Nhân Chính Trị Học Dại học Vân Hạnh, Trước năm 1975 là Sĩ quan phục vụ trong ngành Chiến Tranh Chính Trị Quân Lực Việt Nam Cộng Hòa và nhiệm sở sau cùng là trong Ban Binh Thư Tổng cục CTCT. Sau 1975 đã chịu bảy năm tù tập trung dưới chế độ Cộng sản.

Ông đến Mỹ năm 1986, và dồn sức cho an ổn đời sống với gia đình cho đến tuổi về hưu. Theo lời tự thuật của ông thì cầm bút viết lại từ khoảng năm 2020. Tôi dùng chữ cầm bút lại vì thực ra cả một quãng đời trong chinh chiến, ông đã cầm bút nhưng để viết binh thư, viết chính trị, và cả viết báo, bây giờ thì ông viết về đời sống.

Ông không chọn văn chương học thuật mà ông chọn tâm sự chuyện đời. Thực sự con đường ông chọn là con đường thành công vì được nhiều người yêu thích. Kể cả tôi, người viết bài này.

Tại sao yêu thích?

Thứ nhất là hành văn. Những dòng chữ ông viết xuống chân chất như lời kể của một vị lão niên miền Nam, thảnh thơi bên chén trà buổi sớm mai, thong thả kể lại chuyện đời với tấm lòng bao dung nhìn chuyện đã qua nhưng dòng nước trôi xuôi, dẫu có bi thương, dẫu có ngậm ngùi và khổ đau đến mấy khi trải qua rồi cũng chỉ đọng lại như một kỷ niệm và một bài học cho chính mình.

Thứ hai là nội dung, toàn bộ những bài ông viết xuống là những thực tiễn ông đã trải qua, đã nhìn thấy và những kỷ niệm buồn vui suốt 80 năm tuổi đời mà ông gọi là ký sự chỉ thêm một chút hư câu cho tròn câu truyện.

Những truyện trải dài từ Việt Nam Cộng Hòa, qua thời Cộng Hòa xã hội chủ nghĩa Việt Nam và Hợp chủng quốc Hoa Kỳ. Những mẫu chuyện mà ai trong chúng ta cũng lõm bõm biết qua, nhưng đào sâu hiểu rõ hoàn cảnh thời thế, những mảng đời trôi dạt để rồi cảm thông, chia sẻ buồn vui với nhân vật như Lê Đức Luận thì chẳng phải ai cũng có.

Thứ ba là Ý nghĩa giữa hai dòng chữ. Truyện của Lê Đức Luận không hề rao giảng một tư tưởng đạo dức, khuyên làm lành tránh dữ. Không kể ra để nhấn mạnh hận thù, mà lặng lẽ gửi tới người đọc như một lời cảm tạ. Cảm tạ thiên liêng, Cám tạ đất nước và cảm tạ con người.

Đi sâu vào từng câu chuyện của Lê Đức Luận, người đọc nhận ra một điều: ông không viết để than thở, không viết để kết tội, cũng không viết để tô vẽ cho bất cứ lý tưởng nào. Ông viết như một cách để cảm tạ. Cảm tạ Thiêng Liêng đã gìn giữ ông qua chiến tranh, qua tù đày, qua những khúc quanh sinh tử. Cảm tạ Đất Nước: quê hương cũ đã nuôi ông lớn bằng những mùa nắng gió miền Trung, và quê hương mới đã mở vòng tay cho ông làm lại cuộc đời sau bảy năm tù ngục. Và hơn hết, ông cảm tạ Con Người:những phận đời bình dị, những tấm lòng nhỏ bé nhưng tử tế, đã đi qua đời ông và để lại trong ông niềm tin rằng nhân tính vẫn còn nguyên vẹn giữa những đổ nát của thời cuộc.

Chính mạch cảm tạ ấy làm cho văn chương của Lê Đức Luận có một độ lắng rất riêng. Ông kể chuyện như người đã đi qua bão tố, không còn muốn oán trách ai, chỉ muốn giữ lại những điều đẹp đẽ nhất của đời sống. Những trang viết của ông vì thế mà ấm áp, nhân hậu, và có sức lay động lâu bền bởi chúng không chỉ kể chuyện đời ông, mà còn nhắc người đọc nhớ lại những ơn phước âm thầm trong chính cuộc đời mình.

Năm 2026, Nhà văn Lê Đức Luận trình làng tác phẩm thứ hai NỖI LÒNG CHƯA TỎ. Tập gồm 28 truyện. Những chuyện kể gây cảm xúc rất thật với người đọc, nhất là những người bất ngờ có những đoạn đời trùng lập với ông.

Nhạc sĩ Nguyễn Đức Quang trong ca khúc Trên Đồi Arlington đã nói: *Đã bảo vết thương không nhắc nữa, mà sao nhìn sẹo vẫn bâng khuâng.* Nhà văn Lê Đức Luẫn cũng dằn vặt: *Đã bao lần tôi tự nhủ: "Hãy quên nó đi!" Nhưng rồi, tôi không thể "cài then" ký ức. Vậy là tôi viết - viết về những bi thảm của chiến tranh... Thế mới biết tư duy không phải lúc nào cũng giải tỏa được những ẩn ức tồn đọng trong tâm hồn của mỗi con người"*

Đoạn văn này trích từ truyện "Chiến tranh-Tiếng gọi căm hờn" của Lê Đức Luận. Cậu chuyện làm tôi bật khóc khi nhớ lại những ngày ba lô nón sắt trong chiến trường tây nguyên năm 1970. Và xúc động nhiều hơn khi đọc hiểu hết những chữ ông viết xuống. Ông căm hờn chiến tranh tàn phá đất nước, tàn phá tâm hồn con người. Những kẻ gieo chiến tranh là những kẻ gieo căn hơn, oan khuất.

Vẫn là phong cách điềm đạm và gần gũi, Nhà văn Lê Đức Luận thong thả kể lại những điều mắt thấy tai nghe trong suốt hơn 40 năm định cư nơi nước Mỹ. Lạ lùng là những điều ông kể, chúng ta không xa lạ vì đã thường gặp, nhưng góc nhìn của ông sâu lắng hơn, tha thiết hơn và tất nhiên xúc động hơn những thước phim mà chúng ta vẫn thấy ở đời thường.

Từ những mảnh đời rách bươm sau chiến tranh trong BUỔI CHIỀU TRÊN BÃI BIỂN NHA TRANG, hay CHIẾN TRANH TIẾNG GỌI CĂM HỜN được kể lại chua chát, đắng cay, nhưng không có hận thù, mà chỉ có xót thương và nhân hậu. Cho tới nhân vật bình thường như những Ông Già trong CHUYỆN HÚT THUỐC, CHUYỆN CHỮ NGHĨA... lời trao đổi, tranh luận nghe như rất bâng quơ, nhưng ẩn vào đó biết bao ký thác tâm tình.

Chuyện NỖI LÒNG CHƯA TỎ là một tiêu biểu, bởi vì nó không chỉ là một chuyện tình không đoạn kết, mà ở đó, chúng ta còn nghĩ rộng ra những niềm vui, nỗi buồn của kẻ lưu lạc nơi quê người chắt chiu trong lòng không biết tỏ cùng ai.

Văn chương của Lê Đức Luận không ồn ào, không biện luận, cũng không tìm cách đứng vào vị trí nào trong văn đàn. Nó lặng lẽ như chính con người ông, một người lính đã đi qua chiến tranh, tù đày, lưu lạc, và cuối cùng chọn cách cảm tạ thay vì oán trách.

Ông viết để ghi lại đời mình, nhưng cũng để nhắc chúng ta rằng giữa những biến động của lịch sử, điều còn lại sau cùng không phải là thắng hay thua, mà là tấm lòng.

Có lẽ vì vậy mà truyện của ông có sức lay động lâu bền. Nó không chỉ kể chuyện đời ông, mà còn soi rọi vào đời sống của mỗi chúng ta, để ta nhận ra những ơn phước âm thầm mà đôi khi chính mình quên mất phải biết ơn.

Nguyễn Minh Nữu

05/2026

Bìa sách Nổi Lòng Chưa Tỏ, xuất bản trong tháng 5, 2026

TM

LÊ ĐỨC LUẬN

NGẪM CHUYỆN XƯA NAY

Sau ngày 30-4-1975, nhiều người Việt Nam bỏ xứ ra đi, đa số đã xin định cư tại Hoa Kỳ theo diện tị nạn chính trị. Trong khoảng mười, mười lăm năm đầu, người Việt khi gặp nhau thường nêu một câu hỏi mà người hỏi có hai ý, còn người được hỏi cảm thấy phân vân, rồi trả lời theo một trong hai ý.

Đó là câu: "Anh chị sang đây lâu chưa ?"

Nếu người hỏi có thái độ kẻ cả, hỏi để phân biệt đẳng cấp, thì câu trả lời sẽ hờ hững, qua loa. Nếu người hỏi tỏ ra thân thiện - có ý muốn giúp đỡ đồng hương đến sau, thì câu trả lời sẽ rất chân tình.

Những người Việt Nam có mặt tại nước Mỹ trong thời gian đầu — hoặc được di tản trong những ngày Sài Gòn hấp hối, trên những chuyến bay vội vã của chiến dịch " Gió lốc - Operation Frequent Wind" — hoặc lặng lẽ xuống thuyền, rời khỏi Việt Nam, bất chấp hiểm nguy trên biển cả để tránh sự đàn áp, trả thù của chế độ mới. Rồi họ xin định cư ở Mỹ. Người ta gán cho họ cái tên "Thuyền nhân" (Boat people).

Ai cũng hiểu: Những người Việt Nam đã phải lìa bỏ quê hương sau một biến cố lớn của lịch sử — mỗi bước chân ra đi, dù bằng đường nào, cũng in dấu một mất mát không gì bù đắp được.

Nhưng có số ít người tỏ vẻ "ta đây" — kẻ đến trước, coi thường người đến sau. Nôm na là "ma cũ coi thường ma mới" — mặc dù cùng chung cảnh ngộ.

Cái tật: ai hơn mình thì ghét, ai kém mình thì khinh. Ai nổi trội hơn thì tìm cách dèm pha, ai kém cỏi thì chê bai. Điều này thường xảy ra trong sinh hoạt cộng đồng của người Việt. Cho nên, câu hỏi: "Anh chị sang đây lâu chưa?" đã làm chạnh lòng một số người.

Câu chuyện tiếu lâm sau đây làm ta suy ngẫm: " Ngoài chợ bày bán hai giỏ cua - một giỏ có nắp đậy, giỏ kia thì không. Khách hỏi lý do. Người bán cua giải thích: "Giống cua Việt Nam, con nào bò lên gần tới miệng giỏ thì bị con khác kéo xuống, chẳng có con nào bò ra khỏi giỏ được, nên không cần nắp đậy. Còn giống cua Mỹ khi bò đến miệng giỏ, không bị con khác kéo xuống, nó có thể bò ra ngoài, nên phải đậy nắp."

Những chuyện khó quên về người tị nạn Việt Nam trong bước đầu trên đất khách: lo lắng, ngẩn ngơ - như khi lạc đường chưa biết bỏ 25 cent vào cái điện thoại công cộng để gọi người nhà ra đón, cũng chẳng nói được tiếng Anh để nhờ người ta chỉ đường, cứ lòng vòng cả buổi mới tìm ra lối về nhà.

Một câu chuyện khác - mới nghe tưởng đùa, mà có thật - được một người kể lại thế này: "Hồi mới đến Mỹ, tôi thấy cái gì cũng mới lạ - đồ sộ và văn minh quá, làm mình cảm thấy như anh nhà quê lần đầu ra tỉnh. Một hôm, gặp lại chú đàn em, anh ta mừng rỡ, ôm tôi — hai bàn tay vỗ vỗ vào lưng — rồi thốt lên: "Niên trưởng! Niên trưởng!" Niên trưởng qua lâu chưa? Cử chỉ ấy làm tôi cảm động nhưng cũng khiến tôi có chút ngỡ ngàng. Bởi vì trước năm 1975, người miền Nam gặp nhau, dù thân tình, cũng chỉ tay bắt mặt mừng, ít khi "ôm nhau thắm thiết" như vậy. Sau này, ở lâu mới quen cách biểu lộ tình cảm theo kiểu Mỹ là "ôm nhau thắm thiết" — tiếng Anh gọi là "hug".

Anh ta kể tiếp: Sau ngày "đứt phim 30-4-1975", người ta gọi tôi là "thằng ngụy". Tiếng "niên trưởng" như rơi vào cõi âm, chỉ còn mơ hồ trong ký ức. Bây giờ, gặp nhau trên đất khách, chú đàn em chưa quên truyền thống Trường Mẹ — gọi tôi "niên trưởng" — làm tôi bồi hồi nhớ lại những ngày Chủ nhật dạo phố Đà Lạt: đàn em gặp đàn anh chào cái rụp, rồi chờ đàn anh mở lời, đàn em mới vui vẻ tiếp lời.

Truyền thống ấy làm cho chúng tôi tương kính nhau và giữ cho tình huynh đệ luôn tha thiết, chân tình. Mặc dù bây giờ chú ấy trông bảnh bao, hoạt bát, da dẻ hồng hào, bụng phệ... Anh ta mang dây treo quần (suspenders), trông rất sang. Hồi đó chưa có điện thoại di động (cell phone) , anh ta kẹp ở thắt lưng cái máy nhỏ bằng bộ bài tây, thỉnh thoảng phát ra tiếng bíp bíp... trông rất lạ. Tôi hỏi cái gì thế? Anh ta giải thích: Đây là cái beeper, còn gọi là pager, dùng để nhận tin nhắn. Rồi anh ta giải thích công dụng và cách dùng.

Chúng tôi đối với nhau rất chân tình - điều gì chưa biết, tôi hỏi; chú đàn em tận tình chỉ dẫn - không màu mè hay mặc cảm. Nhờ vậy, chỉ trong một thời gian ngắn, tôi đã quen với các thiết bị điện tử.

Chú cũng nói cho tôi biết cách giao tiếp với người bản xứ sao cho phải phép — trong đó có một chuyện nhớ đời — chuyện đàn bà. Chú bảo: "Người Mỹ ít khi hỏi tuổi nhau, kỵ nhất là với phụ nữ. Trong trường hợp phải nói về tuổi tác, nếu gặp bà bốn mươi, niên trưởng bảo: trông cô khoảng ba mươi — cứ cho các bà trẻ hơn mười tuổi là ăn tiền!

Tám năm cầm súng ở chiến trường, rồi tiếp theo bảy năm cầm cuốc trong các trại tập trung cải tạo của Việt Cộng; khi đến Mỹ, tôi còn trai tân (độc thân), gặp con gái cứ lúng túng như gà rù mắc tóc, nhưng nhờ "cái mánh" này, tôi cưới được vợ lớn hơn 8 tuổi - hạnh phúc như gặp được bà tiên...

Tôi nhớ ơn chú đàn em. Tôi cũng nhận ra rằng những người đến trước đã trải qua nhiều gian nan lúc ban đầu. Họ đã để lại những kinh nghiệm giúp kẻ đến sau bớt bỡ ngỡ.

Sau mười mấy năm, cuộc sống của đa số người Việt đã bước vào giai đoạn ổn định. Ngày nào, họ đến đây với hai bàn tay trắng, mang theo mấy đứa con thơ - bảy, tám tuổi. Bây giờ, có nhà cửa khang trang, con cái học hành thành đạt, các bậc cha mẹ vui mừng và có chút hãnh diện. Câu hỏi "anh chị qua đây lâu chưa?" hầu như ít ai nhắc đến.

Nhưng rồi lại nảy sinh một câu hỏi khác cũng làm chạnh lòng người. Một câu hỏi để khoe và nghe để tủi: "Con anh chị học ngành gì? Tốt nghiệp chưa?"

Người Việt mình có truyền thống hiếu học nên rất coi trọng bằng cấp và những ngành nghề được xem là "danh giá" như bác sĩ, kỹ sư... Nếu con cái mình tốt nghiệp và làm bác sĩ, kỹ sư... thì có chút hãnh diện để khoe. Những ai có con cái học hành không ra gì, nghề nghiệp không vững vàng thì cảm thấy tủi cho phước nhà.

Từ đầu thập niên 2000, cộng đồng người Việt tị nạn tại Hoa Kỳ bước vào giai đoạn năng động và phát triển mạnh mẽ. Sau nhiều năm vất vả, cần cù, lớp người tị nạn đến từ sau biến cố 1975 (tạm gọi là thế hệ thứ nhất) đã đứng vững trên vùng đất mới. Những khu phố người Việt như Little Saigon ở California hay Eden Center ở Falls Church, VA trở nên đông đúc, phồn thịnh. Báo chí, đài phát thanh, truyền hình phát triển mạnh, tạo nên đời sống văn hóa phong phú.

Đó là quãng thời gian nhiều người Việt nỗ lực xây dựng tương lai cho gia đình với nghị lực phi thường và hăng hái tham gia các hoạt động cộng đồng.

Ngày nào, những đứa trẻ năm, bảy tuổi theo cha mẹ đến miền "đất hứa" sau năm 1975, nay đã trưởng thành — học hành thành đạt và trở thành thế hệ thứ hai hội nhập vững vàng vào tầng lớp trung lưu Hoa Kỳ. Chúng tham gia sâu rộng vào đời sống Mỹ - hiện diện trong hầu hết mọi ngành nghề: bác sĩ, kỹ sư, luật sư, giáo sư, doanh nhân, viên chức chính quyền, quân đội, truyền thông và cả chính trường...Thế hệ thứ hai vừa giữ được nề nếp văn hóa Việt trong gia đình vừa thích nghi tự nhiên với xã hội Mỹ.

Đây cũng là giai đoạn thế hệ thứ nhất vừa bận rộn vừa bận tâm đến chuyện hôn nhân của con cái. Tuần nào cũng được mời đi dự đám cưới. Có những đám cưới, người dẫn chương trình "kê khai" bằng cấp, chức danh của cô dâu, chú rể, như một cách đánh bóng cho gia đình. Và trong tiệc cưới, câu hỏi thường nghe là: "Con anh chị học ngành gì? Làm việc ở đâu? Lương bổng bao nhiêu?" Nghe qua tưởng như câu hỏi thăm bình thường, nhưng lại có ẩn ý khoe khoang và cũng kín đáo dò tìm dâu hiền, rể thảo có học thức ngang với con mình.

Những người thuộc thế hệ thứ nhất hồi tưởng về lúc rời bỏ quê hương với hai bàn tay trắng — ra đi để tìm sự sống trong cái chết. Bây giờ cuộc sống trên quê hương thứ hai đã ổn định - con cái cũng yên bề gia thất; họ muốn về thăm cố hương - viếng mồ mả cha ông, thăm gặp bà con thân thích, bạn bè tri kỷ để tỏ lòng thủy chung với nguồn cội và tình yêu quê hương.

Là con người bình thường, ai cũng mong đời mình có được đôi lần sống trong sự huy hoàng như nhà thơ Xuân Diệu đã viết: "*Thà một phút huy hoàng rồi chợt tối/ Còn hơn buồn le lói suốt trăm năm.*" Và đây là dịp để một số "người Việt hải ngoại" biến ước mơ thành hiện thực. Họ muốn ngày trở về sao cho xôm tụ - được bà con đón tiếp long trọng, nên tổ chức tiệc tùng chiêu đãi tưng bừng. Tiếp theo, xây cất từ đường bề thế, rồi sửa sang mộ phần của cha ông.

Thực ra, đây là việc làm tốt, có ý nghĩa, nhưng một số người nhân cơ hội này để khoa trương, chơi trội quá lố nên đã biến thành trò cười cho thiên hạ.

Chuyện rằng: Một ông về trước sửa sang mồ mả cha ông; ông về sau cũng tu sửa mộ phần nhưng "hoành tráng" hơn — "tranh nhau lấy tiếng" nên đã xây rồi phá đi, xây lại, sao cho "hoành tráng" hơn. Và cứ thế tiếp tục tiến lên, khiến nhiều khu nghĩa trang xa trông như một khu phố thu nhỏ.

Ngoài những chuyện nêu trên, cộng thêm lối ăn mặc chảnh chọe, cách nhún vai làm dáng kiểu Mỹ và giả giọng lơ lớ như một người Mỹ mới học tiếng Việt, làm cho mấy người này không giống ai - Mỹ chả ra Mỹ. Việt chả ra Việt. Dân ta bèn đặt cho họ cái tên "áo gấm về làng".

Một dạo "áo gấm về làng" trở thành một phong trào. Các ông, các bà về nước chơi sang - tiệc tùng xôm tụ, tiêu pha vung vít...

Nhưng không phải "người Việt hải ngoại" nào cũng muốn tạo cảnh "áo gấm về làng". Có nhiều người tự trọng, tỉnh táo, nhận biết được chỗ đứng của mình trên đất khách đối với quê hương đang nghèo khó. Họ chắt chiu và âm thầm gởi tiền về cứu khổ bà con bên nhà với số tiền không ngờ: Năm 2000, lượng kiều hối gởi về Việt Nam được ước tính từ 1,3 đến 1,6 tỷ đô la và con số này tăng rất nhanh trong những năm sau đó: năm 2010 hơn 8 tỷ đô la, năm 2023 khoảng 14 tỷ đô la (1).

Mới ngày nào những con người trốn chui, trốn nhủi - rời bỏ quê hương với hai bàn tay trắng để tìm cuộc sống tự do và tương lai cho con cháu, bị mấy ông quan chức Việt Cộng tìm cách bắt bớ, giam cầm với những lời miệt thị: "Bọn phản quốc, bọn cặn bã xã hội, bọn ôm chân đế quốc ..." Nhưng rồi đồng đô la đã làm cho quan chức Việt Cộng đổi giọng - gọi họ là "Việt kiều yêu nước"; một tiếng khác có vẻ bình dân nhưng tha thiết và rất mùi là: "khúc ruột ngàn dặm"- làm người ta cứ tưởng có đô la lận lưng là trở thành người yêu nước.

Nhưng sự đời như đóa phù dung - sớm nở tối tàn - "áo gấm" đã phai màu; "khúc ruột dư ngàn dặm" cũng không còn bốc mùi. Bởi vì từ ngày Mỹ dỡ bỏ cấm vận và chạy theo kinh tế thị trường (có thêm cái đuôi: "định hướng Xã hội Chủ nghĩa"), mấy ông quan Việt Cộng ăn nên làm ra nhờ những đồng tiền hối lộ và tham nhũng... thì những bữa tiệc chiêu đãi hay vòi vĩnh vài ba trăm đô la bồi dưỡng cán bộ còn có ra chi - coi như chuyện nhỏ. Các ông bà "Việt kiều" không còn được trọng vọng, xênh xang áo gấm về làng như trước. Dân ta kháo nhau: Bây giờ "Việt cộng ngon hơn Việt kiều" (chỗ này phải giải thích cho rõ: Việt cộng là những đảng viên cộng sản có quyền thế và giàu sụ. Còn dân ta là những người không phải Việt cộng, cũng chẳng phải Việt kiều, nên bàng quan đưa ra nhận xét như thế) làm mấy ông bà "Việt kiều" cảm thấy mất hứng, mất oai...

Sự đời lắm nỗi oái oăm. Chuyện vui buồn trong cuộc đời tị nạn kể hoài không dứt. Khi "Áo gấm về làng", "ruột dư ngàn dặm" trở thành chuyện đời xưa, thì xuất hiện những ông già "Việt kiều" nham nhở — dân ta gọi là "già dịch". Ngôn ngữ Việt có thêm một tiếng mới.

Ngày xưa, dân Bắc Kỳ có tiếng "già chơi trống bỏi" để cười cợt, châm biếm những ông già thích ăn diện, đua đòi, tán tỉnh, yêu đương nhăn nhít, ham vui như thanh niên. "Già chơi trống bỏi" gần giống nghĩa của chữ "già dịch" bây giờ. Nhưng tiếng "già dịch" còn ẩn chứa sự miệt thị đối với những ông già "Việt kiều" vô liêm sỉ về nước ăn chơi đàn đúm trên nỗi khổ đau của những đứa trẻ đáng tuổi con cháu mình - những đứa trẻ đã chịu đựng biết bao tủi nhục vì miếng cơm manh áo dưới một chế độ không nhìn thấy tương lai.

Qua rồi những chuyện buồn vui trong đời tị nạn. Những người Việt Nam thuộc thế hệ thứ nhất đến Hoa Kỳ sau năm 1975, bây giờ đang bước vào tuổi bảy mươi, tám mươi. Khi gặp nhau, họ đặt những câu hỏi rất thực tế, chân tình. Hỏi để biết, biết để áp dụng hay đề phòng, không còn ẩn ý khoe khoang nữa.

Qua rồi những ngày tháng trần ai, tủi nhục dưới chế độ cộng sản; qua rồi những ngày tháng làm việc cần cù và chắt chiu tiền bạc để nuôi con ăn học. Bây giờ họ sống ung dung và hạnh phúc khi nhìn thấy tương lai tươi sáng đang rộng mở cho thế hệ con cháu của mình trên đất nước Hoa Kỳ.

Dù vậy, những người tị nạn thuộc thế hệ đầu tiên vẫn còn canh cánh bên lòng với quê hương Việt Nam ở bên kia bờ Thái Bình Dương. Một cụ tám mươi tâm sự: Tôi đã chọn nước Mỹ làm quê hương thứ hai, nhưng lòng tôi vẫn cứ cho là đất khách. Tôi mang quốc tịch Mỹ, nhưng cảm thấy chỉ là "Mỹ giấy"

Ôi! Quê hương Việt Nam vẫn còn đau đáu trong lòng người viễn xứ.

Lê Đức Luận

(Tháng 6-2026)

(1) Nguồn: World Bank và Statista.

PHẠM CAO HOÀNG

Ngày Tôi Xa Đức Trọng

Rồi đến lúc tôi giã từ Đức Trọng
dù rát buồn nhưng vẫn phải chia tay
duyên đã hết thì làm sao giữ được?
chút tình tôi xin gửi lại nơi này.

Xe chầm chậm đi qua con phố nhỏ
phi trường Liên Khương lùi lại sau lưng
tiếng thác đổ như một lời tiễn biệt
hợp và tan là chuyện của vô thường

Xe chầm chậm lên đèo, chiều xuống thấp
vẫy tay chào một lần cuối, rồi thôi
và nơi ấy bây giờ là chốn cũ
là xa xăm mù mịt một phương trời.

Giã biệt nhé, đất và người Đức Trọng
khi ra đi lòng tôi quá ngậm ngùi
giã biệt nhé, những ước mơ dang dở
tôi trở về thu xếp lại đời tôi. ■

(Viết dở dang năm 1997. Bổ sung và hoàn tất tháng 5.2026)

LÊ CHIỀU GIANG

TRÊN NÓC NHÀ NĂM CŨ

Ta ngồi một mình
Trên nóc nhà. Buổi sáng
Trước ngày bỏ đi
Khói thuốc tan trong mây
Rượu.
Đổ đầy máng xối

Ta hét.
Ta la.
Khô quắt phổi
Ta đứng rất cao không với tới
Những hồn ma trôi nổi
Lãng đãng
Vật vờ bay

Nhưng ta nghe ra rõ tiếng người
Ta nghe ra
Lời xưa to nhỏ

Ném hết nhang tàn
Tung toé trời xanh
Ta hát như điên trong cơn
Đồng thiếp. ■

(Trích " Thơ của ba người ")

TRẦN VẤN LỆ

LẠY TRỜI MƯA XUỐNG LẤY NƯỚC TÔI UỐNG

không có gì là không phải thơ!
"Trời đang nắng nóng, ước gì mưa"
Một câu cầu nguyện không nhang khói!t
Một ước mơ không có bệ thờ!

Tôi nói bạn tôi: "Mày có Chúa
nên mày mơ ước có nơi xin,
phần tao thì chẳng đâu ngồi tựa,
mày được, chia tao nhé chút tình!".

Bạn cười... "Tao chỉ mong, mong ước
chớ chắc gì mà sắp có mưa?
Mày với tao cùng binh lính cũ
đã chan hoà biết mấy ngày xưa..."

Hai đứa chúng tôi đều cựu lính
đã già nua áo hết đeo lon
chia từng củ sắn sau tàn cuộc
giờ sắp chia thêm cái mỏi mòn!

*

Bạn tôi có Đạo, tôi không Đạo
mà lại cùng thờ cái viễn vông!
Trời nắng hay mưa nằm ở lịch
Thơ thì nằm ở cái mơ mong...

Tôi mong lát nữa mưa như giặc
Hai đứa bỗng là hai bé con:
Hồi nhỏ... tan trường chơi với nước
Tàn đời thấm thía cái... tha hương! ■

PHƯƠNG TẤN

MẸ, MƯỜI BA HẠNH ĐẦU ĐÀ

Mẹ ơi,

Hôm nay con ngồi đọc Mười Ba Hạnh Đầu Đà – pháp tu của ngài Đại Ca Diếp là đại đệ tử của Đức Phật Thích Ca - con nghĩ ngay về Mẹ. Nghĩ về những năm tháng chiến tranh, nghèo đói triền miên, ngủ bụi ngủ bờ, nay đây mai đó, chạy loạn khắp nơi, cướp giật tứ bề, tên bay đạn lạc, chồng theo "cách mạng" biền biệt bao năm. Mình Mẹ chăm bón, bầy con 4 đứa, ngày ngày qua tháng, tháng tháng qua năm, qua cả đời Mẹ. Mẹ ơi!

1.
Áo quần tơi tả
Vải vá đâu ra
Một y không có
Nói gì ba y.

2.
Đồng bào đói meo
Bụng rỗng cồn cào
Cơm rau tí tẹo
Chan đầy nỗi đau.

3.
Không tiền có bạc
Bạc nước bạc non
Phúc phần phờ phạc
Giữ bạc nuôi con.

4.
Nay ở gốc cây
Mai ở nghĩa địa
Ngồi ngủ đắp mây
Độc cư giữa trời.

5.
Chén mẻ đời nhạt
Lấy gì bình bát
Bao năm khao khát
Chăm con thành người.

6.
Cội phước lắt lay
Tuột tay là chết
Cuốc bẫm cày sâu
Giấu sầu ai hay.

7.
Mẹ là chiếc võng
Đưa suốt bầy con
Lưng khòm Mẹ cõng
Oằn mình qua sông.

8.
Lết lê giữa trời
Một đời tĩnh lặng
Nghĩa nặng tình sâu
Mình vẫn là mình.

9.
Phúc lộc là Mẹ
Tâm nở dạ tươi
Dẫu đời quạnh quẽ
Lành thay, tiếng cười.

10.
Lạy Mẹ! Mẹ yêu! ■

(*) Mười Ba Hạnh Đầu Đà: 1.Y phục làm bằng những mảnh vải rách. 2. Chỉ dùng ba y. 3. Khất thực mà ăn. 4. Chỉ một bữa vào giờ trưa. 5. Không ăn quá no. 6. Không giữ tiền bạc. 7. Sống độc cư. 8. Sống trong nghĩa địa. 9. Sống dưới gốc cây. 10. Sống ngoài trời . 11. Không ở cố định, thường du hành. 12. Ngồi ngủ, không nằm ngủ. 13. Chỉ dùng bình bát.

QUY HỒNG

KHÁC BIỆT

HOA
Tôi ẩn nơi này trong sương giá
Nắng lên trong vắt ủ men đài
Từng cánh bung, tôi chào đất mới
Hương đà thơm từ mỗi sớm mai

LÁ
Tôi vốn hồn nhiên cùng nhân ái
Thương bàn tay chăm tưới đời cây
Có ai ngồi đếm thời thơ dại
Vàng úa thôi xanh tặng tháng ngày

ĐÁ
Đã biết từ xưa không trụ mãi
Núi cao lăn xuống một đôi bờ
Ngẩng lên không thấy đâu nguồn cội
Đừng khắc vào tôi chữ một mai

SUỐI

1. Réo rắt từ trên nguồn bát ngát
   Nhạc trời ai khẩy những cung tơ
   Người vui cất tiếng theo tôi hát
   Ai kẻ trầm ngâm bảo suối mơ

2. Réo rắt từ khi nguồn gửi xuống
   Tôi gieo mình để chọn trong veo
   Mang những cầu vồng soi ước muốn
   Soi cả dòng trôi khuất dãy đèo

SÔNG

Lặng lờ tôi uốn quanh hồn đất
Nghe những buồn vui những hợp tan
Những con diều biếc đem chơn chất
Bay tới phù hoa gặp trễ tràng

BIỂN

Cuồn cuộn đưa như là tình lơi
Bao nhiêu con sóng đẩy thuyền trôi
Chẳng biết nơi nao bờ hay bến
Tôi của triệu năm sống triệu đời ■

Canberra, 23-5, 2026

TRẦN THANH NGỌC

LỜI KHẤN NGUYỆN Ở LÀNG PHONG

(Kính tặng Những vị Nữ tu đã dâng hiến cả cuộc đời, âm thầm chăm lo săn sóc bệnh nhân phong cùi trên khắp mọi miền đất nước)

Năm tháng qua đi, nhưng còn sống mãi
Tấm lòng nhân-ái của các Dì Sơ
với ước mong được chăm sóc bệnh nhân cùi
Ngày lẫn đêm sống trong buồn tủi

Ai băng bó những bàn chân lở lói?
Ai sáng chiều rửa gội lóng tay cùn?
Họ làm việc âm thầm trong bóng tối
Không cần đời biết tuổi hay tên

Bà Sơ ở làng phong Di Linh (1)
Bao năm xuyên suối băng rừng tìm người mắc bệnh
họ thường khi bị bản làng xa lánh
Bà đem về săn sóc chăm nom

Tình thương đó hoà cùng sóng biển Qui Nhơn (2)
Lan theo gió trên ruộng đồng Bến Sắn (3)
Những nữ tu với tâm hồn thánh thiện
Xem làng phong như nhà nguyện giáo- đường.

Lắng nghe tâm tình, an ủi bệnh nhân
qua ánh mắt yêu thương, qua từng câu nói
Niềm vui là đem nắng ấm cho người
Và mong ước sao cho đời bớt khổ

Biết phải gặp trăm ngàn gian khó
nhưng vẫn đi, đi đến cuối con đường
Những nữ tu với đôi bàn tay nhỏ
đã cắm vạn đoá hoa hồng trên đại lộ tình thương ■

(1) Làng phong Di Linh - Lâm Đồng
(2) Trại phong cùi Qui hoà - Qui Nhơn
(3) Trại phong cùi Bến Sắn

LÊ MINH HIỀN

CƠN MƯA KHUYA RỤNG XUỐNG ĐỜI NHAU

Nửa khuya đẩy cửa bước ra
qua màu vàng vọt của chiếc bóng đèn điện tròn trước sân nhà trước mắt...
một cơn mưa đang ghé về tự lúc nào không hay, thật lạ, thật lỡ làng
lỡ làng vì xuân ra đi đã xa lơ lắc
và mùa đang thời phượng tím trên những con đường;
anh gặp mưa như gặp lại một người bạn thân không mong trong lúc này làm anh thật bất ngờ
vì ở một nơi xứ xa tha phương quá nhiều năm đến nỗi đã nên cố quận này, một nơi đã từng là một vùng đất bao la hoang mạc, thì những cơn mưa vẫn hiếm hoi làm sao dẫu những lúc giữa mùa đông đâu như quê hương bên kia nghìn trùng khơi xa:
nơi cái lạnh đầu mùa còn chưa về đã mưa từ thuở đất trời đang độ vào thu
đến khi đón xuân rồi mưa mãi còn dai dẳng mưa
nên anh ngỡ ngàng khôn cùng làm sao
còn là vì anh rất thích mưa
(mưa với anh dần dà ngày qua tháng lại đã như một người thân quen chưa hề phản trắc, một tình tự an yên luôn cứu rỗi đời anh có quá chừng bao lần gập ghềnh, phiền muộn)
anh hay lẩn thẩn tự hỏi đêm không màu?
hay đêm có màu đen?
nhưng đêm nào cũng đứt khúc âm u
vì những cơn chiêm bao ác mộng

Cố quận đã xa mù
thì mong chi một mai ngày trở về

thì xem như tùy duyên yên lòng xin nhận nơi này làm quê hương
đời vẫn dài hơn gì một cơn mê
ngoảnh lại nghe lòng chạnh lòng
(người đi người còn... sớm hay muộn! một phận đời rồi cuối cùng cũng về cõi thiên thu như từng con người ngồi chờ trên chiếc ghế sắt bên trạm xe bus, ai đến trước thì bước lên chuyến xe ngang qua sớm nhất đi về hướng cõi viễn miên)
có khi cúi đầu anh tạm thời dừng lại lặng nghe chừng đâu đây:
một thời tuổi thơ
một thời vào đời
một thời ngu ngơ
một thời hạnh phúc
một thời cô quạnh
tháng ngày ngơ ngác
trăm năm cô đơn
thời gian nhuộm trắng những sợi tóc còn lại đã tơ anh hay ngoảnh đầu nhìn lại
bao nhiêu thời khắc mang mang
của một cõi người ta
trong khi những giọt mưa vẫn đang thầm thì rụng xuống đời nhau cả giữa em và anh
(vẫn vừa thầm thì vừa lạnh lùng như tự thuở hồng hoang)
hai cõi.... người ta* khởi sự
và kết thúc đi qua
bao xuân non hạ vàng thu rơi đông ngâu
anh bây giờ đang chiều xuống đời, đang an nhiên cùng mưa về sẽ có vài giọt đang rụng xuống lăn dài đọng lại long lanh trên cánh lá hoàng hoa mờ sáng nay
và em...chắc cũng đã từ lâu sớm qua một thời xuân xanh ngồn ngộn mắt liếc tiếu diện liêu trai đang ngồi bên song hong tóc nhìn cầu vồng sau cơn mưa vội khi chiều vàng xuống dần còn lóng lánh ánh tà huy ■

(1:03 lúc bắt gặp cơn mưa khuya)
Stanton, California Apr. 27th – May 5th, 2026
Viết từ lúc cơn trầm cảm kinh hoàng trở lại rồi đi qua...)
**người ta: có khi để gọi ngôi thứ 2, có khi tự xưng của ngôi thứ 1*
(Bản mới nhất thôi xao xong at 5:52 mờ sáng June 01st, 2026)

NGUYỄN HOÀN NGUYÊN

Qua Mùa Vu Lan

chiều nghiêng
chới với tà huy
khép dài đuôi mắt
an thùy
đêm thô

cheo leo
giẫm mảnh hư vô
sắc nhọn
ứa mật
cam lồ hồng hoang

chân dừng bước
tay chẳng dang
nhận gì?
đá thức
giữa ngàn tự thân

gập ghềnh cung bậc
vọng chân
hoa mùa khổ đế
huyền ân hôm nào

em. mùa thu
có hư hao?
mưa tinh khiết
đã nhuốm màu thực hư ■

NGUYỄN ĐỨC NAM

CÔNG CHÚA NGỦ TRONG RỪNG

Tôi rất sợ khi nhìn em ngủ,
Mi mắt khép như rừng tối không lời.
Ngoài khung cửa, đêm đứng yên nghe gió,
Một chiếc lá rơi cũng đủ lạnh đời.

Em nằm đó, dịu dàng như cổ tích,
Mái tóc mềm phủ kín một mùa thu.
Tôi chợt nghĩ: nếu thời gian ngừng lại,
Liệu môi em còn giữ được sương mù?

Có những giấc ngủ sâu hơn bóng tối,
Không mộng mị nào gọi nổi bình minh.
Tôi cúi xuống nghe nhịp tim rất khẽ,
Mà hoang mang như đứng trước lặng thinh.

Tôi rất sợ khi nhìn em ngủ,
Sợ một ngày tay chẳng chạm tay nhau.
Như công chúa ngủ quên trong rừng vắng,
Người ở lại già đi giữa canh thâu.

Nên tôi gọi tên em bằng hơi thở,
Bằng nỗi buồn run nhẹ phía vai gầy.
Chỉ mong giấc ngủ này là tạm bợ,
Để mắt em còn mở giữa đời này. ■

TRẦN THANH QUANG

VỚI MẸ & CHA

(Để tưởng nhớ những người Cha và Mẹ nhân ngày Mother's Day & Father's Day)

Cha chịu bao nhục nhằn
truyền cho con ý chí
Cha hứng cạn đắng cay
cho con lòng trắc ẩn
Cha nhận đầy gió mưa
cho con thêm sức mạnh
Cha gieo những nụ cười
dạy con lòng vị tha
Cha hiên ngang đứng thẳng
dạy con biết làm người

Khi con khóc chào đời
Cha trong tù "cải tạo"
những lao đao vất vả
rụng vai gầy Mẹ yêu

và chúng con lớn lên
giữa gai nhọn cuộc đời
bao tháng ngày mòn mỏi
Mẹ không một nụ cười

mây chiều trôi xám ngắt
Cha lết từng bước về
Mẹ thân gầy khóc nấc
lịm ngất vào cơn mê. ■

Boston tháng 6/26

HOÀNG HOA THƯƠNG

BÊN TÊ LÀ MỘNG

Mây theo khung trời rộng
Đừng nặng lòng chi mưa
Tôi bây giờ một nửa
Cũng chỉ là ngóng trông

Ai chờ ai cuối sông
Mà lòng nghe sóng vỗ
Người đi ngày biển nhớ
Sao đau suốt đường về

Chiều nay bên nương quê
Một đời không chút nắng
Chim bay vào lòng vắng
Còn ai cùng em vui

Tưởng chừng mây cuối đồi
Như rừng cây im gió
Trăng đêm nay vào ngõ
Cứ ngỡ bóng ai qua

Thôi tôi không chờ nữa
Bên ni sương cuối ngày
Tan vào chiều nắng lạ
Cùng chặn đường phôi pha ■

M.H.HOÀI LINH PHƯƠNG

TẠ TỘI VỚI TIỀN NHÂN

Ta chưa tròn nợ nước non
Ngậm trong nước mắt nỗi hờn lưu vong
Nghìn trang sử quý nằm lòng
Viêt Nam một dãi non sông kiêu hùng

Tiền nhân dựng mái nhà chung
Qua bao gìn giữ trên dòng oan khiên
Quê hương rách nát triền miên
Sao ta bỏ lại nắng hiền, thềm xưa?...

Dù trong ký ức... dù mơ..
Quê hương ta đó, vẫn là... Việt-Nam...■

Washington D.C tháng 11/2022

CAO NGUYÊN

CON ĐƯỜNG ĐANG CONG CONG

con đường đang cong cong
bóng em bóng mình đang song song
ve sầu ve ve ve ■

ĐỖ T. CÔNG

Quan San Mấy Dặm Trường Ta Cũng Về

Ta về chẳng biết về đâu
mưa giăng đầu ngõ hồn sâu dấu đời
bước này cho người cho ta
bước kia cho hết tình xa mất rồi

Ta về ừ cũng về thôi
những dòng sông cũng nổi trôi phận người
qua cầu bóng ngã theo cầu
đong đưa mấy nhịp lòng sầu mấy nơi

Ta về rót chén ly bôi
uống vầng trăng khuyết uống tôi một mình
uống ngày mưa uống đêm đông
uống xong một kiếp bận lòng nhau chi

Ta về người đã bỏ đi
giọt dài giọt ngắn còn gì nữa đâu
những chia ly cũng quay lưng
những bi ai cũng rưng rưng lệ buồn

Ta về vĩnh biệt bể dâu
chén thù chén tạc chén sầu chén đau
trăm năm này có kiếp sau
cố nhân xin hẹn hò nhau một lần

Ta về nhớ tiếng chuông chùa
nhớ ga xép nhỏ nhớ hiu quạnh dài
bóng chim rớt tiếng còi qua
quan san mấy dặm trường ta cũng về ■

NGUYỄN AN BÌNH

Buổi Chiều Trên Đồi Thông

Chiều rơi trên đồi thông
Thầm thì lời gió hát
Con dốc đời đợi mong
Giữa thung xanh bát ngát.

Mây cuối trời về đâu
Sương giăng mờ đồi vắng
Núi xanh cũng bạc đầu
Giữa ngàn lau hiu quạnh.

Lá chao đi rất nhẹ
Khẽ chạm vào trái tim
Làn khói nào sưởi ấm
Khoảnh khắc đời bình yên.

Phấn thông vàng ngai ngái
Lẩn khuất trong nương chiều
Đà Lạt miền sương khói
Trôi phận người đìu hiu.

Màu dã quỳ nở muộn
Nhuộm vàng cả đường quen
Chợt thấy lòng xao động
Nghe hương tình lên men.

Những ngày mưa Đà Lạt
Thông nói gì cùng tôi
Những chiều mưa Đà Lạt
Ai còn nhớ môi người. ■

**Nhớ những ngày lang thang ở Đà Lạt*

THÁI TÚ HẠP

LÒNG MẸ

"Dòng sông đó mang tôi vào lịch sử
Mẹ Việt Nam mang dấu đạn đau thương
Tháng năm buồn trôi qua bằng đau đớn
Trong cô đơn chờ đợi nỗi chán chường

Mẹ u hoài vì đàn con đôi ngã
Chiều chiến tranh âm ỉ cháy trong tim
Những mùa đông lửa tàn trong mái lá
Giọng ru sầu hiu hắt nỗi oan khiên

Mẹ ngóng hoàng hôn cửa mòn mỏi đợi
Ngọn đèn khuya soi vách lá quạnh hiu
Mẹ nhớ thương con trời Nam bể Bắc
Chờ tin vui từ sớm nắng mưa chiều

Lòng mẹ khóc từng đêm theo tiếng súng
Nhìn non sông ngun ngút lửa tang thương
Ôi giòng máu quê hương cuồn cuộn chảy
Trong thịt da trong cơ thể điều tàn ■

TRẦN ĐÌNH SƠN CƯỚC

ĐI GẦN HẾT BIỂN...

"nếu đi hết biển
Lại gặp làng ta..." (1)

Đã qua mấy đại dương xa
Đi gần hết biển vẫn chưa gặp làng
Tôi ngồi trên đất Phù Tang *(2)*
Tưởng mình sắp chạm đất làng quê cha
Gió mưa che khuất lệ nhòa
Đi gần hết biển quê nhà vẫn xa...

Vì chăng ngăn ngại trong ta
Giấc mơ HÒA GIẢI ***"chỉ là mơ qua"*** *(3)*
Cứ đi, đi hết biển sầu
Sóng xô, sóng đẩy hồn quy quê làng... ■
(4/2026)

(1) Phỏng theo ý nhà đạo diễn Trần Văn Thủy
(2) Nhật Bản
(3) Lời trong nhạc phẩm "Bên Cầu Biên Giới" của nhạc sĩ Phạm Duy

VĂNHỌC

TRIỀU HOA ĐẠI

TRÒ CHUYỆN CÙNG NHÀ THƠ & DỊCH GIẢ THIẾU KHANH - NGƯỜI MIỆT MÀI THỦY CHUNG CÙNG CHỮ NGHĨA.

Triều Hoa Đại

Thiếu Khanh

(đối thoại văn học do Triều Hoa Đại thực hiện)

Nhà thơ và cũng là dịch giả của nhiều tác phẩm nổi tiếng mà mọi người đã biết, chúng tôi rất vui mừng được tiếp xúc, chuyện trò cùng ông hôm nay, đó là: THIẾU KHANH, một người đã sống và "lăn lộn" ở trường văn, trận bút trên sáu mươi năm (60) có lẻ. Nhớ lại ngày ấy, một ngày đã xa, đã lùi khuất theo bóng nắng của thời gian, những bài thơ hay của ông mà chúng tôi đã được đọc ở tạp chí Thời Nay, và những bài thơ tình tôi viết cho Thu mối tình đầu cất dấu cũng thường xuyên xuất hiện ở tạp chí này lúc đó người phụ trách trang văn học là nhà thơ Hoài Thương anh vợ của thi sĩ Phạm Thiên Thư.

Thế rồi, bẵng đi một thời gian xa khuất lạc mất nhau và giờ đây cũng nhờ vào cái duyên của chữ nghĩa chúng tôi lại được gặp nhau qua những dòng chữ này.

Để bắt đầu cho câu chuyện xin dịch giả & nhà thơ Thiếu Khanh giới thiệu đôi chút về thân thế cũng như sự nghiệp của anh.

Thiếu Khanh: Thưa anh Triều Hoa Đại. Cám ơn anh và tạp chí Ngôn Ngữ đã có nhã ý dành cho hai chúng ta cuộc trò chuyện này. Nhưng nói về "thân thế và sự nghiệp" thì nghe lớn lao quá. Thực ra tôi chưa làm được điều gì đặc biệt hay đáng kể để khoe với anh. Cho đến nay, có lẽ điều tôi có được nhiều nhất là... số tuổi. Tôi tuổi Nhâm Ngọ (1942), nhưng hồi nhỏ ở nhà quê loạn lạc trẻ con đi học trễ nên làm giấy Thế vì khai sanh ghi sụt một tuổi, 1943, để thi vào trường công lập. Quê tôi là Làng Bình Thạnh (có tên cổ thường gọi là La Gàn – có lẽ phiên âm của một từ gì đó tiếng Chiêm Thành chăng?) huyện Tuy Phong, tỉnh Bình Thuận cũ. Hiện nay tuy có hộ khẩu thường trú ở Quận 1, Sài Gòn, song gia đình tôi đang có một ngôi nhà nhỏ, tạm trú tại huyện Hóc Môn, vùng đất lịch sử của 18 Thôn Vườn Trầu xưa.

Không kể *Khơi Dòng*, tập thơ in chung của ba tác giả: Thiếu Khanh, Thu Lâm và Nguyễn Thị Sinh, tại Canada năm 1968, tôi có in riêng được hai tập thơ, cách nhau gần 50 năm. Tác phẩm đầu tiên là *Trong Cơn Thao Thức* (nxb Da Vàng, Đà Nẵng, 1971), và tác phẩm thứ hai, *Tình Ca Thiếu Khanh* (nxb Nhân Ảnh, Hoa Kỳ, 2020.)

Tôi có in được hai tập thơ, cách nhau gần 50 năm. Tập thơ đầu tiên là Trong Cơn Thao Thức (nxb Da Vàng, Đà Nẵng, 1971), và tác phẩm thứ hai, Tình Ca Thiếu Khanh (nxb Nhân Ảnh, Hoa Kỳ, 2020.)

Tôi cũng có dịch được một số tác phẩm thuộc nhiều thể loại từ tiếng Việt sang tiếng Anh và ngược lại, trong đó gồm thi phẩm của một số nhà thơ, và các tác phẩm *fiction* và *non-fiction,* cho một số nhà xuất bản trong nước. (Riêng với Công ty truyền thông Nhã Nam là nhiều nhứt, với 10 tựa sách).

Ngoài ra, tôi có soạn một cuốn Từ Điển Cụm Từ Việt Anh (Vietnamese – English Phrase Dictionary) do nxb Trẻ xuất bản và giữ bản quyền (2005), và hiện nay sắp xong một cuốn Từ điển khác, Từ Điển Phiên Dịch Việt Anh – Vietnamese-English Translating Dictionary.

Triều Hoa Đại: *Theo tôi biết, trước khi là một dịch giả anh là một nhà thơ. Có người nói: "Thi sĩ là người quan sát thời gian, chiêm nghiệm bản ngã, đối thoại với đời và chính mình." Theo anh điều đó có đúng không? Anh có ý kiến gì để bổ túc?*

TK: Thưa anh, dường như lời phát biểu trên thường được cho là của nhà thơ Nguyễn Duy trong nước, nhân ông đàm luận với bằng hữu trong những cuộc trà dư tửu hậu, và được bộc lộ nhiều trong tập thơ "Về" (1989) của tác giả. Không biết có phải không. Lời phát biểu của ông (nếu đúng vậy) là những nhận thức cá nhân của một thi sĩ đóng góp thêm vào lãnh vực này: xác định vai trò và trách nhiệm của thi sĩ trong cuộc sống. Vì từ hàng ngàn năm nay, sự hiện hữu của các thi sĩ và vai trò của họ đã được rất nhiều nhà tư tưởng, văn nhân, thi sĩ nổi tiếng trên khắp thế giới nhận định hoặc định nghĩa rất khác nhau.

Cách nay gần một thế kỷ, vào khoảng đầu những năm 1930, thời kỳ Tự Lực Văn Đoàn ở nước ta ra đời, nhà thơ Xuân Diệu đã "định nghĩa": *"Là thi sĩ nghĩa là ru với gió / Mơ theo trăng và vơ vẩn cùng mây..."* Nhưng ý tưởng này sau đó, vào khoảng đầu thập niên 1940, đã bị ông Sóng Hồng (tức Trường Chinh, về sau là Tổng Bí Thư Đảng Cộng Sản Việt Nam) gạt bỏ trong bài thơ *"Là Thi sĩ"* của ông ta, và gán cho thi sĩ một ý nghĩa tích cực hơn:

(...)
Là thi sĩ phải là hồn cao khiết,
Chí kiên cường và sứ mệnh cao siêu;
Ca tự do, tiến bộ với tình yêu
- Yêu nhân loại, hòa bình và công lý -
(...)

Từ hàng ngàn năm trước, theo lời Plato, nhà tư tưởng nền

tảng của truyền thống triết học phương Tây, ghi lại trong cuốn *Apology*, Socrates, nhà triết học Hy Lạp cổ đại đã phát biểu: "Tôi đã quan sát các thi sĩ và nhận thấy họ là những người có tài năng làm kinh ngạc cả bản thân lẫn kẻ khác; họ tỏ ra thông thái và được người đời coi là thông thái, trong khi thực chất họ chẳng có gì là thông thái cả." (*I examined the poets, and I look on them as people whose talent overawes both themselves and others; people who present themselves as wise men and are taken as such, when they are nothing of the sort.*) Và bản thân Plato, người học trò của Socrates, dù rất ngưỡng mộ các thi sĩ, nhưng đã coi họ là những "người sáng tạo nguy hiểm của sự bắt chước" (*dangerous creators of imitation*), những kẻ chỉ chú trọng về mặt cảm xúc hơn là sự thật (*focused more on emotions than on truth*). Ông cho rằng thơ ca làm tha hóa tâm hồn, xuyên tạc các vị thần và cách xa thực tại ba bậc (*that poetry corrupted the soul, distorted the gods, and was three steps away from reality.*) Theo ông, nhà thơ chỉ là những kẻ si tình. "Khi tình yêu chạm đến, ai cũng trở thành thi sĩ" (*At the touch of love everyone becomes a poet.*) Và Plato thẳng tay xua đuổi các thi sĩ ra khỏi cái thành bang lý tưởng (*ideal city-state*) mà ông sáng tạo trong tác phẩm *The Republic.*

Gần hai thế kỷ trước, Søren Aabye Kierkegaard (1813–1855), nhà thần học, triết gia, thi sĩ, người Đan Mạch, được nhiều người coi là triết gia hiện sinh đầu tiên, thì hỏi: "Thi sĩ là gì?" và ông tự trả lời: "(Đó là) một người bất hạnh, giấu kín nỗi đau đớn sâu sắc trong lòng, nhưng đôi môi lại được tạo hình sao cho khi tiếng thở dài và tiếng khóc thoát ra, vang lên như một bản nhạc tuyệt vời..." ("*What is a poet? An unhappy man who hides deep anguish in his heart, but whose lips are so formed that when the sigh and cry pass through them, it sounds like lovely music....*)

Dưới mắt William Shakespeare, thi sĩ, kịch tác gia vĩ đại của văn học Anh thế kỷ 15, thi sĩ chỉ được xếp ngang hàng với kẻ điên, khi ông nói: "Kẻ điên, người si tình và thi sĩ, tất cả đều được gói gọn trong trí tưởng tượng..." (*The lunatic, the lover, and the poet, are of imagination all compact.*) Chính Shakespeare cũng là một thi sĩ!

Còn Gregory (Dale) Bear (1951 –2022), nhà văn viết tiểu thuyết khoa học giả tưởng người Mỹ, cho rằng: "Có thời, các thi sĩ là những pháp sư. Các thi sĩ mạnh mẽ, mạnh hơn cả chiến binh hay vua chúa — mạnh hơn cả những vị thần thiếu may mắn xưa kia." (*Once, poets were magicians. Poets were strong, stronger than warriors or kings — stronger than old hapless gods.*)

Theo Allen Ginsberg, nhà thơ và nhà văn người Mỹ (1926–1997): "Các thi sĩ bị người ta nguyền rủa... nhưng lại nhìn (mọi vật) bằng con mắt của các thiên thần." (*Poets are damned... but see with the eyes of angels.*)

Vân vân...

Nhưng có người quan niệm thi sĩ là người có vai trò cực kỳ quan trọng. Trong một bức thư gởi cho người Thầy là Paul Demeny vào ngày 15 tháng 5 năm 1871, nhà thơ Pháp Arthur Rimbaud đã viết: "*Le poète est donc vraiment voleur de feu.*" (Do đó, thi sĩ thực sự là kẻ trộm lửa.) Đây là sự liên tưởng trực tiếp đến hình tượng thần thoại Prometheus, người đã đánh cắp lửa (tức tri thức) của các vị thần để trao cho nhân loại.

Trước đây từng có người nhận xét mỗi người Việt Nam là một thi sĩ, và hiện nay, có người nói Việt Nam là một "cường quốc thơ" nhưng từ sau khi đất nước thống nhứt, thi sĩ của cả hai phe thắng cuộc và thua cuộc đều hụt hẫng, ngơ ngác, khiến ta liên tưởng hình bóng hiu hắt của thi sĩ Tô Thùy Yên:

Ta về một bóng trên đường lớn
Thơ chẳng ai đề vạt áo phai.

Triều Hoa Đại: *Chuyện sinh hoạt văn học trong nước ngày nay thế nào? Tôi muốn nói đến sách, báo có được nhà nước cho phép phổ biến, in ấn có tự do. Nếu như có được thì cũng là điều nên làm bởi vì chúng ta ta đâu chỉ sống bằng cơm gạo, áo quần mà còn phải cần đến đời sống tâm linh, chữ nghĩa nếu không có văn chương đi cùng thì có khác gì con người chỉ là cái giá để mắc áo và cái bụng để đựng cơm anh nghĩ thế nào, và chính quyền theo anh họ có nghĩ như chúng ta không?*

TK: Thưa anh, mình không thể nói được Chánh quyền có nghĩ như mình hay không. Nhưng theo thông tin trên mạng Internet, chánh quyền có khoảng tám trăm tờ báo và các đài phát thanh, truyền hình khắp nước, trong đó không có một tờ báo hay đài phát thanh hoặc truyền hình nào của tư nhân. Nắm trong tay một số lớn báo chí trên toàn quốc như vậy cho nên chánh quyền hoàn toàn có tự do báo chí. Chánh quyền địa phương mỗi tỉnh hoặc thành phố đều có ít nhứt một nhà xuất bản. Và không có nhà xuất bản tư nhân nào. Tức là trong nước, chánh quyền tuyệt đối có tự do ngôn luận.

Về phía người dân, họ chỉ có internet và các mạng xã hội. Đó là những ô cửa tinh thần mở ra thế giới, qua đó họ có được sự tự do tương đối nhìn ra và nhìn thấy thế giới bên ngoài. Chỉ là tương đối thôi, vì cả mạng Internet và các mạng xã hội, dù xuất phát từ các nước tự do, đều được theo dõi và kiểm soát cách này hay cách khác.

Triều Hoa Đại: *Lúc còn sinh thời nhà văn Nguyễn Huy Thiệp có đưa ra ý kiến như thế này:* "cần có thêm văn học trong nước, và văn giới hai nơi cần liên hệ gần gũi, trao đổi với nhau" *anh có đồng ý như vậy không. Và, tại sao vì lý do gì mà văn giới chúng ta phải chờ đợi lâu và rồi còn phải chờ đợi thêm bao lâu nữa, nhà nước kêu gọi "hoà hợp, hoà giải" vậy nghĩa của "hoà hợp, hoà giải " theo anh hiểu là gì?*

TK: Thưa anh Triều Hoa Đại, một ý kiến như thế không chỉ một nhà văn Nguyễn Huy Thiệp nêu ra. Hầu như không một người cầm bút nào có tâm huyết với nền văn học nước nhà mà không nghĩ tới. Nghĩ tới, hoặc có khát vọng là chuyện của người cầm bút trong và ngoài nước. Nhưng đã hơn 50 năm rồi mà "người bên ngoài" vẫn còn mơ chuyện "hòa hợp hòa giải" thì liệu có... lỗi thời không! Xin lỗi anh. Hơn nửa thế kỷ rồi. "Bên thắng cuộc" không chỉ đã thắng trên mặt trận quân sự, "đánh cho Mỹ cút ngụy nhào," mà họ còn thắng thêm nữa về mặt văn hóa nghệ thuật: phát triển các mặt văn hóa nghệ thuật theo đường lối của Đảng mà không cần phải kêu gọi hòa hợp hòa giải gì cả. Vì biết thời gian đứng về phía mình, chánh quyền đã đủng đỉnh chờ...thời gian sẽ kéo "những người bên kia" về "hòa hợp" với họ mà bản thân họ không cần phải hòa hợp hòa giải với ai cả. Ai cần hòa hợp hòa giải với họ thì...về.

Cỡ...phó tổng thống như Nguyễn Cao Kỳ đã xun xoe về với họ, thì họ còn cần phải hòa hợp hòa giải gì nữa, và với ai nũa? Những năm gần đây, giới biểu diễn giải trí hải ngoại đã lần lượt "hàng Tào."

Từ cỡ đại thụ như Phạm Duy đến những ca sĩ kịch sĩ tầm tầm hay nổi tiếng khác. Đừng nói đó là những kẻ "xướng ca..." Đợt tị nạn F^0 đã quá già, không còn được mấy người. Đợt F^1 lớn lên đã hòa nhập vào văn hóa của cuộc sống mới, không còn hứng thú với "gu" thưởng ngoạn văn hóa của lớp cha mẹ. Càng ngày, thời gian kéo dài ra, giới nghệ sĩ càng không còn khán giả. Nghệ sĩ cũng cần ăn để sống như mọi người. Thực tế cuộc sống xô đẩy họ về nước kiếm ăn. Những anh chị nào không về hay chưa về chắc phải cảm thấy thời gian của mình sắp hết. Họ về để tự mình "hòa hợp và hòa giải" với chánh quyền. Nhưng quyền...được hòa giải hay không thì không nằm trong tay họ. Giới cầm bút hải ngoại chưa thấy mình sắp hết độc giả vì tác phẩm văn học không cần sân khấu chăng? Dù các anh chưa thấy hay không muốn thấy sự "phản bội" của thời gian, nhưng chánh quyền trong nước đã thấy từ lâu. Thế thì sao họ phải "hòa hợp hòa giải" với các anh chị cầm bút ở nước ngoài?

Triều Hoa Đại: *Đến đây tôi muốn hỏi anh về chuyện hội nhà văn ở trong nước anh có tham gia trong hội này không? nghe nói muốn được kết nạp vào hội thì khó như lên trời, có phải vậy không? Có người cho biết tỷ lệ được vào hội nhà văn Việt Nam nếu đem so sánh với một trường đại học danh tiếng như Cornell thì cũng chẳng khác gì bằng chứng là trong năm qua có chín trăm (900) đơn xin vào hội nhưng số nhà văn được kết nạp chỉ có sáu mươi ba (63) được nhận, nhưng trong số những "nhà văn" được hội kết nạp có những hội viên độc giả chẳng biết họ là ai, tài giỏi đến mức độ nào. Vậy theo anh cứ như cái đà này thì văn chương Việt Nam bao lâu nữa sẽ đi cùng và ngang bằng với văn chương thế giới? Và rồi văn chương Việt Nam sẽ đi đến đâu và về đâu?*

TK: Thưa anh Triều Hoa Đại, thực ra suốt 50 năm qua tôi chưa hề quan tâm đến chuyện này, nên không biết gì về các hoạt động của Hội nhà văn Việt Nam, dù 15 năm trước, có lần, hai lần, tôi được Hội Nhà Văn ở Hà Nội mời tham dự hai sự kiện quan trọng của họ, tuy tôi không phải là hội viên Hội Nhà văn Việt Nam, cũng không là hội viên của Hội Văn học Nghệ thuật Thành phố nơi gia đình tôi sinh sống. Lần đầu, năm 2010, với tư cách dịch giả tham dự một hội nghị

quốc tế về quảng bá Văn học Việt Nam. Lần thứ hai, năm 2012, tham dự một Festival Thơ quốc tế. Cả hai lần đều tại Hà Nội. Sau hai lần đó, tôi không được mời nữa. Mà tôi cũng không có mong muốn trở thành một hội viên Hội nhà văn. Mọi hội đoàn đều là các tổ chức do nhà nước "nắm" để kiểm soát. Sao phải chui đầu vào làm gì?
Tôi thấy trên mạng xã hội Facebook người ta nói có không ít kẻ tìm mọi cách chạy chọt thế nào đó để có được cái thẻ hội viên Hội nhà văn. Lại nghe nói có người đặt cái thẻ hội viên lên kiệu để rước về làng. Rồi, thậm chí họ còn làm tiệc lớn để khao cái thẻ đó. Những cách "hội viên hóa"...phi văn học như thế không biết để làm gì.

Còn có người khác, tôi nghe nói, "nếu ai gợi ý ông ta xin vào Hội nhà văn ắt bị ông ta...mắng cho rát mặt." Thì thôi, chín người mười ý vậy.

Nền văn học Việt Nam có ngang bằng với văn học thế giới hay không, hay sẽ đi đến đâu, về đâu, đều không liên quan gì đến chuyện người viết có vào Hội nhà văn hay không.

Triều Hoa Đại: *Cũng vẫn chuyện dài về hội nhà văn nhiều người đưa ra quan niệm:" Đừng quan tâm đến chuyện được kết nạp vào hội mà hãy nên xem thơ văn của mình có được độc giả đón nhận, đánh giá chất lượng của tác phẩm, chứ không phải cái danh là hội NHÀ VĂN. Ý kiến của anh?*

TK: Thưa anh, đúng thế. Đâu phải người cầm bút phải vào Hội nhà văn mới sáng tác được, hoặc tác phẩm mới được bảo đảm giá trị! Anh muốn viết, chỉ cần trải giấy ra, cầm bút lên là viết được thôi. Dù bây giờ có thể không dùng giấy bút nữa mà dùng máy tính thì máy tính cũng không đòi hỏi phải có hội đoàn.

Cái làm nên nhà văn là tác phẩm, chớ đâu phải cái thẻ hội viên Hội nhà văn! Tôi có biết một số nhà văn cứ lặng lẽ sáng tác và tự xuất bản theo cách của mình mà không cần phải là hội viên gì cả. Nhà văn Nguyễn Viện, chẳng hạn, nghe nói năm năm qua anh viết và tự in đều đều mỗi năm một tiểu thuyết. Dường như chưa có một hội viên Hội nhà văn nào có được bút lực như vậy.

Thời Liên xô các nhà văn có *samizdat* (tiếng Nga, hình thức tự xuất bản). Ngày nay, nếu không in được trong nước, vẫn có thiếu gì cách để xuất bản tác phẩm của mình ở nước ngoài. Không phải ngay từ thời đó, *Bác sĩ Zhivago* của Boris Pasternak được in ngoài nước Nga – ngoài Liên xô – và được trao giải Nobel Văn chương đó sao?

Một nhân tố quan trọng giúp khẳng định sự có mặt của một nhà văn là số độc giả của họ. Văn hay đương nhiên là có người đọc, nhưng dù sao giữa nhà văn và người đọc cũng cần có một chiếc cầu nối chớ không thể theo lẽ nhà văn cứ "hữu xạ" thì "tự nhiên hương." Chiếc cầu nối đó là giới phê bình văn học. Nhưng trên diễn đàn văn học Việt Nam trong nhiều thập niên qua dường như chưa hề có một nền phê bình văn học đúng nghĩa. Có lẽ chỉ có những người giám sát, mà từ cũ gọi là "ngự sử văn đàn" canh giữ sao cho mọi tác phẩm văn học luôn nằm dưới một lằn ranh đỏ nào đó. Thỉnh thoảng có tác giả nào cố gắng vươn tới (cái gọi là) "gần sự thật" một chút, lập tức bị nhiều người xúm vào "đánh hội đồng" cho tơi tả. Bảo Ninh với tiểu thuyết Nỗi Buồn Chiến Tranh là một ví dụ, dù trong đó tác giả có vẻ "lấy lòng phe ta," vẽ ra cảnh "lính ngụy ăn thịt người."

Dường như sự vắng mặt các nhà phê bình văn học là một trong số các nguyên nhân khiến nhiều người Việt Nam không thích đọc sách. Họ không được kích thích để đọc. Thấy tin trên báo nói trung bình mỗi người Việt một năm đọc 4 cuốn sách mà 2,8 cuốn trong đó là sách giáo khoa. Lại có một thống kê nào đó nói một người Việt Nam mỗi năm đọc 0,5 cuốn sách văn học. Điều này có lẽ phản ảnh trong số lượng bản in của tác phẩm. Thường thì một tác phẩm được in ra vài trăm bản, một số dành tặng thân hữu. Có lẽ họa hoằn lắm mới có một tác phẩm có được *tirage* 1000 bản. In ít nên giá thành cuốn sách tăng cao quá, càng không khuyến khích người đọc. Không khí văn học cứ bình bình. Và người ta đang trông chờ một giải Nobel văn chương.

Nhưng trên đây chỉ phản ảnh sự hiểu biết rất hạn chế và có thể nông cạn của một người "ngoại đạo" – một dịch giả, không phải trong giới sáng tác văn học.

Triều Hoa Đại: *Những lúc gần đây trong họ ngoài làng xôn xao về chuyện AI viết văn, làm thơ như vậy trong tương lai gần các nhà văn,* *nhà thơ của chúng ta hoá ra bỗng dưng trở thành thất nghiệp, anh có cho rằng đấy là một vấn nạn?*

TK: Thưa anh, gần đây tôi cũng nghe chuyện có tác phẩm của một tác giả được giải thưởng, và độc giả phát hiện tác phẩm được viết bằng AI. Tôi rất ngạc nhiên. Bởi tôi rất bận với công việc của mình, không có nhu cầu và trải nghiệm với AI, nên rất mù mờ về chuyện này. Không ngờ khoa học đã (?) có thể thay thế hẳn hoạt động của trí óc con người. Tuy vậy, tôi không băn khoăn việc "nhà văn nhà thơ chúng ta bỗng dưng (có thể) trở thành thất nghiệp," mà có nỗi lo khác. Nếu khoa học tiến nhanh và xa như thế, chẳng mấy chốc nữa trí khôn nhân tạo sẽ vượt qua trí óc con người. Không chỉ việc nhân loại có thể bị máy móc thống trị mà, cái đáng sợ hơn, trong tương lai rất gần, con người sẽ có thể sử dụng các sản phẩm AI ghê gớm để thống trị và kiểm soát đồng loại gắt gao hơn.

Triều Hoa Đại: *Chắc anh thường xuyên theo dõi "bước chân" của anh, chị em viết văn và làm thơ ở trong nước và hải ngoại vậy anh đã đọc những ai ở trong nước và những tác giả nào ở bên ngoài tổ quốc? Và vì lẽ gì mà anh lại đọc họ? Và nhận xét của anh?*

TK: Thưa anh Triều Hoa Đại, tôi thật xấu hổ thú nhận rằng do một hoàn cảnh riêng, từ nhiều năm nay tôi chỉ chúi đầu vào công việc kiếm sống, nên ngoài những nguồn tư liệu tham khảo cụ thể cần cho công việc, tôi không đọc được gì nhiều về tác phẩm sáng tác văn học, cả trong và ngoài nước; hoặc tôi chỉ đọc được rất lõm bõm. Vì vậy, tôi xin phép không dám nói gì về chuyện này. Tôi nhận được rất nhiều sách biếu của bằng hữu – hầu hết từ trong nước, vì thuận tiện hơn. Tôi rất cảm kích nhã tình của các bạn, nhưng đã phải nhiều lần tạ lỗi vì rất phụ lòng yêu mến của người tặng sách.

Về tác phẩm của các nhà văn sống ở nước ngoài, tôi chỉ thấy được tên sách của họ trên mạng Internet.

Triều Hoa Đại: *Được biết anh đang thực hiện một cuốn tự điển Việt Anh và cuốn tự điển ấy đã có một độ dày kinh khủng: ba ngàn bẩy trăm trang (3700) thế thì cuốn tự điển ấy khi nào sẽ hoàn thành, cũng* *tiện đây xin được hỏi anh là anh khởi công biên soạn cuốn tự điển tự khi nào tổng cộng số tháng năm để có cuốn tự điển này?*

TK: Thưa anh, chuyện này là do nhu cầu thực tế của công việc thúc đẩy. Là một dịch giả, thỉnh thoảng tôi đụng đầu với một số khó khăn: không có sẵn những từ tương đương và chính xác trong tiếng Anh cho một từ hay một cụm từ (phrase) mô tả một khái niệm nào đó trong tiếng Việt. Một phần là do sự khác biệt văn hóa. Phần khác, có thể những từ đó vốn có trong tiếng Anh mà mình chưa biết. Trước đây có một cô phóng viên đã trực tiếp hỏi tôi, cụ thể những từ tiếng Việt mà tôi bị "bí" khi dịch sang tiếng Anh đó là gì, nhưng nhất thời lúc đó tôi không nhớ. Đó là, ví dụ, những từ "giang hồ," "bạn giang hồ," "khách thương hồ," vân vân.

Có lần có một dịch giả nổi tiếng trong nước đã dễ dãi dịch từ "bạn giang hồ" là "*friends of rivers and lakes*" khiến mạng xã hội Facebook xôn xao.

Lại có người dịch trái thanh long là "*dragon fruit*," cây chuối cô đơn là "*lonely banana*," vân vân, mà không biết rằng các cây trái đó vốn đã có từ tiếng Anh để gọi. Sự "đặt tên mới" như thế không những là không cần thiết mà còn làm rối trí và gây nhận thức sai lạc cho người đọc. Do đó, tôi muốn làm một cuốn từ điển cho chính mình tham khảo khi cần, và giúp những người muốn dịch sang tiếng Anh một cách chính xác theo cách nói/viết của người bản ngữ, chớ không phải mang phong cách tiếng Việt, hay thứ tiếng Anh theo cấu trúc ngữ pháp tiếng Việt.

Sau khi nhà xuất bản TRẺ in (và giữ bản quyền) cuốn Từ Điển Cụm Từ Việt Anh của tôi (năm 2005), tôi bắt đầu vừa làm việc dịch thuật hàng ngày, vừa đặt kế hoạch cho một cuốn Từ Điển Phiên Dịch Việt Anh. Từ đó đến nay 21 năm, và cuốn sách với 3700 trang bản thảo trên máy tính đã xong phần soạn thảo. Tôi đang trong giai đoạn đọc lại bản thảo và cố gắng rút ngắn bớt số trang.

Sở dĩ tôi mất nhiều thời gian như thế là vì tôi làm việc một mình, vừa dịch thuê kiếm sống, về sau vừa chăm sóc nhà tôi điều trị bịnh một thời gian dài nhiều năm. Nhiều lúc tôi phải mang laptop vào bịnh viện để làm việc vào ban đêm vừa tiện chăm sóc nhà tôi.

Hiện nay nhà tôi đang trong quá trình bình phục, tuy người còn yếu, và vừa trải qua một đột quỵ nhẹ.

Có người lo lắng cho tôi vì thấy Google Dịch đã khá tốt, e rằng cuốn Từ Điển của tôi sẽ bị ...lỡ tàu mất. Nhưng tôi vẫn lạc quan, vì bản thân tôi trực tiếp tiếp xúc với việc dịch thuật, nhận thấy cho đến nay Google Translate chỉ "xử lý" được những câu văn bình thường, dịch nghĩa của từ, ví dụ Google Translate dịch: "Ăn trái nhớ kẻ trồng cây" = *when eating fruit, remember the one who planted the tree*. Cách dịch từ ngữ đó không phù hợp với cách nghĩ và biểu đạt của người Anh-Mỹ, nên "đối tượng" sẽ thấy ngô nghê và không lãnh hội được ý nghĩa thực sự từ ngôn ngữ nguồn. Khi nhu cầu dịch là chuyển được ý của lời tiếng Việt mang tinh thần văn hóa Việt sang tiếng Anh trong tinh thần văn hóa Anh như một người bản ngữ, đó sẽ là chỗ "sở dụng" của Từ Điển Phiên Dịch Việt Anh.

Triều Hoa Đại: *Anh, chị em văn giới nhiều người nói nhỏ với tôi Thiếu Khanh là một người rất đa tài và uyên bác; chẳng thế mà chuyện gì anh cũng chuyên trị được tất tần tật như: làm thơ, tiểu thuyết, dịch thuật, viết sách về y khoa, viết về lịch sử và chính trị ..v..v..., Họ gọi anh là ĐẠI GIA bởi vì anh là người có rất nhiều"NHÀ", nào là nhà thơ, nhà dịch thuật, nhà văn ...v...v... Thế thì trong những "cái nhà" ấy anh tâm đắc nhà nào và anh muốn được gọi anh là nhà gì?*

TK: Thưa anh, tôi tưởng những từ "nhà thơ" hay "dịch giả" dành cho tôi đã là quá nhiều rồi. Tôi không có học hành hay được đào tạo để làm nhà thơ hay để trở thành dịch giả. Làm thơ là chuyện tình cờ tập tành từ hồi còn trẻ, không qua trường lớp nào. Còn dịch thuật chỉ là do đói thì đầu gối phải bò. Tôi làm công việc dịch thuật này cũng như trước đó, sau năm 1975, tôi đã từng làm nông dân 12 năm trên rừng núi Phương Lâm tỉnh Đồng Nai, rồi bán hàng rong hay dạy học trên cao nguyên Lâm Đồng 12 năm nữa, để nuôi sống bản thân và gia đình. Chẳng qua "gặp thời thế thế thời phải thế."

Về Y Khoa, tôi chỉ dịch vài cuốn sách thôi, chớ không viết sách trong lãnh vực này. (Có biết gì đâu mà viết!) Đó là khoảng thời gian tôi mới đưa gia đình từ trên cao nguyên Lâm Đồng trở về thành phố vào năm 2000, chính thức bắt đầu công việc dịch thuật như một nghề kiếm sống. Anh Vũ Minh Tân, một người làm "làm sách" có tiếng ở Sài Gòn, có biết tôi trước đó, giới thiệu tôi với bác sĩ Lê Hồng Hà, một giảng viên Đại Học Y Dược ở thành phố. Chị Hồng Hà cần tìm một dịch giả giúp chị dịch cuốn sách *Essentials of Mechanical Ventilation* (Những Vấn Đề Thiết Yếu Trong Thông Khí Cơ Học) của các tác giả tiến sĩ Y Khoa chuyên gia về hô hấp: Dean R. Hess, và Robert M. Kacmarek, (Đại học Harvard, Hoa Kỳ) để làm giáo trình giảng dạy tại Đại học Y khoa. Đó là một cuốn sách về thiết bị hô hấp (máy thở) và quy trình thở máy. Sau khi xem qua cuốn sách dày khoảng 450 trang, tôi nhận lời với điều kiện chị Hà giúp tôi về các danh từ chuyên môn. Đương nhiên không nói chị Hà cũng giành lấy phần đó. Và chị làm thật tốt, khiến các bác sĩ trong ngành đọc cuốn sách dịch không thấy lấn cấn gì. Trong lời giới thiệu cuốn sách dịch, PGS, Tiến sĩ Đặng Vạn Phước, Phó Giám Đốc Bịnh viện Chợ Rẫy, kiêm Khoa Trưởng Khoa Y Đại học Y Dược Tp. HCM viết: "Chúng tôi rất hoan nghênh cố gắng của Bác sĩ Lê Hồng Hà và GV Nguyễn Huỳnh Điệp, đã lựa chọn và biên dịch rất công phu cuốn sách này." Thời đó, tôi nghĩ chuyện dịch thuật này là cái "cần câu cơm" nhất thời, không liên quan gì đến văn nghệ văn gừng, nên ký tên thật thay vì bút hiệu TK. Vị Phó giáo sư tưởng tôi cũng là một giảng viên Y Khoa như chị Hồng Hà!

Khoảng 20 năm sau, anh Vũ Minh Tân tiết lộ trên Facebook: trước tôi, anh ấy đã nhờ vài dịch giả chuyên nghiệp khác, nhưng ai cũng "ngại chuyện y khoa" nên không ai nhận lời. Tôi giật mình: hóa ra mình điếc không sợ súng!

Ngoài các tác phẩm dịch theo hợp đồng của các nhà xuất bản, trong số những thứ tôi dịch thuê cho những người "thuê miệng" (không hợp đồng) có một cuốn sách y khoa nữa mà một người "bạn mới quen" ở thành phố, thuộc "type" trí thức, chỉ trả cho tôi một triệu rưỡi đồng (= 20% tiền công thỏa thuận), nhưng cuốn sách thì...cha anh ta, một bác sĩ lão thành, "biên tập" và đứng tên mình là dịch giả. Thôi kệ. Nhưng từ đó tôi không gặp anh ta nữa, và quên tên anh ta luôn.

Triều Hoa Đại: *dự tính cho những ngày kề cận ngoài cuốn tự điển VIỆT ANH sắp sửa trình làng anh còn có những tác phẩm nào khác để giới thiệu cùng độc giả và bạn văn?*

TK: Thưa anh, vào những năm tuổi ngoài 70 trước đây, trong bài thơ Trò Chuyện Từ Xa Với Thi Sĩ Luân Hoán, tôi có viết:

Người xưa bảy chục là hiếm lắm
Nhiều vị quân vương chỉ hưởng dương
Chúng mình đang sống phần khuyến mãi
Dù chẳng là vua cũng chẳng buồn...

Tôi cùng tuổi Ngựa với anh, anh biết rồi đó. Chúng ta chỉ còn cách mốc giới trăm năm có mười lăm năm nữa thôi. Sau khi xong cuốn Từ Điển này, tôi dành thì giờ còn lại để đọc cho hết số sách bằng hữu đã có hảo ý tặng mình, và chăm sóc nhà tôi, tuổi cũng đã ngoài 80, thật tốt. Hẹn với nhau rằng cô ấy sẽ đi trước, tôi đi sau, để tránh cho cô ấy khỏi đau khổ với cảm giác bị bỏ lại bơ vơ. Dù các con rất yêu mẹ, nhưng vợ chồng mất nhau ở tuổi đó người còn lại dù sống với các con cũng không khỏi cảm thấy lẻ loi và lạc lõng, anh nhỉ.

Triều Hoa Đại: *Thưa anh Thiếu Khanh rất vui được cùng anh trò chuyện và cám ơn anh đã dành cho tôi một khoảng thời gian khá dài để hai ta cùng hàn huyên chuyện ngắn, chuyện dài.*
Kính chúc anh chị thân vạn sự CÁT TƯỜNG thân tâm AN LẠC.

TK: Một lần nữa, tôi cũng cám ơn anh Triều Hoa Đại và tạp chí Ngôn Ngữ cho chúng mình có dịp tâm sự với nhau.
Kính chúc anh và gia đình, mọi người thường tâm lạc, thân an và mọi điều thuận lợi.
Thiếu Khanh.

Triều Hoa Đại
thực hiện

THIẾU KHANH

VỚI BẠN BÊN TRỜI

**gởi Uyên Hà*

Bạn đã đi qua nhiều xứ sở
Tung tăng xe mã những kinh thành
Nâng chén tao phùng nơi viễn xứ
Cùng dăm bạn cũ thủa đầu xanh

Ta cũng có chừng mươi đứa bạn
Chia nhau trấn thủ bốn phương trời
Xa lúc tóc đen chừ tóc trắng
Nhớ người chỉ biết gõ "meo" thôi.

Há lẽ chưa nguôi hờn chiến quốc
Còn đi cho nát áo khinh cừu
Ới ơi, gõ chén thương mình quá
Chai cốc cùng mình chuốc lẫn nhau

Thì hễ còn sông còn nước chảy
Dù người phiêu bạt khắp năm châu
Thôi kệ mạnh ai theo chí nấy
Đất trời rộng chán ép chi nhau.

Ta sống một đời hiền như đất
Vua không nhớ mặt chúa quên tên
Dẫu biết ở hiền thường chịu thiệt
Lẽ nào che mặt để bon chen.

Tuổi lỡ nhiều rồi không lẽ quậy
Mấy lần vấp ngã chẳng thèm đau
Lý lịch khai dài chi chít giấy
Đời mình có phải trống trơn đâu!

Bơi mãi ao nhà xem đã chật
Thèm ra vùng vẫy Thái Bình Dương
Nhìn ta với biển cùng đầu bạc
Ha hả cười vang tiếng sóng cuồng. ■

(Saigon, 2002)

UYÊN NGUYÊN

Lê Xuân Mỹ - Tiếng Thở Dài Của Nửa Thế Kỷ

Mỗi thế hệ đều có những thanh âm riêng để nhận diện mình. Thế hệ được nhớ bằng tiếng súng. Thế hệ của những bản tuyên ngôn và có thế hệ được ghi dấu bằng những cuộc cách mạng làm thay đổi vận mệnh của một dân tộc. Nhưng cũng có một thế hệ không để lại cho lịch sử những tiếng động lớn. Họ chỉ để lại những tiếng thở dài.

Tiếng thở dài của người mẹ ngồi chờ chồng trở về từ một trại tù xa ngút ngàn phương Bắc. Tiếng thở dài của đứa con đạp xe hàng trăm cây số đi tìm tin tức người cha biệt tích. Tiếng thở dài của những người rời quê hương trong một buổi sáng nào đó mà không biết ngày nào mới được nhìn lại dòng sông cũ. Và có cả tiếng thở dài của những người đã đến được bến bờ bình yên nhưng suốt đời vẫn mang theo trong lòng một khoảng trống không thể định hình.

Nửa thế kỷ đã trôi qua.

Những đứa trẻ năm nào nay đã thành ông thành bà. Những người đàn bà trẻ tuổi ngày ấy giờ tóc đã bạc trắng. Những người cha từng đi qua tù đày, vượt biển, ly hương, phần lớn đã trở thành những di ảnh trên bàn thờ con cháu. Thời gian tưởng đã đủ dài để làm nguôi ngoai mọi điều. Nhưng có những nỗi đau không nằm trong ký ức. Chúng nằm trong máu huyết, âm thầm truyền từ thế hệ này sang thế hệ khác như một dòng chảy vô hình của thân phận Việt Nam lưu lạc.

Bởi vậy mà đôi khi chỉ cần đọc một câu chuyện rất nhỏ, nghe lại một địa danh cũ, nhìn thấy một bóng người già lặng lẽ nơi xứ lạ, cả một đoạn đời đã khuất bỗng trở về nguyên vẹn.

Đó cũng là cảm giác khi mở những trang sách *Giọt Lệ Biết Làm Sao Ngưng* của tác giả Lê Xuân Mỹ. Đây không phải một cuốn hồi ký theo nghĩa phổ thông, hay một công trình lịch sử. Cũng không phải những trang văn cố gắng khuấy động cảm xúc người đọc. Chỉ như một người ngồi xuống bên hiên nhà lúc chiều muộn, chậm rãi kể lại những điều mình đã sống, đã mất và còn giữ được. Kể về người cha tù cải tạo nằm lại nơi rừng núi xa xôi. Kể về người mẹ mang theo cả một đời nhọc nhằn từ quê nhà sang đất Mỹ. Kể về những năm tháng làm lại cuộc đời ở tuổi năm mươi. Kể về những người bạn đã đi qua chiến tranh, lưu đày, lưu vong để rồi cuối cùng vẫn không tránh khỏi những cuộc chia ly bất ngờ của kiếp người.

Bấy giờ, những câu chuyện riêng tư bỗng vượt ra ngoài số phận của một con người. Chúng hòa vào ký ức chung của một thế hệ Việt Nam đã đi qua những biến động lớn nhất của thế kỷ trước.
Người đọc nhận ra đâu đó hình bóng của cha mình, của mẹ mình, của những người thân quen đã từng sống những năm tháng tương tự. Và chính trong khoảnh khắc ấy, tác phẩm thôi là câu chuyện của riêng một tác giả.

Có lẽ vì thế mà *Giọt Lệ Biết Làm Sao Ngưng* không hẳn là một cuốn sách. Nó giống như một chiếc hộp gỗ cũ được mở ra sau nhiều năm cất giữ, bên trong không có những tư liệu lịch sử quan trọng hay những phát hiện văn chương mới lạ, mà chỉ là những lá thư chưa kịp gửi, những tấm ảnh đã úa màu, vài mảnh ký ức còn sót lại của một đời người đi qua biến động. Thế nhưng chính từ những điều tưởng như bình thường ấy, người đọc lại bắt gặp một phần đời của chính mình, hay của cha mẹ mình, hay của một ai đó đã lặng lẽ đi ngang qua lịch sử rồi tan vào dòng người vô tận của thời gian.

Nhan đề *Giọt Lệ Biết Làm Sao Ngưng* nghe như một tiếng thở dài hơn là một lời tự sự. Nó không những nói về một biến cố, một cái chết hay một cuộc chia ly. Nó gợi đến một thứ nước mắt kéo dài suốt nửa thế kỷ, âm thầm chảy qua nhiều thế hệ người Việt sau năm 1975. Có những giọt lệ rơi trong những trại tù cải tạo giữa núi rừng Vĩnh Phú. Có những giọt lệ rơi trên những chuyến xe đạp đi tìm người thân biệt tích. Có những giọt lệ nơi sân bay khi một gia đình chia làm hai nửa. Có những giọt lệ trong căn bếp nhỏ ở Tulsa, trong bệnh viện tại San Jose hay bên chiếc giường của một người mẹ đang dần quên mất chính mình vì Alzheimer. Những giọt lệ ấy không lúc nào thật sự ngừng lại, chỉ đổi hình dạng theo tháng năm.

Điều đáng chú ý là tác giả không viết như một người muốn kể lại lịch sử. Ông viết như một người sợ mình sẽ lãng quên. Và có lẽ chính nỗi sợ ấy đã làm nên giá trị của tập sách. Những câu chuyện được ghi lại không mang tham vọng giải thích thời đại. Chỉ cố giữ lại một vài khuôn mặt, vài giọng nói, vài buổi chiều đã mất. Người cha chết trong trại tù. Người mẹ gồng gánh nuôi chín người con. Những tháng năm làm lại cuộc đời trên đất Mỹ ở tuổi năm mươi. Những người bạn già ngồi uống cà phê nơi sân sau. Những đứa cháu lớn lên bằng tiếng Anh nhưng vẫn được nghe kể về quê nhà... Tất cả hiện ra như những mảnh ghép nhỏ, nhưng khi đặt cạnh nhau lại trở thành chân dung của cả một thế hệ.

Đọc tập sách này đôi khi có cảm giác như mình đang đứng trước một bàn thờ gia đình Việt Nam nơi hải ngoại. Ở đó không chỉ có hình ảnh người quá cố. Còn có cả một quê hương đã khuất bóng. Những ngôi trường cũ ở Đà Nẵng. Những con đường ở Huế. Những người bạn học ngày xưa. Những mối tình tuổi trẻ. Những bữa cơm đông đủ v.v... Những điều ấy vẫn còn đó trong ký ức nhưng chỉ còn tồn tại như ánh sáng cuối ngày, sót lại trên một mái nhà đã hoang phế từ rất lâu.

Có lẽ vì thế mà cuốn sách không tạo cảm giác bi lụy dù mang nhiều mất mát. Bởi ẩn dưới những trang viết về đau thương luôn thấp thoáng một mạch ngầm khác lòng biết ơn. Biết ơn người mẹ, ơn bạn bè và ơn những người đã cưu mang mình trong những ngày khốn khó. Chí đến biết ơn đất nước đã cho mình cơ hội làm lại cuộc đời. Nếu có một dòng văn chương lưu vong Việt Nam, thì không phải lúc nào người ta cũng gặp được một giọng kể bình thản như vậy. Không oán hờn nhiều. Không kết án nhiều. Chỉ lặng lẽ nhớ!

Rồi chính sự lặng lẽ ấy mà đôi khi lại làm người đọc nghẹn ngào hơn những trang viết cố tình tạo xúc động.

Sau cùng, điều còn đọng lại không phải là câu chuyện riêng của tác giả Lê Xuân Mỹ. Mà là bóng dáng của hàng trăm ngàn gia đình Việt Nam đã bước qua cùng một con đường. Có người mất cha trong trại tù. Có người mất mẹ trên biển. Có người bỏ lại tuổi trẻ ở quê nhà. Có người bắt đầu lại từ con số không khi mái đầu đã bạc. Họ không phải là những nhân vật lịch sử. Họ chỉ là những con người bình thường. Nhưng chính họ đã âm thầm mang trên vai một nửa lịch sử Việt Nam cận đại, để rồi lặng lẽ khuất vào đời sống như những con sóng tan trên bãi cát sau cơn thủy triều lớn.

Giọt Lệ Biết Làm Sao Ngưng vì thế không phải là tác phẩm về nước mắt. Đây là cuốn sách của ký ức. Mà ký ức, đối với một dân tộc từng trải qua quá nhiều chia lìa, chính là hình thức cuối cùng của lòng hiếu thảo đối với quá khứ, nghĩa là đối với những con người và những năm tháng đã làm nên mình.

Và có lẽ, cũng vì vậy, những giọt lệ trong tập sách này không bao giờ ngưng. Bởi khi còn có người nhớ, còn có người kể lại, thì những người đã khuất, những năm tháng đã mất và cả một quê hương từng đi qua bão tố vẫn còn hiển hiện đâu đó trong đời sống của chúng ta hôm nay.

Uyên Nguyên

Little Saigon, 13.06.2026

TN

LÊ XUÂN MỸ

MẸ VẪN NGỒI CHỜ NGOÀI KHUNG CỬA

Mùa đông ở San Jose năm ấy đến sớm hơn mọi năm, những cơn mưa lạnh kéo dài làm cả thành phố chìm trong một màu xám buồn không dứt. Trong khu nursing home nằm yên lặng phía nam thành phố, ngày nào cũng giống ngày nào, tiếng television mở nhỏ trong phòng sinh hoạt, tiếng xe lăn chậm chạp trên hành lang, và mùi thuốc sát trùng quen thuộc của tuổi già. Ở căn phòng cuối dãy lầu hai, bà Lan ngồi cạnh cửa sổ, lặng lẽ nhìn ra khoảng sân nhỏ nơi những chiếc xe ra vào mỗi ngày. Bà đã chín mươi ba tuổi, tóc bạc mỏng, gương mặt hằn dấu thời gian và bệnh tật, bàn tay lúc nào cũng giữ chặt chiếc khăn xanh đã cũ như một thói quen không ai hiểu. Bà mắc bệnh Alzheimer nhiều năm, trí nhớ rời rạc như những mảnh giấy bị gió cuốn đi, có hôm quên cả tên mình, có hôm gọi nhầm con cháu, có khi nhìn người thân mà không nhận ra, nhưng lạ lùng thay, bà không bao giờ quên một điều duy nhất: chờ con, chờ cháu.

Những đứa con của bà sống rải rác khắp nước Mỹ. Người ở California, người ở Texas, người tận New York. Cuộc sống của họ đầy đủ va bận rộn . Họ làm việc trong các hãng lớn, đi họp, đi công tác, đi du lịch, cuối tuần là những chuyến bay, những kỳ nghỉ ở Las Vegas, Hawaii, châu Âu hay cruise trên biển Caribbean. Trên mạng xã hội, hình ảnh của họ luôn rực rỡ, nhà hàng sang trọng, ly rượu vang, những nụ cười trong nắng, những chuyến đi xa đầy trải nghiệm. Họ thành đạt, họ vẫn yêu mẹ, vẫn nói về mẹ, nhưng thời gian để quay về San Jose, ngồi xuống bên mẹ, thì ngày càng ít đi. Họ luôn có một lý do rất hợp lý: bận công việc, bận lo con cái, cuộc sống không dừng lại được, và rồi họ tự an ủi rằng mẹ ở nursing home đã có người chăm sóc tốt, có y tá, có bác sĩ, có mọi thứ cần thiết.

Nhưng với bà Lan, điều cần thiết nhất lại không phải thuốc men đầy đủ hay sự chăm sóc chuyên nghiệp, mà là một gương mặt quen thuộc ngồi bên cạnh bà vào mỗi buổi chiều.

Ngày bà mới vào nursing home, các con còn đến đều đặn. Người con trai cả còn chỉnh lại hướng tivi cho bà nhìn rõ hơn, người con gái út còn mang đến tô phở bà thích nhất, những đứa cháu còn chạy quanh hành lang cười nói. Nhưng rồi từng tháng trôi qua, những chuyến ghé thăm thưa dần. Ban đầu là bận công việc, sau đó là bận gia đình, rồi dần dần trở thành "tuần sau sẽ về", "tháng sau sẽ ghé", "đợi con rảnh hơn một chút". Và những lời hứa đó cứ kéo dài mãi mà không bao giờ thành sự thực. Bà cứ chờ đợi tronh hiu hắt, trong mỏi mòn.

Nhưng cũng có những ngày mà các con bà luôn nhớ. Mother's Day, những đứa con ở xa luôn nhớ đến mẹ. Họ đặt những bó hoa rất đẹp gửi về nursing home, hoa hồng trắng, hoa lan tím, có khi cả những bó hoa nhập khẩu đắt tiền. Nhân viên mang hoa vào phòng bà Lan, đặt cạnh giường, kèm theo những tấm thiệp viết rất đẹp: "Mom, we love you", "We miss you so much", "Happy Mother's Day". Mỗi lần như vậy, bà Lan nhìn hoa rất lâu, vuốt từng cánh hoa như cố nhớ điều gì đó đã xa. Có lần bà hỏi y tá: "Ai gửi vậy con?", người y tá mỉm cười nói: "Con bà đó", nhưng bà chỉ gật đầu, ánh mắt trống rỗng vì không còn nhận ra đó là ai.

Ở ngoài kia, ngày lễ Mẹ, những đứa con lại là những người bận rộn nhất với việc "thể hiện tình yêu". Họ đăng hình hoa lên Facebook, viết những dòng trạng thái xúc động về mẹ, về sự hy sinh, về tình mẫu tử. Họ nhận được rất nhiều lời khen từ bạn bè: "Hiếu thảo quá", "Thương mẹ quá". Nhưng ngoài những dòng chữ ấy, vẫn không có một chuyến bay nào về San Jose.

Có những năm, người con trai cả định về nhưng lại có cuộc họp quan trọng ở Seattle. Người con gái út định ghé nhưng con bị ốm. Người con trai thứ nói sẽ về sau nhưng rồi lại bận rộn cho chuyến đi cruise với nhóm bạn thời đại học. Và thế là Mother's Day năm nào cũng có hoa gửi về, nhưng không có người ngồi xuống bên mẹ.

Trong khi đó, bà Lan ngày càng yếu đi. Alzheimer khiến bà quên nhiều hơn, nhưng cảm giác chờ đợi thì vẫn còn nguyên. Mỗi chiều bà vẫn ngồi cạnh cửa sổ, nhìn ra parking lot, mỗi tiếng xe dừng lại là một lần hy vọng, rồi lại một lần im lặng. Có những buổi chiều mưa, bà ngồi rất lâu, không nói gì, chỉ nhìn ra ngoài như đang tìm một điều mà chính bà cũng không còn nhớ rõ. Cô y tá người Phi làm việc ở đó nhiều năm nói rằng người già không cần nhiều thứ, họ chỉ cần biết có người đang nhớ đến họ thật sự.

Một lần vào dịp lễ, nursing home vắng hơn vì nhiều người được đón về nhà. Bà Lan vẫn ngồi một mình trong phòng. Hoa Mother's Day năm đó vẫn được gửi về như mọi năm, rất đẹp, rất trang trọng, nhưng bà chỉ hỏi một câu quen thuộc: "Con tôi chưa tới hả?" Không ai trả lời. Không ai có thể trả lời một câu hỏi đã lặp lại quá nhiều năm.

Rồi một ngày mùa đông, bà Lan qua đời trong giấc ngủ. Không đau đớn, không vật vã chỉ như một ngọn đèn cạn dầu leo lét tắt. Cũng có thể bà đã chờ quá lâu và cuối cùng cũng buông tay. Nursing home gọi điện cho các con lúc sáng sớm. Chỉ vài tiếng sau, những đứa con từ khắp nơi vội vã bay về San Jose. Người con trai cả khóc ngay từ sân bay, người con gái út khóc trên xe, người con trai thứ khóc khi bước vào hành lang bệnh viện.

Tang lễ được cử hành trọng thể với con cháu nội ngoại gần năm mươi vành khăn tang. Một đám ma thật lớn mà lâu lắm mới thấy lại ở Oakhill Memorial Park. Trong tang lễ, họ là những người khóc nhiều nhất, ôm nhau, kể lại kỷ niệm, kể về mẹ, về sự hy sinh, về những ngày thơ ấu, về những ngày đầu tiên đến Mỹ, về tình yêu không bao giờ quên.

Một gia đình con cháu rất hiếu thảo, đẹp trai đẹp gái và thành đạt. Ai cũng trầm trồ khen bà có phước. Nhưng những người từng làm việc ở nursing home thì nhớ một điều rất khác. Họ nhớ những buổi chiều bà Lan ngồi bên cửa sổ, nhớ ánh mắt bà nhìn ra parking lot, nhớ những bó hoa Mother's Day đẹp đẽ nhưng không có người đi cùng, nhớ những câu hỏi lặp đi lặp lại: "Con tôi sắp tới chưa?"

Một năm sau, ngày giỗ đầu, gia đình lại tụ họp rất đông. Nhà hàng sang trọng, bàn tiệc đầy đủ, ảnh mẹ đặt trang trọng ở giữa. Bà con nội ngoại được mời dự đông đủ. Họ chụp hình, đăng mạng xã hội, viết những lời xúc động về mẹ, kể về những nỗi nhớ thương của năm đầu tiên vắng mẹ. Nhưng trong tất cả những điều đó, điều mà bà Lan từng cần nhất khi còn sống lại không bao giờ quay trở lại được nữa: một buổi chiều có con cháu ngồi bên cạnh, một bữa cơm bình thường, một tiếng gọi "mẹ ơi" giữa đời thật, không phải trong ký ức hay trên tấm thiệp hoa gửi về mỗi năm.

Và rồi, giữa những tiếng cười nói và cả những giọt lệ trong buổi giỗ đầu, có một khoảnh khắc rất nhỏ mà không ai để ý. Khi mọi người đang chụp hình, người con gái út bỗng nhìn di ảnh mẹ rất lâu. Cô không nói gì, nhưng nước mắt cứ rơi xuống từng giọt, không kịp lau. Không phải vì hôm nay, ngày này năm trước mẹ mất, mà vì trong một khoảnh khắc rất muộn, cô mới nhớ lại có những buổi chiều mẹ ngồi một mình bên cửa sổ ở nursing home, vẫn nhìn ra parking lot, vẫn chờ một chiếc xe mà có lẽ đã không bao giờ dừng lại nữa.

Ở nước Mỹ này, có những nỗi buồn không ồn ào, không bi kịch, không oán trách nhưng lại kéo dài suốt đời trong im lặng. Đó là nỗi buồn của người mẹ ngồi chờ con trong viện dưỡng lão, và những đứa con chỉ kịp hiểu ra tình yêu ấy khi mọi thứ đã trở thành ký ức.

Có những giọt nước mắt trong tang lễ là nước mắt của tình thương. Nhưng cũng có những giọt nước mắt là của muộn màng. Và nỗi đau sâu đậmnhất không phải là khi mất mẹ, mà là khi nhận ra đã có một người từng chờ mình rất lâu, rất lâu... trong cô đơn lặng lẽ, mà mình đã không còn kịp quay về.

Lê Xuân Mỹ

San Jose -Tháng 5, 2026

ĐỖ TRƯỜNG

TÓC MÂY EM THẢ GIỮA CÂU THƠ BUỒN

(Viết nhân đọc tập thơ Gởi theo cánh gió của Nguyễn Văn Gia)

Thật bất ngờ, khi nhận được tập thơ tình: Gởi theo cánh gió của Nguyễn Văn Gia gửi tặng. Sự bất ngờ ấy, không hẳn vì bác Nguyễn Văn Gia nảy ra cái món thơ ca tình ái, trái khoáy với những gì tôi đã từng nghĩ và viết: "Có một điều đặc biệt, ngay từ thuở ban đầu biết yêu cho đến cái tuổi nửa trăm năm, thơ tình Nguyễn Văn Gia luôn gắn chặt với đất nước và gia đình. Chứ dường như không (hoặc chưa) có một một bài thơ nào, ông viết thuần túy về tình yêu lứa đôi". Mà nó còn cho tôi cảm nhận được tài năng sử dụng biện pháp hoán dụ xuyên suốt tập thơ này của Nguyễn Văn Gia: *"Áo tím ai về/ bên thềm cũ/ Dễ nắng vàng phai/ cũng tương tư/ Chưa xanh thạch thảo/ vàng hoa cúc/ Mà sao lòng mình/ đã lập thu"*. (Lập Thu). Và đặc biệt trong tập thơ tình này có phần dịch sang tiếng Anh của nhà giáo Thái Duy Bảo nguyên chủ nhiệm Khoa Tiếng Anh, Đại học Ngoại Ngữ Đà Nẵng.

Và đến với Gởi theo cánh gió, ta mới thấy, có sự đảo lộn tâm lý, tình cảm trong thi ca Nguyễn Văn Gia. Nếu thuở ban đầu các văn nhân thi sĩ đến với thi ca bằng đề tài tình yêu đôi lứa, thì ngòi bút Nguyễn Văn Gia đi ngược lại lẽ thông thường đó. Bởi vậy, nửa trăm năm đầu thơ Nguyễn Văn Gia gắn chặt với tình yêu quê hương, đất nước, để nửa trăm năm sau thơ ông mới đi tìm lại tình yêu của cái thuở ban đầu. Vì vậy, sự hoài niệm, tiếc nuối, đôi khi bất lực in đậm hồn thơ ông. Và có thể nói, Ngõ Rêu là một trong những bài tiêu biểu nhất về đặc điểm này trong tập thơ Gởi theo cánh gió của Nguyễn

Văn Gia. Thật vậy, hoàn cảnh, thời gian đã trả tâm trạng, cảm xúc về cái thuở ban đầu, nhưng Nguyễn Văn Gia có đủ can đảm thoát ra khỏi cái sự rụt rè đến bất lực ấy?:

"Xanh tóc
xanh ngói
xanh tường
Lòng anh
xanh với con đường em qua
Ngày xưa
em với người ta
Ngõ chiều
chỉ biết đứng xa mà nhìn...
Giờ em qua lại
một mình
Rêu xanh lại rộn lòng anh
nữa rồi!"

Và dường như đã không vượt qua được chính mình, buộc Nguyễn Văn Gia phải cuộn tròn vào trang giấy, lấy thi ca làm nơi trú ngụ tâm hồn. Sự tự ti, nhút nhát làm cho nhà thơ trở nên cô đơn, bất lực trước cánh buồm vô hình đó: *"Trang giấy trắng/ nhớ câu thơ/ Cánh buồm nâu/ nhớ bến bờ xa xa/ Rứa mà/ người đó đi qua/ Giả vờ đứng ngó/ rất là bâng quơ"* (Bâng quơ). Và nếu không có nỗi nhớ chìm trong sự âm thầm ấy, chưa chắc Nguyễn Văn Gia đã đủ cảm xúc viết nên: Mai Còn Nhớ Nhau. Một bài thơ; hay một câu hỏi tu từ, mà có lẽ nhà thơ còn hoài nghi chính tâm trạng, tình yêu của mình chăng?. Và *"Vờ quên - đâu dễ quên luôn"* một câu thơ đọc lên, chợt làm tôi nhớ đến tâm trạng và tình yêu, nỗi nhớ thương da diết; *"Vờ như mùa đông đang về"* của cô giáo (cố thi sĩ) Thảo Phương khi viết Không đề gửi mùa đông. Mai Còn Nhớ Nhau thuộc thể lục bát, với thủ pháp ngắt nhịp (xuống dòng) Nguyễn Văn Gia không chỉ nhấn mạnh cảm xúc, mà còn thay đổi nhịp điệu tiết tấu, giàu thêm nhạc tính cho câu thơ. Nghệ thuật này điển hình, xuyên suốt sự nghiệp sáng tạo của Nguyễn Văn Gia. Và Mai Còn Nhớ Nhau chưa hẳn đã nằm trong Top những bài hay nhất trong tập thơ này của Nguyễn Văn Gia, song nó như mở ra cái diễn biến tâm lý của nhà thơ vậy:

"Hình như -
có nhớ có yêu
Thơ đâu nói hết
những điều có – không (...)
Người đi
nhớ cũng bồi hồi ngó theo
Mây tan trong gió
rồi thôi
Sông kia chạm biển
khôn nguôi nhớ nguồn
Vờ quên -
đâu dễ quên luôn
Giấu trong ngực áo
*mai còn nhớ nhau" (*Mai Còn Nhớ Nhau)

Nửa trăm năm sau (tức sau 50 tuổi) Nguyễn Văn Gia mới đi tìm lại những cuộc tình. Do vậy, thơ ông mang tính hoài niệm, với thời gian đã xa vời vợi. Nên tâm trạng tự an ủi, vỗ về thay cho sự tiếc nuối hằn sâu vẫn trên những câu lục bát ngắt nhịp của Nguyễn Văn Gia:

"Một thoáng
rồi cũng thiên thu
Tình thơ
trôi giữa đất trời mù tăm
Tưởng gần
lại hóa xa xăm
Mù khơi
là những tháng năm yêu người
Trang thơ
viết đã xong rồi
Buồn vui -
thì cũng đành thôi giã từ" (Tình thơ)

Tuy tình thơ, song có độ lùi thời gian, nên ta thấy Nguyễn Văn Gia viết không chi bằng cảm xúc, mà còn nặng phần trí tuệ. Cho nên, đớn đau, nuối tiếc là vậy, song hồn thơ Nguyễn Văn Gia không hề bi lụy. Ở đó, ta thấy sự bao dung, nhân hậu, và cảm thông sâu sắc thấm đẫm trang thơ của ông:

> *"...Hình như cái đẹp thường phải bơ vơ*
> *Và câu thơ hay cũng thường là câu thơ vô nghĩa*
> *Như mối-tình-không-không-có-có*
> *Anh đang cầm lỏng lẻo ở trên tay"*
> (Dấu chấm xanh trên màn hình)

Không chỉ thơ viết về quê hương đất nước, hay thế sự xã hội, mà đến với mảng thơ tình yêu, tình iếc muộn màng này, dường như hồn thơ Nguyễn Văn Gia vẫn soi rọi bằng Câu Kinh Vô Tự. Bởi vậy, sự chiêm nghiệm ở cái tuổi bên kia con dốc đã cho Nguyễn Văn Gia viết nên những câu thơ thật sâu sắc, làm cho ai cũng phải bùi ngùi, xúc động khi đọc:

> *"...Ngó lui bao nhiêu lần*
> *Kiếp này mới gặp nhau*
> *Ngọc quý giữa cát lầm*
> *Ơn trời - thật là may*
> *Và em cứ mãi như*
> *Bốn mùa của đất trời*
> *Hỡi câu kinh vô tự*
> *Riêng anh đọc được thôi"* (Câu Kinh Vô Tự)

Có thể nói, từ những mảnh vỡ của tình yêu và dĩ vãng, Nguyễn Văn Gia đã đi tìm ghép nên: Gởi theo cánh gió. Một tác phẩm rất đẹp, nhưng cũng thật buồn. Bởi vậy, đọc Gởi theo cánh gió, dường như có tiếng than, hay lời tự thán của nhà thơ xuyên suốt tác phẩm này: *"Tóc mây em thả về đâu/ Hình như đang chảy giữa câu thơ buồn"*. (Tóc mây em thả về đâu). Từ đó, tôi mượn ý của bài thơ này để làm lời tựa cho bài viết: *"Tóc Mây Em Thả Giữa Câu Thơ Buồn"*. Có lẽ, nó đã tóm gọn hồn vía tập thơ này của Nguyễn Văn Gia. Và với tác phẩm này như đã khép lại dĩ vãng, khâu vết thương cùng nỗi đau trong lòng thi sĩ Nguyễn Văn Gia vậy.

Leipzig ngày 14-5-2026

Đỗ Trường

TIỂU LỤC THẦN PHONG

BÀ TƯ RƯỢU

Sau khi quất nửa xị đế ở quán bà Bảy Ròm, Bà Tư Rau ra về với dáng điệu hơi lâng lâng, gò má ửng đỏ. Tuy ngoài bảy mươi, làn da có nhăn nheo nhưng nước da bà Tư trắng như trứng gà bóc, có lẽ thời con gái bà Tư rất đẹp. Người xóm chợ Bà Bâu chẳng còn ai nhớ tên thật của bà, họ chỉ kêu bằng cái tên ghép, khi là bà Tư Rau, lúc bà Tư Rượu. Bà Tư bán rau sống ngoài chợ Bà Bâu, tiền bạc hổng bao nhiêu, cơm nước bữa có bữa không nhưng rượu thì cứ ngày ba cữ.

**

Ngôi nhà nhỏ cũ kỹ của bà Tư nằm ngoài rìa chợ, tuy nghèo nàn thiếu thốn nhưng là cái chỗ an toàn cho bà trú mưa tránh nắng mấy chục năm nay. Bà sống côi cút một mình không con cái họ hàng. Thế rồi chồng bà đi tập kết trở về, ông ấy đem theo một bà vợ ngoài ấy nữa. Bà Tư chới với...Nỗi đau cô độc mấy mươi năm chờ đợi những tưởng được đền đáp lại chút ân tình cuối đời, nào ngờ sự thật lại phũ phàng và cay đắng đến tận cùng. Ông Tư trở về lại là nỗi tai họa cho quãng đời còn lại của bà. Ông Tư và bà vợ mới ngày nào cũng đánh đập mắng chửi bà Tư. Đỉnh điểm ngược đãi là lúc hai người ấy hốt quần áo bà Tư quăng ra đường, đuổi bà Tư ra khỏi căn nhà của bà. Bà Tư già yếu cô thân đành nhặt nhạnh mớ đồ đạc ít ỏi ấy lủi thủi đi về hướng đình Vân Hội. Mé phải đình có cái chuồng heo của nhà ông Năm Tình bỏ không. Nguyên do có cái chuồng heo này là khi ông Năm Tình cất nhà còn dư gạch táp lô nên xây lấn trên đất đình rồi bỏ đấy chứ chưa nuôi heo ngày nào. Bà Tư đến đó nương thân, tường chuồng heo cao cả thước, may có cái cột sắt ấp chiến lược kế bên nên bà Tư có chỗ bám để leo ra leo vào. Ông Năm Tình thấy hoàn cảnh của bà nên thương tình mà cho ở chứ không nỡ đuổi.

Buổi sáng bà Tư đến vựa rau Bảy Phú mua một mớ rau rồi đem ra chợ Bà Bâu trải tấm nhựa xuống đất để bán rau. Mớ rau trộn đủ thứ nào là: xà lách, cải non, ra diếp, tía tô, hành, ngò, giá...Các loại rau ngắt khúc ngắn trộn lẫn với nhau, đây là món rau sống mà người dân quanh vùng thích ăn. Đời có những lúc nghiệt ngã lắm, mớ rau rẻ rề, lời lãi vài đồng bạc, ấy vậy mà người mua còn kì kèo trả giá, mua xong còn thò tay hốt thêm một nắm rau, nếu không thì cũng xỉa trái ớt, móc tép hành...Bà Tư ca cẩm:

- Ăn thêm chút rau nữa có béo bổ gì hơn chăng? Bổ dọc bổ ngang gì rồi mai kia cũng ra nhị tỳ nằm chơi với giun dế tha hồ ăn rau cỏ. Tui bán mớ rau có mấy đồng kiếm sống qua ngày mà còn ngắt véo thêm chi tội.

Mặc cho bà Tư rên rỉ, người mua vẫn chứng nào tật nấy, dường như mua mà hổng lấy thêm chút rau họ ăn cơm hổng ngon sao ấy!

Đời bà Tư Rau y như mớ rau trộn, cứ mòn mỏi hao hụt dần, mỗi ngày mất mát thêm dù đời bà gần như chẳng còn gì nữa để mất.

Bà Tư bán rau đến chừng mười hai giờ trưa là cuốn tấm mủ lại, mớ rau còn thì dồn vào cái thúng đội đầu đi về chuồng heo. Trước khi về bao giờ bà cũng ghé quán bà Bảy Ròm làm ly đế. Bà có thể không ăn nhưng không thể không uống, thực sự thì thì ngày bà bị đuổi khỏi nhà bà đã nhiều ngày chẳng có gì để ăn.

Ngồi trong quán bà Bảy Ròm, tay cầm cái ly thủy tinh bằng nắm tay con trẻ, trong ly chứa thứ rượu trong vắt như pha lê mệnh danh là nước mắt quê hương. Rượu này lấy từ lò rượu Bảy Du, Chín Tăng...những lò rượu có tiếng tăm của chợ Bà Bâu, thứ rượu đế nước nhất ngon hết biết luôn, tợp một ngụm nghe lửa bốc lên đầu, cổ họng như xé ra. Người sành điệu thì thích lắm, bọn tay mơ thì chịu hổng nổi. Bà Tư cầm cái ly cứ xoay xoay trong bàn tay, có hôm bà ngồi trầm ngâm chiêu từng ngụm nhỏ tận hưởng cái mùi thơm nồng của rượu, cái vị cay xé lưỡi của men. Cũng có khi bà Tư ngửa cổ đổ cả ly vào họng như thể người ta bưng thau nước đổ vào hang chuột. Trưa nay bà Tư quất xong một ly, nhăn mặt:

- Bà pha rượu nước nhì, nước ba nhiều quá, rượu lạt, không ngon!

Bà Bảy Ròm, chủ quán, cãi:

- Bà cứ nói xàm, pha đâu mà pha, rượu nước nhứt đấy, lấy từ lò Chín Kỉnh.

Bà Tư day mặt lại nhìn bà Bảy rồi le lưỡi ra:

- Bà coi lưỡi tui còn hay không?

- Còn

- Vậy thì bà gạt tui hổng được đâu!

Đến nước này thì bà Bảy cười giả lả:

- Ờ, tui cũng có pha chút chút để bán kiếm lời.

- Bữa sau bà cứ bán rượu nước nhứt cho tui, bà bán giá nào cũng được.

Bà Bảy sẵn dịp nhắc nợ luôn:

- Bà ghi sổ đã ba mươi ly rồi, lo mà trả cho tui, quán tui vốn liếng cũng hổng có bao nhiêu. Ai cũng uống nợ như bà chắc tui sập tiệm.

- Bà cho tui ghi thêm ba ly này nữa, mai tui trả, mấy nay bán ế ẩm quá, rau hư úng hết ráo.

Bà Bảy Ròm ốm tong teo như cây tre sau sân đình, miệng bà nhai trầu bỏm bẻm suốt ngày. Bà Bảy Ròm giàu có, con cháu đông đúc nhưng tánh bà cay nghiệt và đáo để chứ không như bà Tư. Bà Bảy chì chiết:

- Bà ghi nợ nhiều quá, tui cho bà ghi thêm bữa nay thôi! Mai tui dứt khoát không bán chịu nữa.

Bà Tư Rau im lặng, ngồi thẫn thờ, mái tóc bạc lơ phơ trông hắt hiu như sương khói vây trên đầu. Bà Tư Rượu có thể thiếu cơm nhưng không thể thiếu rượu. Đời bà chỉ còn có chút men là niềm vui duy nhất để sống còn. Mỗi ngày ba cữ rượu đế suông là nghi lễ của kẻ mộ đạo. Quán rượu của bà Bảy Ròm là ngôi đền thiêng liêng nhất đời bà. Mớ rau trộn là phép màu vi diệu đủ để cứu bà khỏi phải chết đói cũng như không phải thất lễ rượu bữa nào dù có hôm phải ghi nợ. Người quanh chợ Bà Bâu đôi khi không kêu bà Tư Rau mà kêu là

Tư Rượu cũng có lý, tuy nhiên bà mặc kệ. Bà Bốn Sự xì xầm với với mấy bà trong chợ:

- Hứ, đàn bà gì mà hư hỏng, ngày nào cũng uống rượu, chồng bỏ là phải rồi!

Bà Hai Đoan xía vô:

- Con mẹ Tư Rượu ấy mà nói làm gì, lúc nào cũng lè nhè như hũ hèm. Đàn ông say rượu còn có thể thông cảm, đằng này đàn bà mà ghiền rượu nên hổng ai ưa.

Bà Ba Bụng trề môi:

- Mà có khấm khá gì, bán rau bữa đực bữa cái, cơm bữa có bữa không, vậy mà ngày nào cũng uống rượu

Bà Tư Rau nghe hết, thấy những củ chỉ trề môi múa mỏ của mấy bà ấy nhưng chẳng hơi đâu phân bua, mặc dù bà Tư nổi tiếng hay nói liệu. Mà kể cũng lạ, thiếu rượu thì nói liệu đã đành, ngay cả khi uống đủ đô cũng nói liệu, người tinh ý sẽ thấy cách nói liệu trong hai thời điểm ấy hoàn toàn khác nhau.

Trưa nay cũng như mọi ngày, sau khi quất mấy ly đế bà Tư kẹp thúng rau đi về phía chuồng heo. Một đám học trò tan trường đang đi sau lưng bà. Chúng nó chỉ chỏ chọc ghẹo bà:

- Bà tử bà Tư/ uống rượu sật sừ/đi như ông địa/ nói liệu nói đía/bảy vía ba hồn/khoai môn rau sống...

Bà Tư quay lại chửi:

- Con bà tụi bay, tao uống rượu ăn rau của tao, nào có ăn gì của cha mẹ bay, tụi bay đúng là nhứt quỷ nhì ma thứ ba học trò.
Bà Tư càng chửi càng kích thích lũ học trò rắn mắt, chúng châm chọc dữ hơn. Thằng Chinh là đứa đầu têu những trò mất dạy, trong lúc tụi kia nói bậy vây quanh bà Tư, nó lẻn phía sau lưng kéo cái thúng khiến mớ rau bán ế đổ hết ra đường. Bà Tư khóc mếu máo, nước mắt ràn rụa trong lúc lũ học trò mất dạy cười giỡn hô hố. Bà Tư lụm cụm vơ hốt lại mớ rau. Thằng Chinh chỉ chỏ:

- Bà Tư say rượu làm đổ thúng rau.

Bà Tư giận quá, cộng với hơi men khiến bà nổi cơn nói liệu:

- Quỷ tha ma bắt/ học trò rắn mắt/cá sặc có bông/con nhồng nói láo/thiện đi ác đáo/ tao bảo mầy hay/ nhân quả có ngày/ chạy đâu khỏi nắng/ súng bắn đạn bay/ người ngay chết tốt/ học dốt làm quan/ áo vàng nón cối...

Bà Tư nói liệu như hát, nói khô cổ họng, bụng đói rã rời, mắt không còn lệ, lầm lũi mang thúng rau leo vào chuồng heo, nơi ẩn trú cuối đời. Ông Chỉn Kỉnh, chủ lò rượu lậu cũng sống gần đấy, thấy bà Tư lụm cụm bám cọc sắt leo vào chuồng heo bèn kích động lũ học trò:

- Tụi bay hốt ổ kiến lửa quăng vô cho bà Tư nhảy múa nói liệu nghe chơi!

Bọn học trò làm thật, kiến lửa đất bụi dính đầy người bà Tư, bà giãy nảy nhảy nhỏm để gạt phủi kiến lửa, miệng không ngớt nói liệu:

- Kiến lửa cắn tao/ tụi nào chơi ác/ khạc máu nhả đờm/ bờm xơm té giếng/ tao chửa có điên/ túi chẳng có tiền/ thần tiên giá đáo/ uống rượu ăn rau/ đời đâu có đó/ chim ó chó ngao/ lòng đao dạ kiếm/ đỹ điếm lên ngôi/ nói lời trinh tiết/ giết người cướp của/ mua ghế ngồi cao/ giảng rao đạo đức...

Nói một hồi kiệt sức, giọng yếu dần, phập phều theo hơi thở vậy mà bên ngoài tụi học trò vẫn không ngớt cười giỡn hết sức mất dạy. Nghe ồn ào, ông Năm Tình từ trong nhà bước ra, thấy sự việc là biết ngay. Ông cũng còn chút từ tâm nên quát:

- Tụi học trò đi về nhà ngay lập tức! tan trường không lo về, tụ tập quậy phá xóm làng. Cha mẹ tụi bay biết là ăn đòn bây giờ!

Bọn học trò vội vàng tản hết, ông Chín Kỉnh nói với Năm Tình:

- Bà Tư Rau uống rượu say, làm đổ cả thúng rau đây nè!
Năm Tình không ừ hử, cười nhẹ rồi quay vào nhà.

Hôm sau bà Tư ra chợ bán rau, trên mặt và hai cánh tay nhăn nheo đầy những nốt đỏ do kiến cắn. Nhiều người nhìn bà tỏ vẻ ái ngại nhưng chẳng ai hỏi lấy một lời. Bà Tư cũng cẳng buồn nói năng chi, có lẽ trong lòng của bà đã đầy ắp nỗi khổ đau nên chẳng còn chỗ trống để nạp thêm sự khổ đau mới. Bà cô đơn từ hồi ông Tư đi tập kết, tính ra cũng hai mấy năm trời, ngày ông về những tưởng khổ tận cam lai nhưng không! Ngày ông về mới thật sự là đỉnh cao tột bậc của nỗi cô đơn. Mấy mươi năm vẫn thầm hy vọng, vẫn nuôi chút lửa tàn âm ỉ trong tro. Ngày ông về là cơn bão thổi tung cả tro tàn lẫn chút lửa cuối cùng. Từ đó đời bà Tư chỉ còn có những ly rượu đế ở quán bà Bảy Ròm là chỗ bám víu của bà ở thế gian này.

Trời trưa tròn bóng, bà Tư vẫn để đầu trần phất phơ mái tóc bạc trong gió như bao nhiêu năm nay. Không biết là bà không có cái nón nào để đội hay bà chẳng còn cái cảm giác nắng mưa. Cắp thúng rau bên hông liêu xiêu đi đến quán bà Bảy. Bà nói trước:

- Nay tui không uống chịu đâu, tui trả bớt cho bà mười lăm ly, còn mười lăm ly nữa tui sẽ trả trong nay mai thôi! Bà đừng lo, tui đói thật nhưng không giựt nợ!

Bà Bảy cười cầu tài:

- Nay bà vô mánh hả? bán được nhiêu?

- Mánh mung gì bà ơi! Tui nhịn cơm mấy bữa nay đó!

- Vậy bà uống rượu mà không ăn cơm sao? Bụng đói dễ trúng gió!

Bà Tư im lặng, không ăn là chuyện thường trong đời bà. Những hôm bán rau ế thì lấy gì mà ăn? Tài sản bà ngoài mớ rau trộn mua đâu bán đó chưa kể bán ế hư úng và vài bộ quần áo cũ kỹ, vá tùm lum. Bà Bảy động lòng bất chợt bẻ cho trái chuối già. Bà Tư đẩy trả lại:

- Cảm ơn bà, bà bán chịu cho tui vậy là tốt lắm rồi. Tui hổng dám lấy thêm.

Quất ly đế nữa, tiếng kêu cái chụt, đoạn liếm mép rồi kéo chéo áo chùi đôi môi khô nhăn nheo. Bà Tư rời quán Bà Bảy, bước thấp bước cao lững thững đi về chuồng heo. Con đường làng giữa trưa nắng bụi đất ùn lên, nhà cửa hai bên đã khép lại để ngủ trưa…

**

Một ngày kia người xóm chợ Bà Bâu không thấy bà Tư Rau ra chợ bán. Bà Bốn Hoan nói trổng trơ:

- Hổng chừng bả say rượu hay bị bịnh rồi?

Ông Chín Kỉnh tưng tửng:

- Chắc bà Bảy Ròm không bán rượu chịu nữa nên bà Tư nằm bẹp trong chuồng heo.

Người ta cười cợt và đặt ra nhiều giả thuyết này nọ. Cả đám đoán già đoán non lấy đó làm vui, thỉnh thoảng lại cười rần rật rồi thêm mắm dặm muối cho câu chuyện Bà Tư thêm phần ly kỳ. Chuyện không biết khi nào mới hết nếu không có ông Năm Tình la toáng lên:

- Bà Tư Rau chết queo rồi! chết cứng trong chuồng heo nhà tui!

Nghe thế người xóm chợ lập tức bu đen bu đỏ lại coi, trẻ có, già có, nam có, nữ có...chen lấn để coi bà Tư chết ra sao đặng tám với người ta. Trong đám bu lại coi đó, có kẻ biết chuyện Bà Tư nợ rượu. Kẻ ấy nhiều chuyện:

- Hổng biết bà Tư trả hết nợ rượu quán bà Bảy Ròm chưa ta?

Ông Chín Kỉnh, chủ lò rượu nghe vậy liền nói:

- Hôm qua tui bỏ rượu cho quán bà Bảy, bà ấy nói bà Tư trả hết tiền rượu nợ rồi! Tui hổng biết Bà Tư lấy đâu ra tiền mà trả nợ? Mặc cho đám người hiếu kỳ bàn tán nói đía. Xác bà Tư Rau khô đét quắt queo co quắp lại như con mắm mòi, ruồi lằn bu đầy trên mặt. Không biết Bà Tư chết hôm nào mà giờ đã bắt đầu bốc mùi. Đám đông vừa coi vừa bịt mũi và khạc nhổ. Ruồi nhặng vo ve khắp cả cái chuồng heo.

Tiểu Lục Thần Phong

Ất lăng thành, 0526

BK

LẠP CHÚC NGUYỄN HUY

RỪNG MẮM CÀ MAU

Đất nước tôi từ ải Nam Quan đến mũi Cà Mau. Ngày nhỏ mẹ ru tôi ngủ:

Con cò bay lả bay la,
Bay qua Đồng Phố bay về Đồng Đăng,
Đồng Đăng có phố Kỳ Lừa,
Có nàng Tô Thị, có chùa Tam Thanh

... chìm trong giấc ngủ thơ ngây mà nào có biết mẹ tôi nói đến ải Nam Quan có phố Kỳ Lừa, có nàng Tô Thị. Lúc khôn lớn, thầy giáo mới dạy ải Nam Quan là cửa ải Hoa Việt ở tỉnh Lạng Sơn, có Nguyễn Trãi từ biệt cha về giúp Lê Lợi phục quốc, có Thoát Hoan, Tôn Sĩ Nghị không còn manh giáp chạy trốn về Tàu, còn Cà Mau thì thầy tôi chỉ nói đến nào là rừng Sát âm u, muỗi độc kêu như sáo thổi, cọp um bên vách lá ...

Mảnh đất Cà Mau chỉ mới sát nhập vào Việt Nam hồi thế kỷ 17. Cà Mau là địa bàn mà Nguyễn Ánh mưu phục lại cơ đồ. Đã bao lần đại bại phải bỏ lại vợ con, binh sĩ chạy trốn qua đảo Phú Quốc, Pulau Panjang, lưu lạc bên Thái Lan. Nguyễn Ánh với một ý chí sắt đá trở lại Cà Mau, tập hợp binh sĩ, đánh chiếm Gia Định rồi thống nhất đất nước năm 1802. Trang sử Gia Long phục quốc hiện nay còn ghi lại vết tích tại Cà Mau. Bạn nào quê quán nơi đây chắc còn nhớ xã Khánh An ở vùng Cái Tàu có nền Công Chúa trên một gò đất cao, đó là mộ xưa của một công chúa tử nạn trong thời kỳ Nguyễn Ánh phục quốc. Còn ở xã Tân Hưng, trong vùng Cái Rắn, còn giữ lại một gò đất cao, di tích "Đồn Dừng Binh" của binh sĩ Gia Long. Cách gò này chừng 100 m và cách rạch Cái Rắn 30 m có một "Ao Ngự" tròn rộng chừng 10 m của binh sĩ đào lấy nước ngọt cho vua dùng. Ao Ngự có nước ngọt cho dân chúng của xóm Cái Rắn, Rạch Muỗi, Ông Trị dùng quanh năm. Do đó, xã Cái Rắn còn gọi là xã Long Ẩn đổ ra sông Ông Đốc dùng làm đường cho Nguyễn Ánh chạy sang đảo Poulo Panjang mỗi lần bại trận.

Nhớ về Cà Mau, một miền thôn dã xa xôi, bát ngát trong rừng sát âm u, sông rạch chằng chịt như mạng nhện, thú rừng thì nhiều, nước thì đen nên người Miên gọi là vùng Tuk Khmau, nghĩa là nước đen, nên ta phiên âm thành Cà Mau. Cà mau còn là vùng đất thấp sình lầy, hàng ngày thủy triều đẩy nước biển trộn phù sa sông Cửu vào bồi đắp, tràn ngập cả một vùng rừng sát bao la tại vùng Cán Gáo, Cái Tàu, Trèm Trẹm, Tân Bằng ... Nước lớn tràn vào khu 12 rừng cấm do Pháp phân ranh xưa kia, nước ròng kéo ra biển nào là lá khô, củi mục, nhựa tràm, cá tôm đủ thứ khiến cho nước điểm màu trà đậm mà thôn dân gọi là nước dớn. Chảy dưới lá rừng U Minh, nước dớn đổ sang màu đen, làm tăng thêm bức tranh tối sáng của U Minh, làm rợn da gà những ai lạc bước nơi đây. Vì vậy mới có địa danh U Minh để chỉ tranh tối, tranh sáng nơi rừng Cà Mau.

Từ trên máy bay nhìn xuống, tất cả sinh vật như chìm đắm dưới màu xanh, xanh của rừng tràm U Minh, rừng đước Tân Bằng, rừng mắm dưới chân giồng, xanh của biển nước đến tận chân trời. Lạc bước vào tấm thảm xanh đó, mới thấy được sức sống của người nông dân tiều phu đang ra công chế ngự khu rừng sát lớn nhất Việt Nam và cả Đông Nam Á nữa. Xưa kia rừng sát mọc gần tỉnh lỵ Cần Thơ, Long Xuyên, Bạc Liêu. Chỉ mới các đây hơn 100 năm, từ Long Xuyên đi Rạch Giá phải len lỏi trong sông rạch, giữa tàn cây âm u, khó khăn và cực nhọc đến nỗi bác nông dân phải than rằng:

Đường đi Rạch Giá thị quá sơn trường,
Gió lay bông sậy dạ buồn nhớ ai.

Ngày xưa, dọc theo dãy Trường Sơn, có những sơn trường để binh sĩ đóng chặn đường người Thượng xuống cướp phá đồng bằng. Đường lên sơn trường dốc núi cheo leo, lại sống giữa cảnh núi rừng hoang vu, thì hỏi buồn nào bằng cảnh "Ba năm trấn thủ lưu đồn", chiều chiều vượn hót, chim kêu mỏi, mà nhớ đến cái "Chĩnh chọe" ở nhà, tơ tưởng đến cành đa, lá đa đầu làng thì hỏi có đứt ruột được không? Ấy vậy mà đường đi Rạch Giá còn buồn đứt ruột hơn là đường đi sơn trường, ngồi nhìn gió lay bông sậy còn "*trường tương tư*" hơn là cảnh chim kêu vượn hót. Các cô gái khuê các nào như cành liễu rủ, như bông đào trước gió, như cành lan để chàng thư sinh "*thương em mong manh như một cành lan*". Còn đối với bác nông dân nơi đây, phải là bông sậy lung linh với gió chiều, bông sậy ngậm hạt sương mai óng ánh trong bình minh mới gợi nhớ, gợi thương.

Rồi từ thế kỷ 18, nông dân Việt tràn xuống Hậu Giang, phá rừng tràm, lập xóm làng, rẫy ruộng. Trước khi dẫn các bạn vào thăm rừng sát bắt con muỗi lớn bằng con gà mái mà nhậu chơi, tôi xin tả cảnh rừng Cà Mau trước đã. Hiện nay rừng Cà Mau rộng chừng 300 000 ha, có khoảng 80 sắc mộc chính mọc trên các loại đất cháy (hay đất hữu cơ), đất phèn, đất mặn. Các đất này được cấu tạo từ phù sa của biển, của sông trộn lẫn với các chất hữu cơ (cây, cỏ).

Rừng sát mọc lên như thế nào? Ở Cà Mau, rừng sát thường được phân biệt ra rừng mắm, rừng đước, rừng tràm, nếu đi từ chỗ bờ biển vào sâu trong đất liền:

> ***Mắm*** *trước,* ***Đước*** *sau,* ***Tràm*** *theo sát,*
> *Sau hàng dừa nước mái nhà ai,*
> *Lá chằm tỏa khói chiều biên tái.*

Hằng ngày, thủy triều đẩy phù sa tạt vào bờ tràn sâu vào sông rạch, rồi thủy triều rút ra để lộ gần bên bờ biển, lớp bùn non cho cây mắm (Avicennia officinalis) mọc lên hàng hàng, lớp lớp. Cây mắm có khả năng là rễ bám chặt được trong lớp bùn non ngập nước mặn. Nhờ vậy, mắm tiến ra biển, mắm kết chặt bùn non lại cho cứng cáp, mắm đẩy đất bùn thoát dần khỏi mực nước thủy triều cao. Công việc của mắm là vậy, là làm cho đất cao và cứng lại để rồi nhường cái đất đã tốt này lại cho cây đước (Rhizophora conjugata) đang lù lù đứng đàng sau để mọc lan dần trên rừng mắm. Chỉ chừng 20 năm sau, nếu ta trở lại thăm giang sơn cũ của mắm, chỉ thấy đước là đước, đước mọc thành rừng và lác đác đây đó còn vài cây mắm lẻ loi, dấu vết của rừng mắm xưa. Cây đước tiếp tục nhiệm vụ làm cho đất phèn, đất mặn nơi đây được cứng cáp, nhô cao lên và đẩy xa ảnh hưởng của nước mặn ra vùng bờ biển của rừng mắm. Sau khi đã làm xong công tác này, đất đã cứng, bớt mặn, bớt phèn, thì cây tràm (Melaleuca leucadendron) ở đàng sau rừng đước tràn tới. Nếu sống nơi đây, chúng ta sẽ chứng kiến cảnh người đến phá rừng tràm, lập xóm làng, tràm xâm lấn rừng đước, đước chiếm đất của rừng mắm, mắm đẩy bờ biển lui xa dần. Và cứ như vậy, từ bao ngàn năm trước, bán đảo Cà Mau mở rộng dần lên biển cả.

Về mặt thực dụng, cây mắm thật là vô duyên nhất trong rừng sát. Cây thì mọc trên bùn lầy nước mặn, thân cành thì cong queo chẳng dùng cất chòi nhà gì được, củi đốt thì ôi thôi khói mù mịt làm cho mắt cô gái Cà Mau toét nhèm như mắt gái làng Lim bị toét mắt bởi tại hướng đình.

Nhưng rồi một buổi chiều nào đó, bạn gác mái chèo bên dòng sông Ông Đốc, cắm ghe trong rừng mắm chờ nước lên ra khơi với tiếng kêu của chim bìm bịp.

Bìm bịp kêu nước lớn em ơi,
Tảo tần chi lắm cái nồi cũng ra ơ.

Lúc đó, bạn hãy ngắm nhìn cây mắm "vô duyên" xấu xí đang lặn ngụp trong bãi bùn non, lặng lẽ vun xới, mở rộng đất đai cho Cà Mau. Rồi dăm ba câu vọng cổ từ xóm nhà đâu đấy chư cuộn lấy lá mắm, lấy cả rừng mắm đang âm thầm làm việc lót đường cho cây đước mọc cũng như bác nông dân đang phá rừng hoang dại cho ngày nào đó xóm làng, thành phố mọc lên. Nhớ đến mắm, mắm chấn bùn non sóng dữ cho đất bằng thôi nổi sóng, cho cây đước ngạo nghễ trên chùm rễ cà khêu mọc lên. Nhớ đến mắm mà lòng hổ thẹn vì lòng nhủ lòng chỉ muốn làm thân cây đước. Nhớ đến mắm mà lòng chân thành biết ơn ai kia làm thân cây mắm trên bước đường phục hồi tự do dân chủ cho Việt Nam.

Lạp Chúc Nguyễn Huy

TN

VÕ PHÚ

NGƯỜI BÊN KIA ĐẢO CHUÔNG *

Khi con trai tôi tròn sáu tuổi, tôi cho con gia nhập hướng đạo. Đến tám tuổi, cậu bé chính thức trở thành một "Sói con," năng động và hăm hở, luôn chạy phía trước như muốn đón mọi ánh nắng và gió rừng. Đôi mắt sáng long lanh, như những ngọn lửa nhỏ le lói trong đêm. Trong hướng đạo, bọn trẻ được xếp theo các nhóm tuổi: Lion, Tiger, Wolf, Bear, Webelos... mỗi danh hiệu như một huy hiệu thiêng liêng, đánh dấu những bước trưởng thành đầu đời. Còn tôi, một người cha còn trẻ vụng về, chỉ mong con được trải nghiệm những buổi sáng chạy nhảy dưới ánh nắng, những buổi chiều biết cúi xuống buộc dây giày cho con, và những trái tim bé nhỏ học cách nhặt từng mẩu rác, trả lại cho đất một phần hồn nhiên và trong lành của tuổi thơ.

Hôm ấy là cuối tuần đầu tháng Mười. Richmond vào thu có cái buồn lặng lẽ, như người già ngồi bên hiên nhìn lá rơi mà chẳng buồn nhặt lấy. Trời một màu xám bạc, mây trôi lững lờ như những mảnh ký ức bị gió bỏ quên. Không khí se lạnh, nhưng cũng đủ để bàn tay giấu vào túi áo khi lỡ quên mang găng len.

Nhóm hướng đạo và tình nguyện viên hẹn nhau ở đầu cây cầu treo dẫn vào Belle Isle, hòn đảo xanh nằm giữa sông James, nơi người Richmond vẫn gọi là "lá phổi của thành phố".

Khoảng hai mươi mấy đứa trẻ và phụ huynh tụ tập, tay ai cũng mang găng, túi rác đen, áo khoác mỏng, giày tennis. Con trai tôi theo nhóm "Sói con," nên tôi bước theo sát bên. Những đứa Wolf ríu rít như bầy chim non, vừa chạy vừa giơ bao tay lên khoe, háo hức như chuẩn bị cho một cuộc phiêu lưu. Người lớn thì thủ thỉ về công việc, nhấp ngụm cà phê sáng, và cảm nhận cái lạnh lặng lẽ thấm vào lưng, như tuổi tác bỗng nhớ đến mình giữa sớm thu mờ sương.

Khi tôi cầm túi nilon bên hông, ba lô đựng chips, snack, nước uống và hai cái sandwich nguội để ăn trưa, đầu vẫn còn vương cơn buồn ngủ sau đêm sinh nhật với bạn bè. Tôi cảm nhận cái lạnh len lỏi qua áo khoác mỏng và cảm giác tuổi trẻ khiến người ta muốn bước đi mãi trên con đường tối, không cần lý do, không cần đích đến.

Cây cầu treo rung nhẹ dưới bước chân đoàn người. Mỗi nhịp rung như tiếng thở dài rất cũ của thép và xi măng, dây cáp kẽ khe rít như một ông lão trở mình trong giấc ngủ dài. Dưới chân, dòng James cuộn xoáy, mặt nước xám bạc như tấm gương mờ bị thời gian phủ hơi thở lên. Bọt trắng va vào đá, nổ tung rồi tan biến, tựa tiếng thở dài của ai đó trong một giấc mơ xa xưa. Richmond mùa thu là bản hòa âm của lịch sử, nước lạnh, và những tiếng thì thầm từ lòng đất.

Tim Morris, cha của Luca, một Sói con cùng nhóm với con trai tôi, khẽ khều vai tôi, giọng pha chút tinh nghịch:

- Này ông Võ, coi chừng đó nha! Đám Sói con chạy nhanh lắm, mấy ông già tụi mình mà không cố là bị bỏ lại sau liền!

Tôi nhìn con trai chạy phía trước, thấy bầy Wolf ríu rít như lũ chim non, tay giơ bao tay lên khoe chiến lợi phẩm vừa nhặt được. Tiếng cười của chúng hòa lẫn tiếng gió xào xạc qua tán cây, tiếng nước vỗ vào đá bên dưới cầu, tạo thành một bản hòa âm vừa vui tươi vừa rờn rợn. Mùi rêu, lá mục, và hơi nước lạnh len lỏi vào mũi, nhắc tôi nhớ lại khoảng hai mươi năm trước khi tôi lần đầu đặt chân đến Belle Isle cùng nhóm bạn đại học. Hôm đó là một buổi chiều lặng lẽ, dưới làn sương mỏng, tiếng chim và tiếng nước hòa cùng nhau.

Tôi hít thật sâu, để không khí lạnh, mùi rêu và hơi nước tràn đầy phổi, cảm nhận từng rung động của lịch sử nơi đây. Belle Isle từng là trại tù Nội chiến, nơi những linh hồn chưa bao giờ rời khỏi dòng sông, nơi nhà máy thủy lực vang lên âm thanh bánh răng sắt như nhịp tim thép. Tôi tự nhủ: mỗi bước chân hôm nay, mỗi hành động nhỏ bé của mình, cũng là cách nối tiếp câu chuyện của Belle Isle, giữ cho linh hồn đất đá và dòng nước không bị lãng quên.

Người ta nói rằng vào đêm trăng, Belle Isle như một tấm gương mở ra cánh cửa quá khứ. Có những đêm, người ta nghe thấy tiếng gọi tên, tiếng gươm va vào nhau, tiếng ai đó khóc thầm trên những tảng đá. Tôi định bật cười, kiểu cười phủ nhận những câu chuyện hù dọa trẻ con, nhưng miệng chưa kịp mở thì một cơn gió hun hút thổi qua hàng cây, mang theo tiếng rơi khẽ của chiếc lá già. Tôi không tin vào ma quỷ, mà tin rằng mỗi mảnh đất đều lưu giữ linh hồn của những người từng đi qua.

Belle Isle hôm nay hiện lên với vẻ hiện đại và sống động: người dân chạy bộ, xe đạp nghiêng mình qua những khúc quanh, trẻ con nhảy đá trên bãi cỏ... Âm thanh bước chân, tiếng cười nói và sợi dây căng rung nhẹ hòa cùng gió, tạo thành một bản nhạc sống động giữa thiên nhiên và thành phố. Nhưng nếu lắng thật kỹ, đảo này không chỉ là bãi cỏ xanh giữa lòng Richmond; lòng đất nơi đây nặng trĩu ký ức.

Vào thập niên 1860, đây từng là trại tù Nội chiến giam lính miền Bắc; hàng nghìn người đã chết vì đói, rét, và bệnh tật, nhiều xác trôi theo dòng sông như lá mùa đông. Đầu thế kỷ 20, nhà máy thủy lực mọc lên, bánh răng khổng lồ nghiền nước như răng cưa của dã thú thép, tiếng máy cuộn xoáy từng lớp sương, hằn sâu vào ký ức con người và đá sông.

Bây giờ thì yên bình. Trẻ con chạy nhảy, nô đùa. Xe đạp lao đi, ánh nắng chiều rọi qua tán cây lấp lánh trên mặt nước. Nhưng yên bình không đồng nghĩa với trống rỗng. Tôi bước khỏi cầu treo, bụi tóc dính sương, găng tay ẩm mùi cao su mới, và tiến về phía nhóm hướng đạo đang cười nói rộn ràng hướng về bờ Tây. Khi định nhập nhóm, tôi bỗng thấy một bóng người ngồi trên tảng đá lớn, sát lối mòn. Một hình ảnh bất ngờ, tĩnh lặng, khiến nhịp tim tôi chùng lại trong khoảnh khắc.

Ông mặc chiếc áo khoác cũ bạc màu, tóc rối xoắn như mớ rong khô, tay đặt lên đầu gối như đã quên cách run. Dáng ngồi của ông tựa như rễ cây lâu năm bám chặt vào đất, như thể chính Belle Isle đã sinh ra ông, hoặc ông là một phần hồn của đảo. Khi ông ngẩng đầu, đôi mắt sâu, tĩnh lặng nhưng đầy mệt mỏi, toát lên vẻ sống lâu hơn cả thời gian; ánh mắt ấy dường như nhìn thấu cả mùa thu, dòng sông chảy lặng, và những câu chuyện chưa từng được kể.

- Cám ơn các bạn trẻ.

Giọng ông khàn nhưng ấm, như tiếng lửa đêm đông cháy bằng gỗ mục, vừa đủ để nghe thấy cả hơi thở của thời gian.

- Dạ không có chi. Mỗi người chúng ta cần giữ cho thành phố sạch đẹp mà ông.

Tôi đáp, giọng run run nhưng cố giữ bình tĩnh.

Ông gật đầu, ánh mắt dõi theo dòng James lững lờ, rồi nói:

- Dòng sông chỉ sống khi có những người gìn giữ nó. Nó từng mang biết bao nỗi đau, từng nghe tiếng than khóc, từng ôm trọn nỗi tuyệt vọng. Mỗi tảng đá, mỗi tán cây... Những gì đã trôi đi thì thôi, nhưng những gì còn ở lại... thì không bao giờ rời.

Gió thổi mạnh, lá khô xoay tròn quanh gót giày tôi như những câu chuyện chưa kể, như những linh hồn vẫn chưa tìm được nơi yên. Tôi muốn dừng lại, muốn hỏi ông đã sống ở đây bao lâu, đã chứng kiến bao mùa thu, bao bước chân trôi qua Belle Isle... Nhưng tiếng gọi vang lên từ phía nhóm:

- Ê! Mau lên! Tụi mình phải đi nhanh để theo kịp mấy nhóm khác ở khu thủy điện!

Tôi cúi chào ông rồi bước theo nhóm, nhưng một linh cảm thôi thúc khiến tôi ngoái lại. Ông đã đi đâu mất. Chỉ còn tảng đá đứng đó, trơ trọi, rêu phủ như miệng người già giữ kín bí mật, im lặng nhưng mang trong mình một sức nặng không lời. Không gió, không bóng người, mà tôi vẫn cảm nhận... một tiếng thở khẽ từ đá, nhịp tim như hòa với dòng sông.

Tiếng bước chân trẻ con rung trong gió vẫn rõ mồn một. Nhưng sâu trong sương mù, Belle Isle thì thầm với tôi, kể lại một câu chuyện ngủ yên hàng trăm năm. Trong khoảnh khắc ấy, tôi hiểu rằng mình vừa gặp một người hay đúng hơn, một phần ký ức của đảo, nơi lịch sử, thiên nhiên và linh hồn con người hòa làm một. Và phần ký ức ấy, như Belle Isle, sẽ theo tôi bước tiếp trên mọi nẻo đường đời.

Buổi trưa, chúng tôi dừng ăn trưa ở khu nhà máy thủy điện bỏ hoang, cạnh một con suối nhỏ. Nước róc rách qua các tảng đá như tiếng ai đó cười khe khẽ, vang vọng giữa rừng. Mùi lá mục, đất ẩm, len lỏi trong mũi, khiến tôi cảm thấy từng hơi thở đều ướt sũng ký ức của đảo. Chim rừng râm ran, tiếng côn trùng như nhịp trống mờ mịt.

Tôi lén tách khỏi nhóm, để lại tiếng cười và tiếng bước chân xa dần, quay trở lại tảng đá cũ.

Ông vẫn ngồi đó.

Y như chưa từng rời đi, yên lặng, trầm mặc giữa tán lá và ánh nắng lọt qua khe. Gió thổi qua tán cây phía sau ông, làm những chiếc lá rơi xoay tròn như những câu chuyện chưa kể. Một nhóm quạ đậu im lìm, mắt đen bóng như giọt mực rơi xuống mặt nước, theo dõi mọi động tĩnh.

Tôi ngồi xuống cách ông vài bước, cố giữ khoảng cách vừa đủ để không làm ông khó chịu nhưng vẫn gần để nghe tiếng thở khẽ của ông.Tôi buột miệng hỏi:

- Ở đây... lạnh ha, ông?

- Lạnh, nhưng quen rồi.

Ông đáp, giọng trầm như tiếng gió xào qua cành khô, nhưng trong đó có một thứ ấm nhẹ, như than còn tàn trong lò. Tôi im lặng một lúc, nghe tiếng nước vỗ vào đá xa xa, tiếng xì xào của lá, tiếng quạ. Hơi thở của tôi dường như hòa vào nhịp điệu của Belle Isle.Tôi hỏi, nhỏ giọng:

Ông không có gia đình con cái gì sao?

Ông mỉm cười, khóe môi kéo nhẹ như sợi dây guitar buồn, vang lên một âm thanh lặng lẽ trong khoảng không gian tĩnh mịch.

- Tôi từng có nhà. Có vợ. Có con trai bằng tuổi cháu. Rồi đời trôi. Nhanh.

Có tiếng nước đập mạnh vào đá xa xa, vang vọng như tiếng bước chân ai chạy trốn trong đêm tối của lịch sử. Tôi cảm thấy một luồng lạnh sống lưng, nhưng không phải vì sợ mà vì câu chuyện chạm vào một chỗ trống trong lòng tôi, nơi ký ức cũ, nơi những điều chưa từng nói.

- Sao ông chọn ở đây?

Ông nhắm mắt, hít sâu mùi đất, rêu, và lá mục, rồi mở mắt, nhìn xa xăm về phía sông James. -Vì nơi này... không bỏ người. Người chết còn ở lại. Người sống đi đâu cũng lạc, nhưng về đây lại tìm thấy mình.

Tôi không nói được gì, chỉ nghe tim mình đập theo nhịp sông, theo tiếng lá khô xoay trong gió, theo những câu chuyện chạm vào không gian tĩnh mịch.Tôi định hỏi:

- Cháu có thể... mang đồ ăn cho ông ?

Ông lắc đầu, chậm rãi, nặng trĩu một thứ bình thản nhưng chắc chắn:

- Cháu cho rồi. Người để nói chuyện quý hơn ...

Tôi đứng dậy, định cúi chào, nhưng bất ngờ thấy điều khiến tim mình buốt lạnh.

Tôi nhìn quanh, lặng thinh. Một luồng gió nhẹ thổi qua, cuốn theo mùi rêu, lá mục, và tiếng nước sông xa xa. Tôi cảm nhận được sự hiện diện của ông, sự ấm áp của câu chuyện.

Tôi ngồi lại, lặng im, nghe từng tiếng nước, từng nhịp thở hư ảo của Belle Isle. Tôi rời tảng đá, nhưng trong tim mang theo một điều gì đó không giải thích được. Một sự chắc chắn rằng, đôi khi, những người ta gặp không phải để chứng kiến họ tồn tại, mà để hiểu rằng câu chuyện, ký ức, và tâm hồn.

Một tuần sau, tôi quay lại Belle Isle. Trời lất phất mưa, những hạt nhỏ li ti như kim ghim lên gió, đậu trên lá, tóc và áo khoác tôi. Không gian xám xịt, hơi nước từ sông James cuộn lên thành lớp sương mỏng, phủ mọi thứ vừa ướt vừa mờ như một bức tranh màu nước. Tôi mang theo bánh mì sandwich và bình trà ấm, hy vọng tìm lại người đàn ông vô gia cư với câu chuyện như tiếng thở dài của đảo.

Nhưng nơi ông từng ngồi trống không. Không lều. Không túi xách. Không dấu vết nào của sự tồn tại. Đất sạch đến lạ, chỉ còn lá rơi rải rác, như thể mọi thứ ông từng chạm vào đã tan biến cùng hơi thở. Tôi đứng lặng, cảm giác hụt hẫng tràn ngập, như vừa mất đi một mảnh ký ức.

Tôi hỏi một Ranger tuần tra gần đó:

- Chú ơi, gần đây có ai sống ở góc này không?

Người Ranger lắc đầu, giọng bình thản nhưng chắc nịch:

- Belle Isle đâu cho ai sống.

Tôi nín, câu hỏi nghẹn lại giữa cổ họng, nặng và lạnh như hòn đá sông James dưới chân. Mưa tí tách trên dây cáp cầu treo, kim loại rung khẽ, vang như vọng từ hàng trăm năm ký ức chôn trong lòng sông.

Bỗng, mắt tôi chạm vào một vật sáng lấp lánh ngay dưới chân tảng đá, một huy hiệu đồng cũ, hình chiếc compa và cây gậy trekking. Bóng loáng nhưng đã bạc màu theo thời gian. Mặt sau mờ nhạt, vẫn đọc được dòng chữ:

Be Kind On The Paths You Walk

(Hãy tử tế trên những con đường bạn đi.)

Tôi nhặt huy hiệu lên, cảm giác nặng trĩu. Không chỉ bằng kim loại, mà bằng cả câu chuyện, ký ức, và hơi thở của Belle Isle. Gió thổi qua cầu treo, dây cáp rung lên như tiếng chuông kim loại ngân nga, vang vọng khẽ giữa không trung. Phải chăng… đây là "chuông" của đảo, dành cho những ai lạc bước giữa lịch sử và hiện tại, một âm thanh tinh tế chỉ dành cho những tâm hồn biết lắng nghe?

Trong khoảnh khắc ấy, tôi dường như nghe giọng người đàn ông vô gia cư ở đảo Bell. Tôi nghe không phải bằng tai, mà bằng trái tim, bằng từng hơi thở của sông, của gió.

Tôi quay phắt lại. Không ai cả. Chỉ còn làn hơi nước bay lên từ sông, xoay tròn trong ánh sáng nhạt, như những bóng người mờ ảo, như linh hồn của quá khứ chưa từng rời đảo. Tôi đứng giữa không gian tĩnh lặng ấy, cảm giác như vừa trò chuyện với một thực thể, vừa với chính ký ức của bản thân.

Chiếc huy hiệu trong tay lạnh, như truyền cho tôi một lời nhắn nhủ: rằng đôi khi, những người ta gặp không để chứng kiến sự tồn tại của họ, mà để biết rằng câu chuyện, ký ức, và lòng tử tế sẽ sống mãi.

Tôi lặng nhìn mặt nước, nơi bọt trắng vỡ lên đá như tiếng thở dài mơ hồ của lịch sử. Xa xa, cầu treo rung nhẹ, gió lùa qua dây cáp, tạo thành nhịp ngân vang vừa quen vừa xa lạ. Tôi mỉm cười, nắm chặt huy hiệu, như nắm một phần ký ức, một phần tâm linh của Belle Isle.

Rồi tôi bước đi, mỗi bước chân hòa vào tiếng nước, tiếng lá, tiếng quạ và tiếng chuông kim loại vô hình. Bởi tôi biết, Belle Isle sẽ giữ lại những ai yêu mến nó, dù chỉ trong tim. Và tôi, chắc chắn, đã được giữ lại.

Võ Phú

** "Đảo Chuông" = Belle Isle.*

"Belle" nghĩa là xinh đẹp, "Isle" là hòn đảo. Tuy nhiên, tôi chọn dịch thành Đảo Chuông để gợi lại quá khứ nơi đây từng là nhà tù, với những âm vang u buồn thay vì vẻ đẹp nên thơ.

*Hòn đảo nhỏ trên sông James, thuộc Richmond, nổi tiếng với cảnh thiên nhiên hoang sơ và các hoạt động ngoài trời như đi bộ, đạp xe, leo đá. Nơi này cũng mang dấu ấn lịch sử khi từng là trại giam trong thời American Civil War, và ngày nay trở thành điểm thư giãn quen thuộc giữa lòng thành phố.**

LƯU VĂN VỊNH

TRẦN ĐỨC THẢO, TỪ ĐỈNH THÁP NGÀ XUỐNG ĐẤT ĐỎ

Khoảng 1959-60, giáo sư Trần Bích Lan, tức thi sĩ Nguyên Sa, ở Pháp về, ông kể: cuốn *Phénoménologie et Matérialisme Dialectique - Hiện* Tượng Luận và Duy vật Biện chứng- của Trần Đức Thảo là cuốn kinh điển, *classique*, được dùng ở Collège de France (1), hơn cả Sartre !

Thời ấy, ảnh hưởng văn học Pháp còn sâu đậm ở VN, các vị tốt nghiệp từ các trường lớn bên Pháp, như Sư phạm *Normale*, Bách khoa *Polytechnique*, Cầu Cống *Pont et Chaussée*... cỡ Phạm Duy Khiêm, Hoàng Xuân Hãn, Trần Đức Thảo...được xã hội văn hiến VN tôn vinh đặc biệt như những ông Trạng tân học !

Đấy là những trường lớn - Grandes *Écoles*, lựa chọn sinh viên xuất sắc, thường là Tú Tài Ưu hạng, thi vào rất khó, học 3-4 năm, với 1-2 năm dự bị, đậu từ Normale ra với bằng Thạc sĩ Agrégé, được dạy học cấp Trung học. Từ Agrégé mang nghĩa sư phạm, không phải học vị trên tiến sĩ như ngành y, luật... Trần Đức Thảo cũng đã ghi danh ở Sorbonne, đậu cao học DES Triết (luận văn về Hegel), ra trường hạng đầu (2 người đồng bảng) năm 1943 với luận văn về Husserl. Sự lựa chọn triết học lúc đó chỉ là do *tính kiêu ngạo bồng bột của tuổi trẻ, muốn được mọi người nể* phục như chính ông nói. Thật ra, nếu Toán học là vua của khoa học lý hoá thì Triết là vua của văn chương nhân văn, không có khiếu thì khó mà đạt thành, nhất là từ phương Đông sang học giới Tây phương.

Tuy mâu thuẫn với J.P.Sartre, Sartre nối Hiện sinh với Mác, Trần Đức Thảo nối Hiện tượng luận của Husserl với Duy vật Biện chứng, như thế cả hai đều đi vào Mác xít. Hai người bút chiến với nhau: Sartre và Merleau-Ponty cho rằng Marx chỉ quan trọng trong lĩnh vực xã hội chính trị, hiện sinh, *existentialisme*, mới là triết lý nhân bản chính. Trần Đức Thảo bắt bẻ Sartre: chính Mác-xít là triết lý nhân sinh, dẫn lối xã hội và chính trị vì Marx có luận giải về tương quan Ý thức và Vật chất (Conscience –Matière).

Sau này, Trần Đức Thảo bỏ cả Hiện tượng luận *Husserl* lẫn Duy lý Duy tâm *Hégel*, vì cả hai đều mang hình thức lý tưởng duy tâm (idealistic) và yếu tố siêu hình . Cả Husserl lẫn Heidegger đều đi tới hư vô (nihilism), hiện hữu đi tới chết (being unto death). TĐ Thảo dùng duy vật biện chứng để tìm hiểu ngọn ngành của ý thức. Ông cho rằng phải chỉnh lý hiện tượng học-vốn không chú trọng tới Ý thức- bằng Marx qua xã hội và lao động của con người, nghĩa là qua kinh nghiệm sống.

Năm 1973, Trần Đức Thảo ra một cuốn sách khác, khá có tiếng ở thời điểm ấy, Nghiên Cứu về Tiếng Nói và Ý thức (Recherches sur l'Origine du Langage et de la Conscience), tìm tòi tương quan sinh học và lý trí (materialist biological and cognitive) của con người. Ý thức là do sự phát triển của tiếng nói, mà tiếng nói thành hình qua hoạt động của con người trong những điều kiện vật chất. Trước đó, năm 1971, ông còn viết về hiện tượng học tâm trí và nội dung đích thực của nó (The phenomenology of mind and its real content). Về sau, ông còn bàn rộng thêm về hiện tại sống của Husserl qua bài viết về Le Présent Vivant, thời gian tính, về chuyển động lịch sử, thay vì bản chất thường hằng trong Hiện tượng luận Husserl.

Trước khi mất, ông để lại ba tiểu luận cho Herman, gs Triết Western Florida Uni.. Tiểu luận về *logic biện chứng* đối lập với *logic hình thức cứng đọng*. Husserl đã viết Vận động của khoảnh khắc trong cái *Hiện tại sống động*, hiện tại sống động, cá nhân tính, trong cả sinh học khoa học, xây dựng lịch sử qua nhân tính sống thực chứ không phải lịch sử trừu tượng . Ông triển khai Husserl và phê phán lời nói của Aristote *" khoa học chỉ đề cập cái tổng quát, sự tồn tại chỉ đề cập tới cái riêng."* là sai.

Sartre đi thăm Nga năm 1950, ra về vỡ mộng nhưng chưa dứt hẳn mộng! Trần Đức Thảo o đi xe lửa từ Nga, qua Tàu, về với VMCS 1951, tháp ngà cũng xụp đổ dần dần, ông phải đóng vai Tôn Tẫn giả điên 40 năm mới thoát chết, mà cũng là nhờ nhóm Sartre luôn thăm hỏi nên mạng sống của Thảo mới không thành cỏ dại trong Địa ngục đỏ từ 1951-1991! Ông vội về VN với hoài bão kháng chiến xây dựng Mác-xít đúng nghĩa như ông đã học và hiểu. Nghe nói ông từng phát biểu: *các anh chẳng hiểu Mác gì cả, để tôi dậy cho* ! Nhưng rồi " *Chúng nó đã không tin tôi...chúng lo sợ đầu óc tôi có dịp bung ra phê phán cách mạng của chúng...* ông mơ tưởng: *xây dựng ở nước ta một mô hình cách mạng hoàn chỉnh, trong sáng và nhân đạo mà cả loài người chờ đợi...*(tr 83-84)

NHỮNG PHÂN TÍCH VĂN HOÁ XÃ HỘI GIÁ TRỊ

Con người tri thức thuần thành Trần Đức Thảo đã có những kinh nghiệm sống và để lại những nhận xét tinh tế. Ông được Nguyễn Tuân dẫn ông vào thú ăn chơi một thời vang bóng: ông dự buổi hát ả đào chui với Nguyễn Tuân trên vùng núi rừng Tuyên Quang. Ông giật mình: hát ả đào vừa trữ tình, vừa *huyền bí thiêng liêng* như của tôn giáo. Nghe mà rợn cả *người, như lạc vào cõi thiên thai*...tâm tư u buồn...hát opéra của Tây thì dùng sức buồng phổi đẩy làn hơi qua thanh quản để đưa nốt nhạc vọt lên chót vót như thi tài với tiếng đàn...Ả đào thì ca nương phải kiềm chế làn hơi, rồi từ từ vừa đẩy, vừa níu lại làn hơi qua họng, để uốn nắn âm thanh qua thanh quản, làm nó uyển chuyển, luyến láy, nghẹn ngào, như than van, nức nở, để bày tỏ nỗi niềm, Nguyễn Tuân bàn giải thêm: ca trù thẩm thấu tâm can vì nó chuyên chở âm điệu nuối tiếc, tình hận, chí cả sinh bất phùng thời của những kẻ bất mãn, bất đắc chí như anh đấy... ...Chúng ta là bọn Giang châu Tư mã đang bị giông bão thời cuộc đánh trôi dạt về cái bến Tầm Dương rừng rú này. Buồn lắm, thảm lắm anh ơi! (tr 91-95)

Ông kể chuyện hồi VMCS mới tiếp thu Hà Nội 1954: một cặp tình nhân đang ngồi ngắm trăng bên Bờ Hồ Hoàn Kiếm bị Công An tới hỏi giấy giá thú! Với *giọng nói đặc sệt các địa phương xa xôi, không mang chính giọng và chính tả (từ cách viết tới phát âm).*

Ông kể: súng SKZ của Trần Đại Nghĩa (trong nhóm sinh viên theo về VN từ 1946) chỉ thấy trên ảnh chứ không thường thấy trên trận địa (tr.281)

Rất may, sau năm 1975, hai ông CS gộc, Trần Văn Giầu và Trần Bạch Đằng, đã ra Hà Nội, khẩn khoản khuyên ông vào miền Nam để sinh sống và làm việc trong những điều kiện thông thoáng hơn, tiện nghi hơn. Vào Sài Gòn năm 1987, ông kinh ngạc, tuy chưa khóc như Dương Thu Hương, nhưng ông cũng thấy ngay sự thật: miền Nam giải phóng, miền Bắc chứ không phải ngược lại ! Ông thán phục lời ca Trịnh Công Sơn, cám ơn lệnh buông súng của DVMinh vì: *nó giải thoát hàng vạn thanh niên miền Bắc ra khỏi rừng núi đầy bom đạn và muỗi mòng... tôi được vào sống ở SG chịu ảnh hưởng của người Saigòn (tr.341).*

Ở Sài Gòn, ông được giới trí thức miền Nam tấp nập tới thăm, ông hoàn thành một tập sách nhỏ: ***Con người và chủ nghĩa lý luận không có con người***. chỉ trích lối lý luận giáo điều xơ cứng, coi con người chỉ là dụng cụ...đưa tới bế tắc tư tưởng (tr. 219). Ông quan sát xã hội đổi mới: *Đi với đồng đôla Mỹ mà không có tự do dân chủ thì chỉ có* đường làm đày tớ cho nó thôi...thế lực tư bản man rợ dật dây ...mặt kinh tế thì buông thả để tư bản nước ngoài tung hoành lũng đoạn, vì tư bản nước ngoài sẽ là nguồn lực chính giúp Đảng và chế độ sống còn (tr.227)

Ông diễn dịch súc tích: VĂN HÓA CHIẾN TRANH tồn đọng làm con người trở thành hung bạo hơn, gian xảo hơn, tàn nhẫn hơn trong suy nghĩ, hành động, nếp sống..*Phong ba bão táp, không bằng ngữ pháp VN* (dùng hiệp định để chuẩn bị mở rộng chiến tranh-tr.362).)

NHỮNG CÂU TRIẾT LÝ THÂM THUÝ

Qua hơn 400 trang sách **Trần ĐứcThảo - Những lời Trăng Trối-** của Tri Vũ-Phan Ngọc Khuê do Tổ Hợp Xuất Bản Miền Đông HK - 2014, người đọc có thể rút tỉa ra những lời nói sâu sắc của triết gia Thảo:

Khai gian (lý lịch) là làm triết gian triết dối rồi, còn gì là triết học nữa...
Nếu ai cũng thỏa hiệp với dối trá và tội ác, thì dân còn hy vọng vào đâu, vào ai ? tr.238
Những tư tưởng đúng với lương tri, thầm nhuần thực tại đều có sức mạnh của sự thật sẽ bung nở xoá đi gian trá và bạo lực- tr.239
***Riêng tư là một bản chất, một bản năng tự nhiên**- tr.173!*
Giáo dục CS như vậy là dạy cách mài con dao cho sắc chứ không dạy cách dùng con dao -tr.178
Trí tuệ là cách thay ác bằng thiện, mưu trí, mưu thần chước quỷ khác với trí tuệ
Đưa Triết học vào cuộc sống -tr.197
Tôi cũng bị, như cuồng vọng làm lãnh tụ của ông Cụ, cuồng vọng đi tìm một một mẫu mực cách mạng nhân bản trong sáng
***Sùng bái vì sợ hãi đã dẫn con người tới ngu tín**-obscurantisme, và cuồng tín fanatisme, ..thành nô lệ cũa những tín điều hoang tưởng- tr.198*
Ba cái sai sinh tử: Chọn chủ nghĩa xã hội Marx, chọn chiến tranh xoá bỏ hiệp định hoà bình, để bành trướng xh chủ nghĩa và thống nhất đất nước, chọn Mao và đảng CSTQ làm đồng minh đồng chí - tr.361
***Ta đã trồng cây tư tưởng của Marx, và cho tới nay thì cây đó vẫn cho toàn quả đắng**- tr.69*
***Không một ai muốn phấn đấu để trở thành con người vô sản** tr380*
Chế độ Khmer đỏ của Pol Pot là chế độ diệt chủng dẫm máu,.Dù sao đấy cũng là chế độ vô sản duy nhất đã thành hình trên trái đất. tr 378
*Không có một thứ lý luận biện chứng nào có thể chứng minh rằng một xh đầy đen tối, đầy dối trá, độc ác, quỷ quyệt, đầy hận thù, tranh chấp, đầy chia rẽ và tham nhũng của hôm nay sẽ đẻ ra một thế giới đại đồng chân thật, đoàn kết, thương yêu, tốt đẹp cho nhân loại ...tung tích của thủ phạm đưa tới **sai lầm cơ bản của cách mạng là: sự thiếu vắng của thực tế hiện tại trong lý luận**- tr207.*
*Thoát khỏi bế tắc, giáo điều, bảo thủ ấy, phải vận dụng lý luận vừa hình thức, vừa biện chứng thì sẽ **thống nhất được lý luận với hành động**, lý thuyết với thực hành, chính sách với sự thật. (tr.220)*

Từ trong lâu đài của Marx, khi bước ra, họ đã trở thành ác quỷ. *Tìm tự do hạnh phúc ở nơi không có con quỷ quyền lực và con quỷ chiến tranh nó ám ...phải biết rằng chỉ có con quỷ mới kiêu căng, mới vui khi làm khổ, làm nhục con người. Quỷ ấy là thứ đầu óc đầy ý đồ gian xảo, hung bạo của quyền lực.* ***Quỷ ấy là ý thức đấu tranh giai cấp, là thứ cuồng tín của bạo lực và hận thù - Chính trị và chiến tranh cách mạng là cơ hội thao túng của quỷ (tr.342-344)***

TRỞ LẠI THÁP NGÀ PARIS VỚI NHỮNG TOAN TÍNH TRIẾT HỌC LỚN!

Có lẽ thấy ảnh hưởng của triết gia bắt đầu lan rộng, họ muốn ông đi cho khuất mắt, một ông quản giáo, Sông Trường, từ hồi ngoài Bắc, nay vào Nam, 1987, xếp đặt cho Trần Đức Thảo sang Pháp, ông cán bộ (từng làm việc cho Trường Chinh) nói một câu, có lẽ thành thật: ông *ở đây mãi với lũ gà, chưa chán sao ?, anh sang Pháp đi, vì nếu anh ở lại Hà Nội hay Sài gòn thì cũng phí phạm thời gian của anh thôi...anh đi sẽ như đại bàng bay trở lại vùng trời cao..nó sẽ có thể làm được nhiều chuyện phi thường, khác với lúc nó bị nhốt trong chuồng, cho dù cái chuồng ấy tốt đẹp đến đâu nhưng vẫn phải sống với đàn gà..anh chưa chán cảnh phượng hoàng phải sống chung với đàn gà à ?* đây phải chăng là lời nói rất thành thực của một quản giáo bắt đầu phản tỉnh, từng hiện diện trong buổi TĐThảo, chủ hoà, đấu với Trường Chinh (2), chủ chiến thời 1955 (tr.234-235)

Dù cây tùng không chịu bật gốc, rút cục ông cũng trở lại Pháp năm 1991, chết bất đắc kỳ tử 1993, trong 2 năm, ông vẫn chịu sự quản chế, nhưng đại bàng trở lại vùng trời cao, đã diễn thuyết, đã suy tư, đã sám hối, cố tìm ra cách...xây dựng một **lâu đài triết học**, phá tan Tâm Hégel với Vật Marx, nhằm mang lại hạnh phúc cho nhân loại hoà bình khai phóng...

Lưu Văn Vịnh

Chú Thích:

1-*Collège de France: một trường đại học ở Paris dành cho trí thức chuyên gia ưu tú, do François I thành lập năm 1529.*

2-*Khoảng năm 1964, sửa soạn đánh miền Nam, Trần Đức Thảo được gặp HCM để trình bày về vấn đề Chiến–Hòa. Trần Đức Thảo chủ hoà, HCM mặt cau có quay đi (tr.289), TBThư Trường Chinh điềm tĩnh hơn, ông ta chủ chiến nhưng ngồi nghe Trần Đức Thảo trình bày (1955-56 ? sau CCRĐất- tr 309) bất năng khuất: Nông thôn bao vây thành thị, chiến tranh, cải cách ruộng đất...là phương pháp lưu manh hoá và côn đồ hoá nông thôn (tr 310), Trường Chinh, khác với Tào Tháo và còn giữ chút nền văn hoá sông Hồng, cám ơn Trần Đức Thảo đã dịch tập Đề Cương Văn Hoá, khi ra về, thấy Trần Đức Thảo đi bộ, ông còn xuống mời Trần Đức Thảo lên xe đưa tới tận nhà Hàng Chuối.*

3-Tìm hiểu nguồn gốc của tiếng nói và ý thức: *ý thức mới đầu từ chỉ trỏ-chế tác dụng cụ (có trong óc một hình ảnh về đối tượng chế tác vắng mặt, chưa có)- và bàn về nguồn gốc của mặc cảm Oedipe, Trần Đức Thảo cho rằng Freud lầm, mặc cảm thanh niên uẩn ức, thèm tình dục với mẹ vợ, vốn gần tuổi mình, các mặc cảm khác như thiến hoạn...cũng từ điều kiện xã hội, lao động sinh ra.*

TN

HOÀNG CHÍNH

Thêm Vài Ngàn Năm Nữa

"Gia tài của mẹ một lũ Việt Cuồng," Câu hát chế cũ mèm, qua cái giọng khàn quyện đàm nhớt thoát ra từ khúc cổ họng xương xẩu của một gã đàn ông râu tóc phủ gần kín khuôn mặt ẩn sau một gốc cây sần sùi lớp vỏ nâu đen vang vọng giữa rừng già.

Đang lao xao, những cái miệng chợt ngưng nói. Im lặng đổ về. Những cái đầu gật gù trong lớp màng ánh sáng gần như mờ ảo của rừng cây. Từng chùm ý nghĩ nở bung trong những cái đầu chật chội. Từ sáng đến giờ, họ cãi nhau kịch liệt. Đói quặn ruột nhưng họ vẫn hung hăng cãi cọ. Tìm cách bắt bẻ từng câu từng chữ của đối phương để chứng minh mình có lý giúp họ quên cơn đói. Điều thuận lợi cho những cuộc cãi cọ dai dẳng là chuyện họ chung nhau cái phần số lưu lạc nhưng khác nhau về mọi mặt. Họ chia năm xẻ bảy về đường lối, ý nghĩa, và phương cách giải quyết vấn đề lưu vong. Chia rẽ giúp người ta sẵn sàng ăn tươi nuốt sống nhau.

Trong đám đông ốm đói ấy có vài khuôn mặt nổi bật, có tương lai trở thành lãnh tụ, có khả năng đưa đám lưu dân trở về, lấy lại một quê nhà đã mất. Một ông già có biệt danh Ông Già Tự Điển, lầm lì như kẻ câm nhưng tinh thông kim cổ. Một gã mang bí danh Cách Mạng Tháng Mười, còn được biết đến qua cái tên Năng Nổ Đỏ bởi gã nói không mỏi miệng, và đỏ chói lập trường đảng quang vinh, sẵn sàng đặt những tên độc tài lên bàn thờ tổ quốc. Một gã óng ánh vàng chuyện dân chủ đa nguyên, lúc nào cũng tin tưởng những đồng minh vĩ đại không bao giờ bỏ rơi những đồng minh nhỏ bé nhưng mở miệng là thở ra cái mùi tiêu cực. Một gã dòng dõi quý tộc với ngôn từ lấp lánh như đồng vụn sắt mạ vàng luôn nghĩ mình là con vua, cháu chúa, sẽ một ngày khôi phục giang sơn, dựng lại ngai vàng. Và cuối cùng là một tay nghệ sĩ, nghe nói trước đây đã từng là ca sĩ nổi tiếng ở thủ đô khi đất nước này vẫn còn là của họ. Ấy là những con người "có chữ", những khuôn mặt nổi bật giữa đám đông hèn mọn; những người được tấn phong hay tự phong là thuộc về giai cấp lãnh đạo. Đám còn lại là quần chúng. Một lũ người đói khát, bệ rạc. Nhưng dù là lãnh đạo hay dân thường, tất cả đều nằm, ngồi ngả nghiêng trong rừng già. Mỗi hình người trụ ở một gốc cây. Rách rưới. Bệ rạc. Hôi hám. Và đói khát.

"Phải thiết lập chế độ quân chủ," Gã quý tộc nói, giọng dẻo như miếng mè xửng xứ Huế. "Phải có đấng quân vương trị vì ngôi cao. Đấng quân vương là biểu tượng của hồn thiêng sông núi, là hình tượng bất khả xâm phạm."

"Lảm nhảm cái con mẹ gì thế? Nói vậy làm sao người ta thấu triệt được." Gã Cách Mạng Tháng Mười bắt bẻ. Mới chỉ cách đây không lâu, gã là kẻ phán truyền, bầy thuộc hạ thưa anh, trình anh, báo cáo anh rối rít, bây giờ phải chết dí ở một gốc cây già, nghe cái giọng trọ trẹ xứ Thần Kinh, gã thấy khó chịu.

Gã quý tộc ngẩng cao đầu, gằn từng tiếng, "Mình cần có đấng minh quân để trị vì thiên hạ."

"Trong cái xó rừng này ấy hả?" gã Dân Chủ Đa Nguyên vểnh cổ lên, ngắt lời. Gã là tay hoài cổ, giữa tiếng réo của cái bao tử bèo nhèo, bên tai gã luôn rộn ràng khúc hoan ca lấp lánh ánh hào quang của đất nước lập lòe giữa hai cái mốc 54 và 75 của lịch sử một thời.

Người đàn ông có dòng dõi quý tộc nhìn kẻ bàn lùi bằng con mắt khinh bỉ, "Xó rừng ni mới chỉ là khởi điểm. Mọi khởi điểm đều là những thứ bé nhỏ, vô nghĩa."

Gã Dân Chủ Đa Nguyên hừ một tiếng, quay mặt đi. Gã quay mặt đi nhưng nét khinh mạn còn vướng lại trên những cành lá đan rối vào nhau giữa rừng già lặng gió.

Gã quý tộc lên giọng, "Tất cả đều bắt đầu từ một khởi điểm gần như vô hình. Anh hùng, vĩ nhân hay cái chi chi nữa cũng bắt đầu từ một con tinh trùng và một cái trứng. Đám cháy rừng cũng khởi đi từ một que diêm. Mấy người có hiểu không?"

"Lại mê sảng," gã Dân Chủ Đa Nguyên lẩm bẩm. "Thời của vua chúa đã qua lâu rồi!"

Gã ca sĩ hết thời lại ngân nga, "Gia tài của mẹ một lũ..."

"Câm miệng đi, thằng hát dạo!" Giọng nói trầm đục từ một gốc cây, cắt ngang câu hát. Và giọng nói ấy rề rà, "Mắc mớ gì đem tinh trùng với trứng nhập chung với chuyện khôi phục giang sơn, cha nội?"

"Cứ để ông ấy nói xem có cách nào," một cái miệng bàn góp từ góc khuất sau những thân cổ thụ nơi những cành cây trụi lá vươn ra như những cánh tay gầy guộc. "Muốn khôi phục giang sơn, cần những cái đầu xuất chúng."

"Ừ, ông ấy nói cũng có lý chứ. Cái gì cũng bắt đầu bằng một vết chấm nhỏ. Như cây cổ thụ này," một thân hình khẳng khiu khác xoay người vỗ bồm bộp vào thân cây gã đang ngả lưng dựa vào. "Như cục cưng khổng lồ này của tôi cũng bắt đầu bằng một hạt mầm nhỏ như đầu đũa."

"Ông nhắc đến đầu đũa làm tôi nhớ lâu lắm rồi mình không còn đũa để ăn cơm," một cái miệng rêu rao.

"Có cơm đâu mà ăn," kẻ nào đó ngắt lời.

Ông già ngồi dán vào gốc cây. Nãy giờ ông lặng im nghe những kẻ trốn chạy này bàn chuyện khôi phục nước non. Đầu ông trống rỗng. Cái đói sục sạo bao tử. Bỗng dưng cái thằng râu ria rậm rạp kia nhắc đến bát đũa, làm ông nhớ ngay cái câu thằng cán bộ có hàm răng vàng khè sang sảng nói trong buổi học chính trị năm xưa. *Chúng tôi thắng thì các anh mới được ngồi học như thế này, chứ các anh mà thắng thì đến đôi đũa nhân dân cũng không còn để mà ăn cơm.*

"Trong gia đình, ngoài xã hội, ra xa nữa là làng xóm, ra xa hơn nữa là đất nước. Phải có tôn ti trật tự." Gã quý tộc lại nói. Câu nói của gã làm dòng suy nghĩ phập phều trong đầu ông già ngừng lại như cụm lục bình vướng vào doi đất. Cái đứa vương giả này nói nghe cũng hợp lý. Từ khi sâu bọ lên làm người, đất nước này xào xáo như một đống rác, dòi bọ loi nhoi. Ông già mắt chột, nhưng ông chưa điếc. Ông vểnh tai lên, chăm chú nghe.

"Tôn ti trật tự không bao giờ có được nếu không có một bộ óc đỉnh cao để đưa đường dẫn lối," Cách Mạng Tháng Mười gằn giọng.

"Ai mà không biết." Một cái miệng - từ đám đông quần chúng - ngắt ngang.

"Bây giờ lấy đâu ra óc? Toàn bùn." Cái miệng khác chêm vào.

"Toàn bã đậu." Cái miệng khác nữa phụ họa. Vài tiếng cười lạc lõng phát ra từ những gốc cây sần sùi. Từ khi không còn đường trốn chạy, lũ người này chọn khu rừng hoang làm nơi ẩn náu. Và mỗi người chọn cho mình một gốc cây để dựa vào mà sống. Ban ngày lùng sục giữa những thân cây dày đặc cành lá tìm những chồi non, lá mới; mày mò lòng con suối cạn vớt bất cứ thứ gì có thể làm nguôi cơn đói, đêm về dựa gốc cây dỗ giấc, mơ ngày khôi phục giang sơn.

"Tụi bây câm miệng lại nghe nó nói." Cách Mạng Tháng Mười quát lớn. Những cái miệng đồng loạt đóng lại. Thấy mọi người chú ý đến mình, cái đầu rối bù của gã gật gù. Rồi gã ngẩng cao đầu, "Phải có một tổ chức, phải có một đoàn thể kết hợp những tinh hoa, phải có đỉnh cao trí tuệ, phải có một đảng như..." Gã lặp lại cái điệp khúc quen thuộc vì gã vẫn tin chủ nghĩa búa liềm sẽ giải thoát nhân loại. Nhưng gã bị gã quý tộc ngắt lời, "Tôi biết ông nói gì rồi," gã quý tộc nhìn trừng trừng vào mắt gã Cách mạng Tháng Mười. "Gần một thế kỷ nắm quyền sinh sát trong tay, cái đỉnh cao trí tuệ của các ông đưa dân tộc này đến xó rừng này đây."

"Đó là hiện tượng, còn bản chất chế độ không như thế."

Câu nói của Cách Mạng Tháng Mười lại đưa ông già về một cõi xa xôi mấy mươi năm trước, khi nghe đến ruồng mục đầu óc lời biện hộ cho những hành vi tiêu cực, xấu xa rằng đó chỉ là hiện tượng chứ không phải là bản chất của chế độ.

"Này, trước đây ông làm gì, tuyên giáo hả?" Một người trong đám đông "quần chúng" lên tiếng hỏi.

Cách Mạng Tháng Mười trừng mắt, "Nếu là tuyên giáo thì tao đâu còn ngồi đây."

Dân Chủ Đa Nguyên hất hàm, "Không ngồi đây thì ngồi đâu?"

"Bọn tuyên giáo thực thụ đã ở Bắc Kinh hết cả rồi."

"Sao lại ở Bắc Kinh mà không ở Hà Nội?"

"Thưởng công, hiểu chưa, đồ óc bã đậu."

"Thưởng thì ở Hà Nội cũng tư dinh, biệt phủ được vậy."

"Làm gì còn Hà Nội," một người - từ đám đông - im lặng từ đầu buổi họp đến giờ, bỗng lên tiếng.

"Sao không còn?" Kẻ nào đó hỏi.

"Chúng nó đổi tên Hà Nội của tụi bay lâu rồi," gã đến-bây-giờ-mới-nói dằn từng chữ. Đó là một gã trung niên có chòm râu bạc, có cặp mắt sâu, có hai răng cửa bị sún.

Mọi người sững sờ. Cái tin này mới lắm. Lâu nay trong chốn rừng hoang dã này, tin đồn cũng loáng thoáng lặp đi lặp lại chuyện ấy nhưng chẳng mấy ai dám tin. Và cũng không ai dám nói thẳng ra cái điều cấm kỵ. Luật của chốn Rừng Thiêng này là luật rừng. Loan tin thất thiệt gây ảnh hưởng đến đến việc khôi phục giang sơn là đem mạng mình ra đánh cược. Từ lâu lắm rồi, ở cái xứ sở bây giờ đang là "vùng tạm chiếm", giả với thật đã nhào nháo trộn lẫn vào nhau. Vì vậy bản tin bất ngờ ấy dấy lên tiếng phản đối lao xao giữa rừng cây.

"Ông nói cái gì? Mày nói cái đéo gì vậy hở thằng kia. Loan tin thất thiệt phải không?" Tiếng gầm gừ trong cổ họng một kẻ giấu mặt sau gốc cây.

Kẻ đưa đưa cái tin động trời nghe rõ nhưng vẫn không nao núng. Gã nói bằng giọng chắc nịch, "Hà Nội bây giờ là thành phố Mao Trạch Đông."

"Tin giả, *fake news* đấy." Hai cái miệng vô danh từ khóm lá mướt xanh cùng la toáng lên một lúc.

Gã loan tin không thèm để ý đến những lời xúc xiểm, vẫn thản nhiên rêu rao, "Mà phải đọc cho đúng tiếng Tàu kìa. Mao Zedong."

"Thế còn Sài Gòn?"

"Phải nói là Hồ Chí Minh mới đúng."

"Với tao thì chỉ có Sài Gòn."

"Sài Gòn đã trở thành Thành phố Hồ Chí Minh từ lâu rồi."

"Ừ thì thành phố Hồ Chí Minh, nhưng mà nghe tao nói đây, bây giờ thành phố Hồ Chí Minh của chúng mày đã là thành phố Tập

Cận Bình." Gã đổi giọng, cố phát âm cho ra tiếng Phổ Thông. "Xi Jinping City."

"Ông trốn vào rừng cùng lúc với bọn tôi làm sao ông biết rõ chuyện ngoài kia vậy? Lại thuyết âm mưu phải không?"

"Tao biết, thế là đủ, tin hay không mặc xác tụi bay. Tao không nói nữa."

Gã ca sĩ hết thời lại nghêu ngao, "Hai mươi năm nội chiến từng ngày, gia tài của mẹ..."

"Không được nói là nội chiến. Đó là cuộc chiến tự vệ của..."

"Thôi, làm ơn đừng lặp đi lặp lại cái lý sự cùn," một giọng gay gắt cắt ngang. "Anh em đánh lẫn nhau không nội chiến thì là cái đéo gì?"

Lại những tiếng lao xao. Nội chiến. Chiến tranh chống xâm lược. Chiến tranh nhân dân. Chiến tranh giải phóng. Cuộc chiến tranh vệ quốc vĩ đại. Chiến tranh bảo vệ tự do. Cuộc chiến có chính nghĩa. Hai mươi mấy cái miệng cùng bung ra, phát ngôn cùng một lúc, và tất cả những cái tai đều khép chặt. Khi những âm thanh xào xáo lắng xuống như thủy triều, một gã giấu mặt sau tàng cây rậm lá bỗng lên tiếng, "Thằng Mỹ lai có phát biểu gì không?"

Những tia nhìn dạt về phía gã thanh niên da trắng. Một cái miệng phụ họa, "Đúng rồi, thằng Tom mới ở Mỹ về, nó nắm vững chuyện bên ấy. Nhắm chừng Mỹ nó có cứu tụi mình không, Tom?"

Gã da trắng, sống mũi cao, tóc vàng xỉn như cái giẻ lau lắc đầu, tuôn ra một câu tiếng Anh, rồi vội sửa bằng thứ tiếng Việt ngập ngọng, "Tui... ơ... hỏng biết..."

"Đang ở Mỹ ngon lành sao mày lại về đây làm gì hả thằng ngu?" Ai đó hỏi cái câu đã hỏi không biết bao nhiêu lần.

"Nó là con lai, ông già nó là lính Mỹ, hồi đó bị quân giải phóng quăng lựu đạn chết, nhờ vậy nó được lãnh qua Mỹ, nó mới bị đuổi về Việt Nam vì hồi nhỏ đâm chém gì đó," gã ca sĩ nói một hơi. Gã không dám ngừng vì sợ bị kẻ khác ngắt lời. "Nó ngon vậy mà Mỹ mà còn tống cổ đi, cỡ tụi mình thì mong đợi cái mẹ gì."

Thằng Mỹ lai vừa gãi tai vừa gật gù. Ở đây người ta biết rõ lý lịch của nhau đến phát sợ. Không ai đề cập đến chuyện thằng con lai Mỹ bị Mỹ trục xuất nữa.

Cái im lặng nặng nề chụp xuống rừng già. Cây cối rậm rạp đến gió cũng không len vào được. Một lát, kẻ nào đó thốt lên cái giọng băn khoăn, "Không biết giờ này tụi Đài Loan có bị như bọn mình không nhỉ?"

"Chắc không đâu," gã vương giả trả lời thay cho mọi người. "Tụi nó có quân đội..."

"Mình cũng có quân đội vậy..." kẻ nào đó ngắt lời.

"Ừ nhỉ, bộ đội mình cũng đâu phải thứ bỏ đi," kẻ nào khác nói cùng tiếng thở dài.

Lại những tiếng lao xao. Lại cãi chày cãi cối. Bọn họ cứ cãi cọ vòng vo như thế. Khen. Chê. Đổ lỗi cho nhau. Và cãi. Chỉ cãi thôi. Bởi chạy trối chết đến được xó rừng này rồi những đầu óc không còn đủ sáng suốt để lý luận, để bàn thảo bất cứ chuyện gì.

"Ai có đề xuất gì khác không?" Gã Cách Mạng Tháng Mười cao giọng, hỏi.

"Gà què," ông già chợt bật lên cái giọng khô khàn. Hai hố mắt đã sâu, càng trũng thêm xuống. Con mắt còn lại nháy liên hồi.

Ông già ít nói, lại ngồi ở góc khuất nên không ai để ý đến ông. Ông già có con mắt chột. Hai con mắt kỳ dị, một bên hõm sâu, một bên tròng trắng đầy gân máu. Thỉnh thoảng ông ném ra một câu cụt ngủn xem như đóng góp ý kiến trong những cuộc đôi co, lý sự của lũ người lưu lạc. Điều đáng nói là những đóng góp của ông luôn sáng giá. Đã có đứa đặt cho ông biệt danh *Ông Già Tự Điển* bởi hầu như chuyện gì ông cũng biết. Nhưng hôm nay ông không muốn bàn bạc gì với bọn họ. Những con gà què chỉ biết quanh quẩn bên cái cối xay quá khứ để nhặt nhạnh những hạt thóc vương vãi trên nền đất. Ông già nuốt nước bọt, gật gù một mình. Ông nghĩ thế, ông biết mình cũng chỉ là một trong những con gà què ấy. Quẩn quanh bên cái cối xay quá khứ, bởi những hạt thóc vương vãi của quá khứ ấy buộc chặt trí nhớ ông, không cho phép ông rời xa cái cối xay số phận.

"Có đề xuất gì không, ông già. Phải góp ý thảo luận với mọi người. Khôi phục giang sơn là chuyện quan trọng. Ông phải đóng góp..."

"Bố già mơ mộng gì thế? Đang nhớ bầy cháu gái phải không? Tỉnh dậy đi, các em gái ấy đã bị bắt đem về Trung Quốc hết rồi.

Không khôi phục giang sơn được thì vĩnh viễn mất hết mọi thứ. Phát biểu đi Ông Già Tự Điển."

Những buổi hội họp, những cuộc thảo luận trong chốn rừng hoang này lặp đi lặp lại không biết bao nhiêu lần toàn nhai đi nhai lại những điều đã cũ, những câu đã cãi, cãi chán rồi thì những "mày, tao" lỗ mãng lần lượt thế chỗ những lịch lãm "ông, tôi"... mọi thứ đã làm ông già chán ngán, ông lẩm bẩm, "Gà què!"

Ông nói nhỏ nhưng có đứa nghe được. Nằm dựa gốc cây, cái đứa mặt choắt như mặt chuột và vô cùng nhiều chuyện ấy nghển cổ lên, cao giọng, "Ê! ông nói ai què? Ông cũng là người Việt mà ông mắng ai què?"

Ông già làm như không nghe thấy. Đứa nhiều chuyện vuốt những sợi râu cằm rối rắm trên cái mặt choắt, nói nhẩn nha như nhai từng chữ, "Việt Minh, Việt Cộng, Việt Kiều, Việt Gian, Việt Dâm hay Việt Cuồng; vậy chứ ông là thứ Việt nào, ông già?"

"Việt què!" ông già đáp gọn.

"Phải lạc quan lên chứ, ông già. Việt này là Việt Cường, nghe cho rõ..." và gã đánh vần từng mẫu tự một, "C-ư-ơ-n-g huyền cường, chứ không có thứ Việt Cuồng nào hết. Đừng bôi bác giống nòi."

Gã ca sĩ hết thời ẩn trong khóm lá xanh rì ướt đẫm sương mai lại cất cao giọng hát, "Gia tài của mẹ một bọn lưu vong, gia tài của mẹ một lũ Việt Cuồng..."

"Chuẩn bị đi kiếm ăn, đồng bào ơi. Cứ thế này thì... biết đến bao giờ..." Câu nói của gã quý tộc thay cho tiếng chuông báo rằng phiên họp hàng tuần bàn chuyện khôi phục giang sơn đã kết thúc. Những tiếng thở dài thườn thượt nối đuôi nhau. Ông già thở dài dài hơi nhất, rồi ông lẩm bẩm cho một mình ông nghe cái câu có lẽ chỉ một mình ông hiểu, "Sẽ lại thêm vài ngàn năm nữa..."

Hoàng Chính

*(Trích đoạn truyện dài **Lối Về Giao Chỉ Quận**)*

TN

NGÔ SỸ HÂN

CUỘC TÌNH NGẮN NGỦI

tặng Phan Tài Chẩu và Phan Thị Phiên

Không nghe tên các trường Hồ Ngọc Cẩn, Nguyễn Bá Tòng, và Lê Văn Duyệt; chỉ nghe hai trường nam hai trường nữ mà theo ước lệ không thành văn là dành cho học sanh Nam kỳ và Bắc kỳ. Theo lệ thường thằng Tám phải nộp đơn vô Trương Vĩnh Ký nhưng tại tánh tà tà bị trễ nên hết chỗ bèn quay sang trường Chu Văn An ở Ngã Sáu Chợ Lớn. Do chỗ quen biết từ Cần Giuộc, nó lên ở trọ nhà bà Năm là má vợ của anh Ba Xi nấu cơm tháng cho học trò ở đấy. Nhà trọ nằm trong hẻm 169 ngay Dạ Nam cầu Nhị Thiên Đường.

Một bữa cao hứng thằng Tám ra tiệm đầu đường uống ly cà-phê đen nhỏ gặp một thằng bạn cũ hồi tiểu học, "Đứa nào tao có thể quên chớ mầy hổng nhớ sao được?" Lúc đó lớp Nhứt C của cô Ánh có ba dãy bàn, hằng Chẩn ngồi bàn thứ hai dãy thứ ba phía bên cửa ngó ra đám ruộng biền. Bên kia là sân banh của xã Long Hòa, nơi hội tuyển của bốn lớp Nhứt đụng nhau hà rầm bằng trái banh cũ do các hội người lớn cho. Các cầu thủ tí hon đá hăng say tới chừng trái banh lòi ruột mới thôi.

Hai thằng bạn học cũ hào hứng kể chuyện đời xưa. Thời gian trung học, thằng Tám còn học ở Cần Đước rồi lên Cần Giuộc trong lúc thằng Chẩn đã theo má nó lên Sài Gòn vì chiến tranh càng lan rộng trong lúc nhà ở vùng xôi đậu sợ bị lạc đạn. Hắn biểu thằng Tám cuối tuần nào đó lại nhà hắn chơi, "Xuống chưa hết dốc, qua cầu là quẹo liền." Hắn viết địa chỉ trên miếng giấy nhỏ xé ra từ miếng giấy bạc bao thuốc lá đưa cho thằng Tám: 264/2 đường Phạm Thế Hiển.

"Chỗ đó có ba căn nhà," thằng Chẩn chỉ tay về phía cầu. "Nếu cái địa chỉ nhỏ xíu nầy mầy tìm hổng được thì nhà nào có cái cửa sổ màu xanh lá cây là nó đó!"

Hắn lại nheo mắt vừa cười hỏi:

"Mầy nhớ con Phấn hôn?"

"Phải con em gái mầy còn nhỏ xíu hồi tao ghé ở dưới quê?"

"Bây giờ ở đó mà nhỏ xíu!" Thằng Chẩn lườm thằng Tám.

Trong lòng nôn nóng như nấu cơm bằng rơm, buổi chiều ấy đi học về vừa qua cầu Nhị Thiên Đường nó liền tới nhà Phan Tài Chẩn ngay dốc cầu thấp hơn mặt đường đi Bình An về hướng Tây. Tìm đúng địa chỉ, nó bê chiếc xe đòn dông cà tàng không vè không pọt-ba-ga xuống trước hàng hiên nhỏ bề ngang chừng hai thước. Vừa dựng con *trâu già* vô bức tường đứng cặp con đường thì - chắc nghe tiếng động lụp cụp lạc cạc - một đứa con gái trạc mười lăm mười sáu mở cửa bước ra lịch sự chào hỏi:

"Xin lỗi, anh tìm ai?"

Thằng Tám cười giả dạng như khờ lắc đầu nhìn đứa con gái, "Anh đâu có tìm ai!"

Con nhỏ ngạc nhiên nhìn nó một hồi lâu, hỏi:

"Vậy chớ anh tới đây làm gì?"

"Bộ ở đây có mình nhà em thôi hả?" Thằng Tám cắc cớ hỏi lại.

"Còn hai nhà nữa," con nhỏ tự thấy hố bèn giải thích.

Thằng Tám lại lấy tờ giấy ra đọc rồi đưa cho con nhỏ. Nó nghĩ giỡn chơi như vậy đủ rồi:

"Hồi sáng uống cà-phê gặp anh Chẩn; ảnh có giới thiệu với anh," thằng Tám vừa cười nhìn cô gái. "Nó nói em hiền lành dễ thương, và còn nhiều nữa."

"Hiền lành dễ thương thì có thiệt. Còn ngoài ra, chắc ảnh nổ hơi quá."

Thằng Tám lại nói như tâm sự:

"Tụi anh học tiểu học Rạch Kiến lâu lắm rồi nay mới gặp lại."

"Hóa ra hai anh là bạn học cũ."

"Dà! Hồi đó anh ghé nhà ở Thuận Thành, em còn nhỏ xíu hà."

"Bây giờ em lớn rồi chớ bộ!" Cô gái bằng giọng hơi nũng nịu.

Thấy cô gái là thằng Tám biết ngay. Nếu gặp ngoài đường nó cũng nhận ra vì hai anh em giống hịch không sai chạy một li, ở chỗ "cái miệng móm móm dễ thương."

"Dạ! Coi vậy chớ chưa chắc thương dễ nha," cô gái cười, má lún đồng tiền.

"Anh cũng nghĩ vậy: Dễ thương chớ chưa chắc thương dễ," nó tiếp. "Bộ hổng định mời anh vô nhà sao?"

"Có một mình em ở nhà hà."

"Bộ một mình thì hổng mời vô nhà được hả? Nhìn kỹ anh coi hiền hay dữ?" Hắn vừa cười vừa chỉ vô mặt mình. "Hiền thì mời vô."

"Dạ...," cô gái vịn cánh cửa cho nó. "... có vẻ hiền đó nhưng mà hơi lanh."

"Lanh thì vô hại, hổng sao," nó bước vô nhà ngồi đại xuống ghế không đợi mời. Cô gái vô sau khép cửa lại.

"Anh có lanh cũng không bằng em. Sách nói mấy đứa con gái móm móm lanh lắm, mà lanh thì thông minh." Không biết nó đọc sách bao nhiêu mà chuyện nào cũng "sách nói."

"Em thấy em đâu có thông minh, sau anh tới ba lớp."

"Em học giỏi mới vô được Gia Long được! Hồi đó anh thi vô đệ Thất trường công rớt."

Nói về học hành thì thằng Tám chỉ đứng sau một đứa. Không hiểu trường dạy cách sao mà cả bốn lớp Nhứt năm đó thi vô Trung học Cần Giuộc chỉ mỗi một thằng đứng nhứt đậu. Hầu hết nghỉ ở nhà long nhong vài năm lại lấy vợ lấy chồng - thậm chí có đứa con gái bạn học năm sau thấy nó có con rồi. Phải nói thằng Tám số đỏ. Ba má nó cho vô Ngả tư Xoài Đôi học lớp Tiếp Liên của thầy Tư Tâm. Chừng vài ba tháng quận Cần Đước mở Trung học đăng giải quyết số đông *bùi kiệm*. Sau Cần Đước nó lên Cần Giuộc. Cần Giuộc hết lớp, nó lại lên Chu Văn An.

Con nhỏ nói liền:

"Trường Bắc kỳ mà!"

"Dà! Đúng rồi. Tại bên Trương Vĩnh Ký hết chỗ."

"Sao hồi đó tới giờ em hổng biết, cũng không nghe anh Hai nhắc tới anh?"

Thằng Tám giải thích giai đoạn hai thằng bạn mất liên lạc với nhau.

"Chà nãy giờ quên mời khách," con Phấn ra sau rồi trở lên với một bình nước. "Ảnh nói cuối năm nay đậu rớt gì cũng đi lính - lính Không Quân."

Con Phấn kéo cái hộc bàn lấy tờ giấy thông cáo có ghi ngày giờ và nơi nộp đơn Tân Sơn Nhứt - kèm theo ảnh anh chàng phi công mặc áo liền quần đứng cạnh chiếc máy bay khu trục - đưa cho thằng Tám coi. "Ảnh nói đậu thì làm phi công cho biết mây trắng trời xanh chơi với người ta, còn rớt thì vô chuyên viên sửa máy bay luôn."

Thằng Tám suy nghĩ về tình trạng quân dịch của mình. Đã là tài nguyên sĩ quan thì năm nay đậu rớt gì cũng cầm chắc cái *quai chảo*, "Chắc số mình hổng được làm sanh viên đại học!"

"Có lẽ ảnh bị thất tình," mặt con Phấn trông méo mó, nó kể tiếp. "Nghe cái kiểu ảnh nói thì hình như chị đó chê gia đình em nghèo."

"Bồ đá thì kiếm bồ khác, có gì mà buồn!" Thằng Tám nói đại.

"Tại anh chưa bị thất tình nên nói vậy."

"Chớ em bị rồi hả?"

"Em đã yêu đương gì đâu!"

Ở tuổi nầy nó phải đang mơ tới một hình bóng nam nhơn đặng xây dựng tổ ấm. Con Phấn nhìn xa xăm qua bên kia đường. Vài vệt nắng chiều còn đọng lại trên tàn cây trứng cá lung linh theo từng hơi gió nhẹ.

"Anh Hai nói nó buồn như... như tháng bảy mưa dầm, như mùa thu u ám, như thế gian vắng bóng người, như chới với khi rớt xuống sông mà hổng biết lội..., như trời sập vậy!" Con Phấn kể một hơi dài.

"Nhưng thời gian sẽ làm mình nguôi ngoai đi."

Mặc dầu thằng Tám nói vậy nhưng lâu lắm chớ không như người ta tưởng, nhứt là mối tình đầu. Mấy năm rồi, hình ảnh - đặc biệt là đôi mắt - của cô hoa khôi vẫn như xăm trong trái tim và lúc nào cũng hiển hiện trước mắt nó. Đôi mắt đẹp cổ điển mà các nhà văn mô tả là mắt bồ câu tròn trong sáng long lanh. Đôi mắt hai mí rõ ràng thêm hàng mi cong vút lên như của người mẫu chưng trong tiệm chụp hình Nguyễn Hồng. Nàng chưa biết tỉa lông mày như Vô Kỵ của Triệu Minh lúc tàn cơn binh lửa.

Khi nàng nhìn, những tia - thằng Tám so sánh - như tia chớp xoáy thấu vô tận tâm can khiến người lần đầu đối diện phải bối rối. “Mầy đừng có mơ đỉa đeo chưn hạc,” mấy thằng bạn can. “Con nhà giàu, nàng là tiểu thơ chơn giày chưn guốc.” Nhưng thằng Tám từng làm thơ bày tỏ tình yêu với nàng nên nó cho là thi sĩ có giá trị hơn cái sung túc của gia đình nàng cho tới khi tin tình báo cho biết tình địch của nó là một anh chàng áo quần bảnh bao trước nó hai lớp đang học ở Sài Gòn.

Thằng Tám triết lý:

“Khi yêu người ta vẽ ra một khung trời đầy màu hồng và những lời thì thầm ngọt ngào lãng mạn trong niềm hạnh phúc vĩnh cửu của lứa đôi.”

Con Phấn kéo thằng Tám từ chín từng mây trở về thực tại:

“Nếu ảnh thất tình đi lính thì nhà chỉ còn có mình em với má.”

Lúc nầy thằng Tám chợt nhớ ra:

“Ủa! Bác gái đâu?”

“Má em bán cái sập chạp-phô ngoài chợ.”

Hồi tiểu học, thằng Chẩn có dắt nó về nhà ở làng Thuận Thành chơi. Thằng Chẩn là vai anh bà con cô cậu với Nguyễn Thái Bình nổi tiếng học giỏi, sau nầy nghe nói được đi du học Mỹ. Cả ba thằng chơi đá cầu đã đời xuống tắm hào rồi má biểu vô ăn cơm với bầu luộc chấm nước tương hột vịt. Thằng Chẩn là người *đàn ông* duy nhứt trong gia đình. Má hắn nhìn tấm hình trên bàn thờ nói ba hắn mất rồi những năm hồi đó! Cả hai anh em đều đẻ trong bưng không giấy tờ gì hết nên trước khi hắn thi vô đệ Thất trường công, má dắt hai đứa xuống Tân An xin thế vì khai sanh.

Lúc ấy con nhỏ em còn nhỏ xíu thằng Tám chẳng để ý nên không nhớ. Nhưng lần nầy bỗng dưng nó trở thành *người lớn* khi trông con nhỏ đã trổ mã con gái. Cũng mi cong mày lẽm cũng má lún đồng tiền! Tức thì con nhỏ thay thế hình ảnh cô hoa khôi khi trước. Ngoài bà má đẻ, con nhỏ nầy là người phụ nữ thứ hai gây ấn tượng đẹp và gieo niềm vấn vương vào lòng nó. Từ đấy về sau thằng Chẩn không mời nó cũng thường tới mà hầu như lần nào cũng gặp một thằng trạc tuổi nó ăn mặc chải chuốt làm kỳ đà cản mũi. Không cần thông minh cũng biết thằng nầy đang ve con nhỏ.

"Tao thấy con Phấn nó thích mầy hơn thằng kia," thằng Chẩn nói. "Thằng nhóc đó có vẻ phách lối chớ hổng như cái đám tụi mình, nhưng kẹt nó là bạn học của tao." Thằng Tám chưa đủ kinh nghiệm tình trường nên chưa hiểu tình cảm con nhỏ dành cho nó. Cuối năm học ấy, thằng Tám thi rớt Tú tài Hai, ôm mối hận tình bèn đi Thủ Đức, tình nguyện đăng lính rằn ri không một lời từ giã với người con gái thầm yêu; thằng Chẩn thi đậu Tú tài phóng vô Không Quân với mộng làm phi công chiến đấu mặc dầu bà má hắn can ngăn.

Nhưng chừng một hai năm sau khi từ Mỹ trở về cũng phi công lái máy bay mà phi cơ của anh không có "cánh bay rợp trời" như hình quảng cáo mà lại gắn cánh quạt trên lưng, cất cánh lên hay đậu xuống thẳng đứng chớ không bắt trớn như các loại khác. Anh tự an ủi "Thôi thì mình cũng đạt được tám chín chục phần trăm giấc mơ thiếu thời trong lúc có nhiều thằng xuống đất hoặc ra bộ binh."

Riêng anh Tám, ra trường anh đi biệt xứ mãi tới mấy năm sau, khi có hiệp định hòa bình bỗng nhớ tới con nhỏ bèn trở về xóm cũ.

Cô Phấn rưng rưng trách:

"Anh hổng hiểu lòng em hay sao mà mấy năm nay anh mất tiêu?"

Lúc đó anh Tám mới thấy thương con nhỏ.

"Đáng lẽ anh phải cho em biết hay ít nhứt cũng nói lời từ biệt."

"Thất tình mà em!"

"Em mỏi mòn chờ anh như hòn vọng phu."

"Tại hồi đó anh đi lính thích sống hùng sống mạnh chớ chưa chắc sống dai nên hổng dám hứa gì với em," kẹt lắm anh Tám biết mình biện minh vô lý.

Cả căn phòng rơi vào tĩnh lặng để cho hai người soi lại hình bóng mình. Ba năm thanh xuân vụt qua: những bình minh, những hoàng hôn, và những tối trằn trọc nhớ thương. Người tiền tuyến đêm về mơ cảnh hòa bình với một gia đình êm ấm có người vợ tao khang và tiếng học bài ê a của trẻ thơ. Kẻ hậu phương giựt mình chợt thức nghe súng nổ nhìn ánh hỏa châu giữa trời mà cõi lòng tan nát.

"Thời chiến mà, mình phải chấp nhận thôi."

"Nghĩ lại anh khờ quá há!"

"Em như hoa mới nở chỉ chờ anh mở lời."

"Bây giờ anh mở lời thì em có chịu hôn?"

Cô Phấn bỏ nhỏ vô tai anh Tám, vừa cười: "Để em hỏi má!"

"Dà! Hỏi má đi nghen," Anh nắm tay cô Phấn áp lên gò má mình. "Tại cái gì cũng hỏi má mà bao lâu nay cứ sống mình ên."

"Em ngày nầy qua ngày khác thay má coi cái sập đó có đi đâu đâu mà quen ai!" Cô Phấn vừa cười vỗ lên vai anh Tám. "Anh hổng cứu em thì em thành gái già mất."

Bốn mắt nhìn nhau và lần đầu anh Tám ôm hun chị Phấn:

"Sém chút nữa anh mất em rồi!"

Nhưng hòa bình chỉ là hòa bình trên giấy tờ trong một thời gian ngắn thì chiến sự lại bùng phát còn dữ dội hơn lúc trước. Hai anh chị ráp lại chưa kịp có con thì tình hình quân sự càng nghiêm trọng, nguy cơ mất nước càng rõ. Khi dân di tản miền ngoài vô ngày càng nhiều và Sư đoàn thiện chiến bỏ Xuân Lộc thì anh Chẩn thấy hết phương cứu chữa bèn nhắn tin cho chị Phấn, "Bỏ hết đi. Chỉ lấy giấy tờ tùy thân. Em đưa má vô phi trường Tân Sơn Nhứt càng sớm càng tốt để vọt bất cứ lúc nào."

Nhưng má còn chờ tin ba đi biền biệt mấy mươi năm nay, còn chị Phấn thì mất liên lạc với chồng nên cứ trù trừ, "Còn nước còn tát." Tới k Gòn thì là lúc anh Thiếu úy Tám chỉ mặc cái quần lính và cái áo thun mặt mày bơ phờ đi xe lam trở về:

"Xong rồi! Hết phương cứu vãn!"

Chị Phấn ôm anh Tám khóc kể như nhà có người qua đời:

"Anh Hai biểu em đưa má vô phi trường để chuẩn bị đi bất cứ lúc nào mà em hổng biết anh ở đâu làm sao em bỏ anh mà đi cho được!"

Anh Tám để chị tiếp tục khóc cho hả dạ.

Sau hai mươi năm tập kết, ba chị trở về thì gia đình thuộc diện có công cách mạng nhưng kẹt thằng con và thằng rể là *ngụy quân* nên không được tham gia chánh quyền mới. "Mà có mời tao cũng hổng làm," ông già tuyên bố.

Nghe nói mấy ngày cuối - ngày hăm tám hăm chín gì đó - có chiếc máy bay bị bắn rớt tại phi đạo lúc đang cất cánh, bà má than:

"Hổng có tin tức gì thì... tao chắc nó...," bà má lấy bức ảnh của chồng trên bàn thờ xuống, quay sang chị. "Con Phấn, họa hình anh Hai mầy đem chưng trên bàn thờ đi con."

Ông già nhìn bà vợ tấm mẳn chờ chồng, có vẻ lạc quan:

"Tới bây giờ vẫn chưa có tin tức gì của thằng Chẩn thì hy vọng nó vọt được," ông quay sang nhìn anh Tám trầm ngâm một hồi mới cất tiếng. "Mầy ở lại hổng yên thân đâu!"

Ông già có vẻ đang ân hận như vừa mất mát một cái gì quý giá: Hai mươi năm tuổi thanh xuân. Anh Tám nhìn ông già vợ *cách mạng* mặt buồn rười rượi với mái tóc hoa râm:

"Con hiểu ý ba."

"Coi đường nào chắc ăn thì dắt con Phấn đi đi," ngừng một lát, giọng ông hình như hơi run run. "Đối đế lắm thì đi một mình, mọi chuyện để tao tính."

Lúc ban quân quản ra thông cáo bắt sĩ quan đi học tập, má anh Tám biểu:

"Hai vợ chồng bây về dưới Rạch Kiến làm ăn đi."

"Vậy sao được!" Ba chị Phấn can.

"Ở dưới hổng ai biết nó đi lính hết," ba anh Tám xen vô. "Để tui khai vợ chồng nó dạy thầy giáo dưới Long An bây giờ cách mạng thành công thì trở về quê đợi kêu thì dạy lại, bằng không thì làm ruộng."

"Con Phấn trước nay buôn bán làm sao lo ruộng nương được?!" Má chị Phấn than.

"*Gặp thời thế thế thời phải thế* mà bà!" Ba chị Phấn nói.

Nhưng chừng nửa năm sau công an tới bắt anh Tám đi cải tạo!

Ngô Sỹ Hân

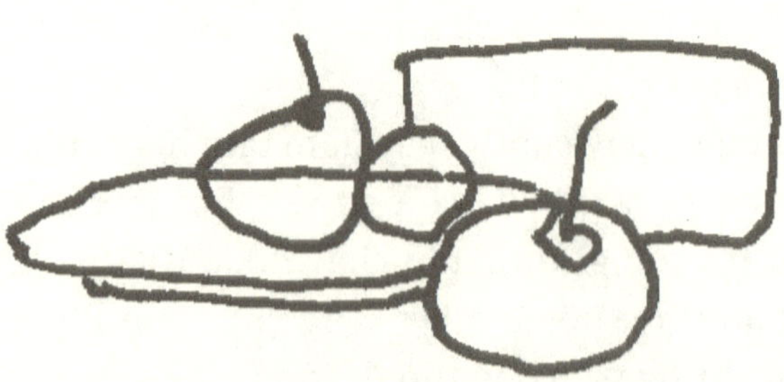

LETAMANH

TRẮC ẨN! VAI TRÒ VĂN BÚT VIỆT NAM HẢI NGOẠI

Những năm phải ngồi tù "cải tạo" từ Nam ra Bắc, tôi có dịp được tiếp xúc với nhiều nhà Văn, nhà Thơ, Họa Sĩ, Nhạc Sĩ... vốn là "nền tảng văn hóa "Ngụy Miền Nam" bị tù đày sau năm 1975. Hồi đó tôi còn là môt "nhóc tì" tập tành bắt chước làm thơ viết văn vì nhu cầu công vụ trong ngành Chiến Tranh Chính Trị quân lưc VNCH. Khi theo khóa Trung Cấp ở Đại Học Chiến tranh Chính Trị Đà Lạt, có dịp làm quen với các bậc thầy trong giới văn chương và văn bút nổi tiếng đến giảng dạy.

Nước non – Tổ Quốc đau sầu
Ba dòng sông khóc tuôn màu khói nhang!
Cửu Long – Hồng Hà - Hương Giang
Thuyền theo ra biển thiên đàng cuốn trôi!

Cho nên, khi vào tù, tình cờ được "hân hạnh" gặp lại các bậc thầy - vốn là những thần tượng của tôi – chúng tôi thường lén lút hẹn nhau trong lúc nghĩ lao động để hút thuốc lào hay hẹn nhau trong sân trại tù, vừa ngồi quây quần phê thuốc lào vừa tâm sự. Người tôi thường được gặp là nhà thơ Thanh Tâm Tuyền.

Có một lần, chỉ có tôi và nhà thơ trong đêm Giáng Sinh 1978 ở trại tù Hồng Ca, Yên Bái; ông kể cho tôi nghe một cuốn sách nhỏ có tựa đề "Giấc mơ một thiên đường". Nhân vật chính là một người Trung Đông 18 tuổi. Năm đó, 1950, sau khi trốn khỏi những căn lều tồi tàn và chịu nhiều khổ cực, qua bao gian truân mới đến được một hải cảng ở Bồ Đào Nha, hình như gần thành phố Lisbon! Anh ta ngày đêm ngồi khẩn cầu Thánh Ala cho anh được lên một con tàu để thực hiện giấc mơ về thành phố "thiên đường" New York... Anh ta tìm mọi cách đến xin làm việc cho tàu buôn đang chuẩn bị rời Lísbon lên đường đến New York. Nhưng nhiều lần bị từ chối, anh lâm vào cảnh đói rét nằm trên bãi biển, cố gắng không nản chí sờn lòng. Rồi một ngày may mắn, anh cũng được chủ tàu cho anh làm lao công khuân vác với đồng lương hạn hẹp, nhưng giấc mơ của anh được thành sự thật! Đến được "Thiên đường" trong ước mơ... Anh vui sướng hạnh phúc mang thùng cà rem đi bán dạo, ban đêm với xe bán bánh mì! Nhưng với anh, Thiên Đường đang giang tay chào đón anh một tương lai huy hoàng...

Thiên Đường ước mơ
Nghiệp tâm đang chờ
Quyết lòng thực hiện
Phước hạnh nào ngờ!

oOo

Khi ra tù, về đến nhà mới biết các em các cháu tôi, gồm tám mạng, trong chuyến vượt biên bằng ghe thuyền từ Cần Thơ; đã bị đánh chìm mất tích năm 1979, không tìm thấy xác. Tôi lại nghĩ đến câu chuyện nhà thơ Thanh Tâm Tuyền trong trại tù miền Bắc! Mấy đứa em tôi dẫn theo con nhỏ, cố vượt sống chết để tìm đến "thiên đường" đã làm mồi cho cá! Vì thế tôi không thể nào thực hiện đi tìm Thiên Đường theo cách các em tôi cho đến khi gia đình tôi được theo diện "tị nạn H.O" từ chính phủ Hoa Kỳ thực hiện!

"Nhân định như thử như thử
Thiên ý dĩ nhiên dĩ nhiên" (Gia Cát Lượng – Tam Quôc chí)

Định cư ở Cali, tôi lại có dịp tiếp xúc với rất nhiều văn sĩ, thi sĩ, họa sĩ, nhạc sĩ trong văn bút Việt Nam hải ngoại. Sau năm 1975, giới trí thức Miền Nam, một số di tản trên các con tàu và sau đó định cư, tổ chức lại Hội Văn Bút Việt Nam Cộng Hòa hải ngoại, được Văn Bút Quốc Tế tiếp tục công nhận thành viên.

Từ khi định cư, tôi học Anh Văn, học Autocad trong MTI College. Năm 1992, tôi hân hạnh được vào làm ở Disneyland Hotel.

Vì thế tôi cũng có thời gian đèo bồng nghề viết lách cho các báo ở Little Saigon thời 1990! Năm 2000, tôi được giới thiệu gia nhập vào Hội Văn Bút Việt Nam Miền Tây Nam Hoa Kỳ, lúc đó do nhà văn Trần Thy Vân làm chủ tịch. Khi đó tôi là Chủ Bút Báo Trách Nhiệm, cơ quan ngôn luận của Hội Cựu Tù Chính Tri Nam California.

Tôi có dịp được tiếp xúc với các bậc đàn anh đàn chị : Minh Đức Hoài Trinh, Cao Mỵ Nhân, nhạc sĩ Nguyễn Hiền, họa sĩ Hồ Thành Đức, họa sĩ Bé Ký và nhiều nhà văn, nhà thơ trong văn bút VN hải ngoại. Tôi cũng hân hạnh được bầu vào chức vụ Tổng Thư Ký Văn Bút vùng Tây Nam Hoa Kỳ thời chủ tịch Nguyễn Hữu Của. Cho nên, đối với tôi, tôi trân trọng và kính phục những "Tiền Hiền, Hậu Hiền" đã trân trọng duy trì và phát huy Văn Bút Việt Nam hải ngoại, một tổ chức duy nhất còn sót lại của Việt Nam Cộng Hòa được vun đắp cho đến ngày nay!

Văn Bút Viêt Nam Hải Ngoại
Đứa con mồ côi – Cha Mẹ bị bứt tử lìa đời
Cô đơn tung cờ Vàng
Trong lòng Văn Bút Quóc Tế
Khắp Năm Châu trọn tình nghĩa Việt Nam!

oOo

Có những điều trăn trở không thể nào chúng ta có thể hàn gắn thâm hụt nhân sự cho sự ra đi của các bậc sáng lập, những Văn Hữu kế tục Văn Bút một thời hoàn kim trước năm 1975! Họ đã đem gia tài Văn Bút thời VNCH ra hải ngoại, giao lại cho hậu thế chúng ta tiếp tục, mong được giữ vững, phát triển như thế nào cho xứng đáng với tầm vóc là HỘI VIÊN VĂN BÚT QUỐC TẾ! Để chúng ta không hổ thẹn với tiền nhân. Tiếp nối lý tưởng Văn Học tự do mà Văn Bút Quốc Tế, đến ngày nay vẫn công nhận, mặc dù Văn Bút Cộng Sản VN luôn tìm cách chen chân, nhưng Văn Bút Quốc Tế vẫn từ chối!

Nối nghiệp văn chương nặng gánh
Sách vở văn thơ nhạc họa bút nghiêng
Cháu con tiếp nối thiên duyên

Sáng danh Văn Bút mối giềng Việt Nam!

Tổ chức Văn Bút Việt Nam Hải ngoại hiện tại, về mặt tổ chức điều hành thì rất đáng khen ngợi do những vị chủ tịch tuổi trẻ, có học thức, có khả năng và rất hăng say. Tuổi già đã bị tuổi đời gặm nhấm và thời gian cướp đi những cây bút tuyệt vời của quá khứ, bỏ lại sau lưng những sách vở quý giá, những di sản sáng tác không thể nào thay thế hiện còn đâu đó trong các thư viện Việt Nam tại hải ngoại. Các tác giả trong Văn Bút sáng tác, in ấn, tổ chức ra mắt sách nhiều năm từ 1975 đến 2026, có thể là chứng tích huy hoàng xét về mặt văn học! Hiện thời, nếu ai muốn tìm lại những tác phẩm đó, có thể đến THƯ VIỆN VIỆT NAM (góc đường Euclid và Westminster – Garden Grove , California) do nhà văn, nhà báo Du Miên đang quản lý. Ở đó chúng ta có thể tìm thấy những tác phẩm rất cũ, những bức họa, những bản nhạc thời VNCH cùng những hình ảnh các văn nhân, nhạc sĩ trong Văn Bút thân mến của chúng ta! Ở đó, chúng ta sẽ đứng trước bàn thờ nhạc sĩ Trầm Tử Thiêng, nhà văn Nguyễn Đức Lập... thắp nén nhang tưởng nhớ.

Văn học Việt Nam hải ngoại, kể từ năm 1975 đến nay, trải qua bao thăng trầm thời cuộc và trách nhiệm giữ vững phong cách văn hóa VNCH, khác với những sách vở văn chương trong nước. Có thể nói một thực tế phủ phàng về "Hai nền văn học Việt Nam khác nhau cùng phát triển song song", một bên là văn học Việt hải ngoại mang lý tưởng tự do dân chủ khai phóng, một bên là văn học phục vụ nhà nước; nhồi sọ tuổi trẻ Việt Nam theo định hướng xã hội chủ nghĩa!

Những bậc thầy văn học Việt Nam từ thời 1930–1975 trong nước, đã có một chiều dài lịch sử tuyệt vời, để lại biết bao sách vở cho nền văn học nước nhà. Sau năm 1975, những người tự nhận là "Bên thắng cuộc" đã hành xử giống như thời Tần Thủy Hoàng, là thiêu đốt tất cả sách vở và nhốt hết các nhà văn, nhà báo không kịp di tản vào tù khổ sai!

Chúng ta là con dân của nền văn học VNCH, là di sản, là hậu duệ tiếp nối văn chương, văn học hải ngoại; nếu đang là thành viên, hội viên của Hội Văn Bút Việt Nam hải ngoại, chính là HỘI VIÊN VĂN BÚT QUỐC TẾ của Thế Giới Tự Do. Đó là niềm hãnh diện vô biên cho bản thân và có bổn phận cất cao tiếng hát tự do, phát huy sáng tác văn học nghệ thuật, bồi đắp văn hóa Việt hải ngoại để xứng danh là một Hội Viên Văn Bút VN có tầm vóc làm rạng danh cho bản thân và tập thể!

Những hội viên văn bút cao niên dần lu mờ theo năm tháng, cần những cây bút tuổi trẻ hải ngoại nối tiếp truyền thống văn học trong VĂN BÚT VIỆT NAM HẢI NGOẠI. Người ta thường ví von: "Làn sóng sau xua làn sóng trước." Nhưng trong nền văn học chúng ta thì không như thế. Chúng ta có thể sửa câu trên là: "Làn sóng sau theo làn sóng trước"! Có như thế, nền văn học Việt Nam hải ngoại nói chung, Văn Bút Việt Nam hải ngoại nói riêng sẽ trường tồn theo lịch sử Việt Nam hải ngoại!

Tương lai Văn Hóa Việt Nam hải ngoại
Năm Châu Việt Nam trường tôn mãi mãi
Mong cháu con tiếp nối dựng sây thành
VĂN BÚT VIỆT NAM HẢI NGOẠI rạng danh!

Hỡi những tuổi trẻ tài cao, những trí thức, học giả, sinh viên, nghệ nhân khắp năm châu, con dân Việt ngày nay nơi nào trên thế giới cũng có mặt và rất thành đạt; các bạn trẻ đang vươn lên viết văn, thơ, truyện, họa sĩ, nhạc sĩ sáng tác bằng tiếng Anh, tiêng Pháp , tiếng Đức...đều có thể gia nhập vào GIA ĐÌNH VĂN BÚT VIỆT NAM HẢI NGOẠI, củng cố và phát huy tiếng nói văn hóa Việt trong VĂN BÚT QUỐC TẾ. Đó là ước nguyện của những Văn Hữu lớn tuổi xin trao lại chìa khóa VĂN HỌC tương lai cho tuổi trẻ đang phát triển và thành công nơi quê hương thứ hai. Đó cũng là cách TRỞ VỀ NGUỒN CỘI VIỆT NAM THÂN YÊU HÌNH CONG CHỮ S!

Letamanh

California ngày 24 tháng 4 năm 2026

DAN HOÀNG

CÂY PHƯỢNG ĐỎ Ở ANAHEIM

Phượng nở bên trời sắc đỏ tươi,
Làm hồn tôi chợt thấy chơi vơi.
Ngày xưa như bóng mây về lại,
Đứng cạnh bên đời rất nhẹ thôi.

Tôi nắm tay em giữa nắng chiều,
Không lời mà ngỡ nói bao điều.
Mắt em long lanh màu phượng đỏ,
Buồn như trời sắp một cơn xiêu.

Phượng đỏ lưng trời buổi biệt ly,
Em quay mặt bước chẳng nói gì.
Chỉ nghe tiếng guốc xa dần mãi,
Vỡ trong tim tôi giấc xuân thì.

Chiều nay phượng lại rơi bên thềm,
Từng cánh hồng khơi nỗi nhớ êm.
Tôi cúi nhặt hoa như nhặt lại,
Một thời yêu dấu đã chìm quên.

Chợt nhớ con bướm ép năm nao,
Kẹp giữa trang thơ úa sắc màu.
Em nói cánh này như mộng nhỏ,
Mong manh mà giữ được thương đau.

Từ độ xa nhau mấy nhịp đời,
Tôi mang nhung nhớ khắp phương trời,
Mỗi mùa phượng nở nơi đất lạ,
Lại thấy hồn mình trôi nổi trôi.

Anaheim chiều nay gió bay,
Phượng hồng nghiêng xuống cánh vai gầy.
Tôi nghe quê cũ xa ngàn dặm,
Vẫn đỏ trong lòng như tháng ngày.

Mong người nơi ấy mãi bình an,
Dẫu tóc pha sương dẫu úa tàn.
Xin giữ trong tim màu phượng cũ,
Như thời hai đứa mới yêu đương. ■

Phố biển, 05/26/26

HỒ CHÍ BỬU

CHÙM TỨ TUYỆT

GẶP NÀNG

Em mang sông núi trên người
Ta mang cung kiếm. Cuộc đời oái oăm
Gặp nhau đêm hội trăng rằm
Cớ sao lại bước vào nhầm tử, sinh ?

ĐÊM VŨNG TÀU
NGHE THÁI THANH HÁT

Lạ gì tiếng hát khói sương
Lời ca như giết đoạn trường trong ta
Ngước nhìn biển rộng bao la
Con thuyền vô trạo một ta một mình

PHƯƠNG XA

Trèo lên trên đỉnh sầu đông
Thấy bầy chim nhỏ đang đồng dao ca
Hỡi người lạ ở phương xa
Còn tìm đâu nữa bóng tà tịch xưa ?

HỜ HỮNG

Nửa tối trở về nực nồng hơi rượu
Vợ ta nước mắt môi cắn môi
Nằm quay vô vách ta không nói
Rờ rún mà ngâm mẹ kiếp đời

THƠ TÌNH

Bài thơ ta viết từ lâu lắm
Muốn đọc cho nàng nghe thất kinh
Nghĩ ra nàng đã sang nhà khác
Thôi để riêng ta giữ một mình

XUẤT
Nửa đêm nằm mộng không ngờ
Sáng ra tắm rửa đề thơ tặng nàng
Cho hay suối ngọc vô vàn
Cửa thiền chặn lại cửa nàng mở ra

TRỞ LẠI
Ta quăng bình bát xuống sông
Bình trôi nước ngược lên dòng thượng lưu
Định về cởi áo đi tu
Gặp em đang tắm – còn tu nỗi gì ?

BUỘC LÒNG
Chiếc nhẫn sau cùng đem bán nốt
Dù rằng di tích của tình xưa
Con ta khát sữa nằm nhăn nhó
Dù tiếc dù thương cũng chẳng chừa !

NGHI NGỜ
Tụi bạn bảo ta khi nằm ngủ
Hào quang chiếu sáng ở trên đầu
Thời nầy đâu có ai thành phật ?
Chắc là lửa cháy suốt đêm thâu

VỀ THÔI
Ni cô tưới kiểng trước chùa
Thấy ta người hỏi vào chùa thăm ai ?
Thưa rằng đến viếng Như Lai
Gặp nàng tưới kiểng ta quay đầu về !

MỘNG
Đêm qua nằm ngủ mà mơ
Thấy tiên hiện đến trao thơ mời chầu
Trả lời rằng chẳng được đâu
Trần gian ta nợ nửa cầu gió trăng ... ■

HÀ NGỌC HOÀNG

MỘT ĐÓA HỒNG PHAI

Mưa làm tan cả giấc mơ
Thoảng hương trong gió vần thơ tặng người
Hoa mua nở tím bên đồi
Người xinh nên muốn ngỏ lời làm quen

Đêm nay là đã ba đêm
Đưa về qua ngõ em quên cả rồi
Làm tôi hết đứng lại ngồi
Buồn như dấu hỏi đầu hồi chờ ai

Em làm tan giấc mơ dài
Tôi ôm mộng lỡ phí hoài tuổi xuân
Gặp em đi chợ mấy lần
Tôi không dám gặp tần ngần vậy thôi

Cơn mưa giăng kín bầu trời
Em theo người ấy còn tôi canh dài
Nhiều đêm thức trắng mệt nhoài
Chỉ vì một đóa hồng phai cuối mùa ./.

DUNG THỊ VÂN

KHOANH NHỮNG TRÙNG MAI

Dĩ vãng chẳng quay về
Cho ta một lần níu lại
Cậy bóng hoàng hôn
Hoang hoải cánh thiên di

Khoanh những trùng mai
Ẩn nhàu ký ức
Lật lại những ngày
Chiều xuống kỷ trào vây

Ta nơi đây
Vốc bao nhiêu hạt niệm
Kết lại chuyện tình
Thành một khối thiên thu

Khoanh lại những ngày
Gió mùa xa lắc
Chỉ tiếng thở dài
Quanh quẩn trái tim côi ■

LÂM BĂNG PHƯƠNG

KHÚC LUÂN HỒI

Em biết không mùa thu về đầu ngõ
Khúc luân hồi cho lá trút lìa cây
Như tình ta chia tay chiều nắng vỡ
Cho thu buồn nức nở buốt heo may.

Em biết không mùa thu lay góc phố
Nghe xạc xào tiếng gió hát bên tai
Cõi thơ tình anh dệt sợi ban mai
Lung linh lối hoàng hoa chờ em lại.

Em biết không mùa thu vàng hươm đấy
Hương đất trời còn quyện mãi đâu đây
Lời yêu đương dịu dàng từ dạo ấy
Anh gom lên cất giữ ở nơi nầy.

Em biết không mùa thu sắp xa bay
Lá về nguồn cho chồi xanh nẩy lộc
Thế đôi ta chớ để tình trượt dốc
Hãy ấp ôm níu buộc sợi tơ hồng.

Em biết không mùa thu sẽ đi rong
Thu vàng võ... Thu vàng trong mắt nhớ
Về với anh cùng vượt qua bão tố
Con tim anh sẵn chứa đủ em rồi. ■

NGÀN THƯƠNG

MƯA THÁNG SÁU

"Tháng sáu trời mưa
trời mưa không dứt"
Thơ Nguyên Sa
thuở ấy sao buồn
Thôi đừng lạy
để lòng em thêm ướt
Mưa bây giờ
chợt tắt giữa hoàng hôn... ■

VINH HỒ

Chiến Tranh Và Tù Ngục

Là chàng trai thế hệ
Trước vận nước u sầu
Tôi không thể trốn tránh
Đứng bên lề khổ đau

Sách vở đành xếp lại
Xa phố cũ trường xưa
Xa người yêu bé bỏng
Xa dòng sông con đò

Một chiều đông lạnh lẽo
Khói lửa mờ biên cương
Tôi người lính tác chiến
Cầm súng giữ quê hương

Đối diện với sinh tử
Suốt bao năm bàng hoàng
Còn gì ngoài đổ nát
Và cốt nhục tương tàn

Rồi một ngày khủng khiếp
Một ngày tối om om
Hai tay ta bị trói
Trước họng súng đen ngòm

Sài Gòn không còn nữa
Thân khổ ải tù đày
Mỗi ngày trong mỗi trại
Bằng cả một thiên thu

Tù nhân không xét xử
Lao động còn xương da
Bao nhiêu người kiệt sức?
Con đường về còn xa

Tù nhân không bản án
Ngày bứng gốc đào rừng
Nhớ nhà không điếu thuốc
Châm lửa cháy phừng phừng

Đêm về nằm đói khát
Từng tế bào rỉ rên
Giữa rừng thiêng nước độc
Đời phi lý buồn tênh

Đêm từng đêm thao thức
Nghe cú rúc mễn la
Chiến tranh và tù ngục
Phận người quá xót xa! ■

Apr. 22, 2026

LÊ KHÁNH NHÂM

DUYÊN SẦU

Từ ngày có kẻ chen ngang
Mệnh đời ngăn lối, em mang nỗi sầu
Cha mẹ ép gả làm dâu
Tim em vỡ nát, tình đầu chia đôi

Dù cho vạn kiếp anh ơi
Tình này yêu trọn một đời sánh đôi
Đêm kia em chọn xa rời
Cõi đời cay nghiệt, chuỗi ngày đoạn đau

Máu hồng trả nợ duyên sầu
Tên anh khắc mãi, ngàn sau chẳng mờ
Dương trần anh sống bơ vơ
Tim tan thành cát, ngẩn ngơ giữa đời

Xuống tóc nương cửa Phật rồi
Giữ tình bất diệt, giữ lời cùng em
Chuông chùa vang giữa màn đêm
Tình yêu còn vọng nỗi niềm năm xưa

Một người bỏ cõi trần mưa
Một người xuống tóc... vẫn chưa quên tình
Âm dương cách biệt đôi mình
Duyên sầu ai thấu cuộc tình thê lương. ■

15/1/2026

XUYÊN TRÀ

VẾT THÙ

Ta cầm chắc trăm phần thua thiệt
Thì đâu cần liều mạng rủi may?
Đêm khánh tận rượu mời hớn hở
Muối xát lòng sao mắt lại cay?

Trăng lưu lạc trôi bờ sóng vỗ
Chốn biên thùy ngoái cổ mỏi rưng
Lòng chắt chiu chút tình ướm nụ
Cửa nhân sinh chân bước ngập ngừng

Khản tiếng gọi bụi hồng tứ tán
Hồn phách xưa thất sủng về trời
Da bọc vết thù trên lưng ngựa
Mà dặm trường hí lộng ngàn khơi... ■

LÊ HỮU MINH TOÁN

HUẾ XƯA

Thềm khuya
hắt bóng hồn lau sậy
Một cõi mù khơi thắp nẻo về
Một phiến trầm tích rêu phong cũ
Một thời niên thiếu rực đam mê

Bạn cũ
tìm nhau trên đất khách
Cười nói râm ran nhắc chuyện xưa
Kỹ niệm còn nguyên trong ký ức
Dẫu bóng thời gian vướng bụi mờ

Nhớ xưa,
Quốc Học bên Đồng Khánh
Bến đò Thừa Phũ sáng chiều qua
Tình yêu chớm nở đời trang điểm
Phượng thắm mùa thi dệt ước mơ

Tui chừ
nắng nhạt hổn đơn độc
Tóc trắng hoàng hôn rụng tiếng cười
Chiếc bóng đi về rất đơn lẽ
Đời người như đốm mộng cô liêu...

Thôi rứa,
cám ơn người gợi nhớ
Cùng tui hong ấm chút tình quê
Mai tê người có quay về Huế
Cho tui thăm hỏi Huế ngày xưa .... ■

ĐẶNG HIỀN

MỘT THỜI NHƯ THẾ

Có một thời anh yêu em như thế
Người đàn bà hiền như viên bi
Người đàn bà băng mình qua bão dữ
Cánh đồng gió biển xanh và cô độc

Có một thời anh yêu em như thế
Lạc mất nhau như mất mùa hè
Thỏi mầu xinh quên nụ cười ngoan
Lâu rồi anh không còn vẽ nữa

Anh vẽ rừng huyền bí mộng mơ
Anh vẽ trăng cùng sóng trùng trùng
Áo màu cam vàng đêm hư ảo
Anh đều nghĩ về em

Có một thời anh yêu em như thế
Trăng mật ngọt ngút ngàn sóng biển
Chiều thơm chợt lạ hương chiều
Anh luôn nghĩ về em

Có một thời anh yêu em như thế
Câm lặng ngày chìm những cơn mưa
Mưa xanh lá nhớ
Anh nghĩ về em

Có một thời mình yêu nhau như thế ■

...

NGUYỄN VĂN ĐIỀU

2 BÀI THƠ LỤC BÁT

TA ĐI TÌM CHÚT BÌNH AN

Ta đi tìm chút bình an
Trên dòng sinh tử mênh mang phận người
Bên em ấm lạnh cuộc đời
Rong chơi một thuở biết mùi nhân gian

Lời ca như lạc tiếng đàn
Có khi trở giấc bàng hoàng niềm xưa.

LÀM SAO

Vô chùa lạy Phật nam mô
Bước ra cuộc sống xô bồ ngược xuôi
Đấu trường kẻ khóc người cười
Làm sao tự tại giữa mùi lợi danh ? ■

THỤC UYÊN

GỞI VỀ NGƯỜI

Gởi về người nhánh hoa ngày hạ
Nở lạc loài giữa lục địa rất xa
Âm thầm nở âm thầm tàn một bóng
Cánh tinh khôi mơ nắng ấm quê nhà...

Gởi về người tháng ngày đông giá
Chim non buồn ủ rủ cánh thôi bay
Sông se mặt, nước quặn mình quên chảy
Ngoài hiên mưa xơ xác cánh lan gầy...

Đêm lắng sâu giật mình trăng sáng quá
Tinh tú xa lấp lánh vết đìu hiu
Đóa hồng đêm ngập trong sương muộn
Nhánh thanh tân sao đẫm ướt cô liêu...

Trả lại người những đêm trăng thơ ấu
Thuở thơ ngây tin chú Cuội , Hằng Nga
Truyện huyền thoại những đêm hè oi ả
Nhật nguyệt trôi kỷ niệm khuất trời xa...■

TRẦN VĂN NGHĨA

SÀI GÒN, MỘT THUỞ NHỚ THƯƠNG!

** Gửi nhớ các bạn Đặng Văn Đời, Trần Công Danh, Nguyễn Văn Hà, Phạm Văn Hoàng - Lớp Đệ Nhất năm 1970 trường Trung học TÂN VĂN Sài Gòn*

Sài Gòn về, sáng hôm nay!
Thèm ngồi quán cóc sát ngay lề đường
Ly cà phê đắng mà ngon
Nhâm nhi kỷ niệm Sài Gòn ngày xưa!

Nhớ từng bước nhỏ chân trưa
Đường qua có lá me khô rụng đầy

Lòng buông theo ngọn gió lay
Dõi mơ theo mái tóc bay sang đường

Sài Gòn nhớ! Sài Gòn thương!
Bao năm xa vẫn còn vương vấn lòng

Nhớ Gia ĐỊnh, nhớ cầu Bông!
Nhớ ngôi nhà trước Lăng Ông thuở nào

Nhớ sao giọng nói ngọt ngào
Của cô chủ trọ gọi chào bằng cưng

Nhớ ngôi trường cũ Tân Văn*
Giờ đây chắc đã rêu phong mất rồi?

Bạn bè xưa ở quanh tôi
Theo vận nước đã lạc trôi mấy dòng

Sài Gòn đẹp lắm phải không?
Xanh mây, xanh nước, xanh trong nghĩa tình ■

26/5/2026

*Trường trung học TÂN VĂN ngày xưa nằm trên đường Trần Quý Cáp Sài Gòn nay là đường Võ Văn Tần tp HCM

TÔN NỮ MỸ HẠNH

Mùa Trăng Cũ

Tôi bâng quơ nhặt lấy câu thơ
Viết từ đâu sao ám đầy khói bếp
Cánh cú mèo đập trên cây gòn gẩy ngọn
Bỗng thở dài thắt thỏm
Dưới ánh trăng khuya già cỗi.

Bông sậy lẻ loi
Rạp mình trên cánh đồng đầy gió
Muốn bỏ đi giang hồ thỏa mộng viễn du
Chỉ sợ hoa bìm bìm tím hoài sắc nhớ
Trên môi hồng thơm
Tấm áo lụa phù hoa.

Mùa trăng cũ qua bao lần không nhớ
Chiếc lá bỗng trở mùa
Trôi dạt bến sông xưa
Người khách lạ một đêm trăng thầm nhắc
Một lần đi chưa trở lại bao giờ.

Chỉ thấy cuối ngày
Tóc theo mùa vương vãi
Trên ngón tay người rơi rớt niềm vui
Bóng tối giao hoan
Ngực buốt đau trong thềm gió
Tay cời tro tàn
Sưởi ấm trong bếp lạnh thời gian. ■

NGUYÊN BÌNH

SƯƠNG KHÓI

Nàng là sương là khói
Sương ban mai lãng đãng ở bên đời
Cọng khói mơ hồ cuối buổi chiều rơi
Tôi hoang phế tay trơn sao nắm giữ?
Tôi mộng du từng bước mòn lữ thứ
Đi kiếm tìm lời hẹn ước chân mây
Giam hồn tôi như một kẻ lưu đày
Vào ánh mắt nụ cười trong veo ấy.
Gần suốt đời tôi vẫn chưa tìm thấy
Cả trong mơ vời vợi những đêm buồn

Chưa nụ cười nào dấu ái đáng yêu hơn
Hôm bắt gặp bóng hình người xa thẳm.
Em hãy dịu dàng yêu kiều thầm lặng
Tôi sẽ trao thơ đến tận muôn đời
Tôi sẽ trao vụn vỡ nụ hồn tôi
Khi người bỗng loãng tan thành sương khói. ■

BEN OH

THÁNG SÁU

Hạ vể vai gầy nắng chói chang
Gió đưa chân bước nhẹ bên nàng
Cây phượng bẽn đường mầu rực rỡ
Một lời chưa nói muốn hỏi han

Tháng sáu trời xa rất mênh mông
Nghe tiếng ve kêu giữa mặn nồng
Níu nhau cố giữ làm chi lạ
Để lòng nhẹ nhõm không chỉ mong

Ai cỏ hỏi hãy chỉ giùm đi
Hạ về bầy chim sẻ xuân thì
Núp dưới lùm cây tìm bóng mát
Có duyên cho nhau có những gì

Em về tháng sáu cũng như không
Không một giọt mưa thật cũng buồn
Hạ về thấy bóng người đi nữa
Chỉ có em thôi má ửng hồng. ■

BÌNH PHẠM

SAU CƠN MƯA

Bệnh tật khổ đau đến
Mây xám giăng tơ trên bầu trời
U ám với buồn thương

Ba tuần trôi qua chậm
Mùa hè hoa rong chơi đâu rồi?
Không gian buồn tê tái

Qua màn mưa đong đưa
Khu vườn, lá cây úng đầy nước
Lo âu lá lìa cành

Sau cơn mưa nắng lên
Len lõi chiếu vào từng ô cửa
Cây cỏ ngập niềm vui. ■

(Montréal, 05-06-2026)

LÊ THỊ HÀN

LỜI QUÊ HƯƠNG

Xin cho em lại nụ cười
Xin Cho em đôi môi xinh tươi
Xin Cho em đôi mắt sáng ngời
Cho em đời sống thanh bình tình xưa

Cho em đi giữa cơn mưa
Trên con đường nhỏ sớm trưa quê nhà
Cho em chất phác mặn mà
Nụ hôn trên má thật thà thơ ngây

Cho em bên Mẹ lưng gầy
Cho em hạnh phúc tràn đầy thảnh thơi
Cho em vui bạn một bầy
Cùng nhau hò hẹn ngày mai sáng trời

***

Mai sau xin lại nụ cười
Đem tôi về với quê nhà thắm tươi
Trăm năm người nhớ con đường
Ngàn năm ai dễ quên lời quê hương

Ngàn năm đâu dễ quên lời quê hương. ■

HUỲNH LIẾU NGẠN

Tôi Buồn Khi Thấy Trời Mưa

dòng sông cứ chảy lên trời
đem mưa rơi xuống cuộc đời của tôi
xa xôi ngàn kiếp luân hồi
nên tôi chưa trả nợ đời vì quê

từ lâu tôi vẫn mong về
để thơ khỏi lỗi hẹn thề với sông
biết là cách mặt xa lòng
sao tôi vẫn mãi chờ trông một người

chờ cho núi lỡ non bồi
để không tiếc nỗi đơn côi của mình
bởi tôi cũng đã thất tình
nên rất sợ buổi bình minh đầu ngày

khi nghe chim hót trên cây
lòng tôi trống trải sầu vây bốn mùa
tôi buồn khi thấy trời mưa
bởi mưa làm nhớ ngày xưa rất nhiều. ■

22.5.2026

TN

TRỊNH CHU

MƯA QUA BÓNG NẮNG

Căn nhà ấy (số 27A đường Thi Sách, phường Cam Ly - Đà Lạt, tỉnh Lâm Đồng), tôi vẫn thường xuyên lui tới. Chỉ có điều từ ngày cô mất, tôi cố tránh những trường hợp phải đặt chân lên gác thượng - nơi để bài vị và di ảnh của cô. Cô là Nguyễn Mai Hương - cái tên gợi nhắc về một ban mai thoảng thơm hương tinh khiết.

Nhớ lại, một chiều Đông năm 2008, tôi lần đầu tiên gặp cô. Cô thanh nhã bên người đàn ông có dáng thấp đậm, đeo kính râm, trông mặt dữ dằn như một bưởng trưởng, mới từ Hà Nội vào Đà Lạt. Người đàn ông đi cùng cô chẳng phải ai xa lạ, chính là nhà thơ Vương Tùng Cương - hội viên Hội Nhà văn Việt Nam. Trước kia, Vương Tùng Cương là tay buôn cám vàng, đô la có số ở Hà Nội. Thế rồi, sau một biến cố lớn, người con trai duy nhất qua đời, Vương Tùng Cương trở thành con người khác, đốc chứng, nói năng văng mạng, đuổi thẳng cổ những bạn buôn quen đến nhà: "Ở đây, giờ không còn vàng, cũng không còn đô la. Ở đây, giờ chỉ có rượu và thơ!". Thơ là những gì còn lại sau tất cả. Nói cách khác, thơ là nơi tì vịn cuối cùng để Vương Tùng Cương đi qua những dằng dặc sạt lở, thức trắng đắng đau: "Gà gáy loang dần chó sủa bóng xa/ Đêm trở trời cá động ao bì bõm/ Nghe hoang vắng tiếng vạc xa tìm bạn/ Người kéo vó khuya ho thúng thắng tuổi già".

Cô giạt vào đời Vương Tùng Cương khi cuộc hôn nhân giữa cô và chồng đang ở chặng cuối cuộc hành trình xót buốt, bằng cái cách của người đàn bà đa đoan đúng nghĩa. Tôi nói vậy là vì chỉ có sự đa đoan mới đủ nghiệp lực dắt dẫn cô bước vào con đường mà phần đa người đời đều ra sức né tránh. Bởi khi ấy cô và Vương Tùng Cương cũng không còn trẻ nữa để nói rằng bồng bột. Cả hai người lúc này đều đã trải qua những hạnh phúc lẫn đắng đau riêng trong cái nơi vẫn được người đời khoác cho mỹ từ tổ ấm. Tuy vậy, tôi không coi đấy là sự vi phạm đạo đức. Ngược lại, tôi thầm ngưỡng mộ sự... vi phạm ấy.

Trước kia, cô yêu rồi đi đến hôn nhân với người đàn ông đã là bố của hai đứa trẻ, đang sống cảnh gà trống nuôi con, theo những gì con tim cô cho là đúng, cần phải làm, không hề toan tính thua thiệt, không sợ cả những eo sèo dư luận. Quyết định có phần... khó hiểu này, cũng chỉ có thể lý giải được nhờ... đa đoan luận. Tất nhiên, một cuộc hôn nhân như thế, chắc chắn khó tránh khỏi hành trình có lắm điều ê chề, vì ngay từ đầu đã không phẳng phiu theo khuôn phép sự chỉnh chu thông thường. Nó đầy ứ những ghềnh những thác, những trắc trở chông chênh. Ngày tiễn cô về nhà chồng, yêu và hiểu con gái, mẹ cô chỉ cười: "Cái phận đàn bà vốn đã sẵn đa đoan rồi con ạ! Con còn rước cái nợ văn chương chi cho khổ nó lận thêm vào thân". Cô cũng cười, một nụ cười vừa biết ơn đấng sinh thành, vừa thông tỏ trách nhiệm, một kiểu xác tín "đã mang lấy nghiệp vào thân...".

Thông tỏ nghiệp căn không có nghĩa trong quá trình chung sống với chồng, cô và chồng không có những va vấp, sấp ngửa, hoang lạnh. Thậm chí, chính sự thông tỏ về nghiệp căn ấy, khiến cô phải trải qua nhiều gió sóng hơn, chịu nhiều va vỡ hơn, ưu ấp nhiều vết thương hơn, nhưng nhờ đó cô cũng sống đầy hơn, dày hơn, sâu hơn, đa diện hơn.

Cô quen biết Vương Tùng Cương trong lần đến bệnh viện thăm một người thân bị ung thư. Bấy giờ, Vương Tùng Cương đang chăm vợ bị bệnh ung thư ở đấy. Nhìn người đàn ông tiều tụy bởi ngày đêm săn sóc vợ, tự dưng cô cảm thấy xa xót. Chính cái tâm chất đầy nhạy cảm trắc ẩn đó đẩy cô giạt vào đời Vương Tùng Cương. Song điều ấy cũng có nghĩa tình thương người trong cô chiến thắng mọi sự, chở che mọi sự, dưỡng nuôi mọi sự. Tôi tin chắc rằng, nếu gặp Vương Tùng Cương trong trường hợp của cô, không ít người sẽ ba chân bốn cẳng rồi chạy cho thật xa, vì ngại bị liên lụy, vì sợ phải nặng gánh cưu mang.

Tôi quý và ngưỡng mộ cô cũng bởi thế!

Từng là học sinh giỏi văn rồi trở thành giáo viên dạy văn, thế nên việc cô biết nhiều về tác giả, biết sâu về tác phẩm văn chương không những cần thiết cho nghề nghiệp, vì nó làm dày thêm kiến văn, nâng tầm chiều kích văn hóa, giúp quá trình giảng dạy thẩm được sâu hơn cái mã ADN nghệ thuật ẩn sau con chữ cũng là điều dễ hiểu và càng dễ hiểu hơn khi nó là những gợi khơi để cô sáng tạo tác phẩm văn học. Trong số những tác phẩm văn học cô tiếp xúc, có thơ của Vương Tùng Cương.

Thơ Vương Tùng Cương như tương cà, như dưa muối, như đồng đất cố xứ hoang vỡ lời bà lời mẹ, lời chị lời em. Tất cả những yêu tin, ủ ấp từ nắng mưa, rạ rơm, tro trấu, từ sạt lở đắng đau đời bà, đời mẹ đã được Vương Tùng Cương lặn sâu, cày vỡ, thốc thới trong thăm thẳm cội rễ đất đai, làng mạc và rồi như một lẽ tự nhiên nó cất lên tiếng nói đậm chất chai rám, kiểu lời ăn tiếng nói người nhà quê nguyên khối, đẫm mùi bùn trong từng thớ thịt. Tất nhiên, trong tiếng nói thơ Vương Tùng Cương, không thể thiếu ảnh xạ người mẹ, với nắng sương cháy bạc lưng sờn vai áo. Do vậy, yêu thơ Vương Tùng Cương cũng có thể coi là yêu làng xưa, yêu người xưa. Mà trong số những cái gọi là tình yêu kia thì tình yêu làng xưa, yêu người xưa đích thị là thứ tình yêu trong sáng và đáng yêu bậc nhất. Bởi trong thơ Vương Tùng Cương có đủ những số phận, những cuộc đời bện chặt vào đất đai ruộng đồng nên đẹp một cách khốn nạn: đẹp tận cùng và truân chuyên cũng đến tận cùng. Thế nên, người không hợp cạ, có thể do khác biệt về khẩu vị và cũng có thể do thiếu vốn tâm thức làng, thì rất dễ nản lòng và thể nào cũng ngoảnh mặt quay đi trước thơ Vương Tùng Cương. Còn người hợp cạ thì say thứ thơ ấy đứ đừ, không tài nào rút ra được, như người nghiện thuốc lào nặng. Cô rơi vào trường hợp thứ hai.

Từ đó, có một truyền thuyết tình yêu thời hiện đại được cô và Vương Tùng Cương viết nên không chỉ trong thơ mà còn ở ngoài đời thực. Nhưng rồi căn bệnh ung thư quái ác mà cô mắc phải sau đó, khiến cho truyền thuyết tình yêu giữa hai người chỉ còn là ký ức được neo đậu trên bến bờ giả tưởng của hiện thực, khi thể phách và tinh anh của cô đã thoát nắng tan loãng vào gió - nắng - trăng - sương Đà Lạt trong năm 2013.

Chiều nay, chẳng hiểu sao tôi lại tha thẩn đặt chân lên gác thượng, tay run run lần giở những trang viết cô để lại cho đời, rồi chợt nhận ra có một cái tôi vẹn nguyên được cô giấu đằng sau câu chữ. Ở đấy, sướng - khổ, được - mất, khôn - dại, đúng - sai, theo cách nghĩ của người đời, đối với cô chẳng còn nhiều ý nghĩa. Ở đấy, cô có một cuộc đời đáng sống, văn chương giúp cô thực thi những ước mơ, khỏa lấp những nỗi niềm riêng, chữa lành trái tim người đàn bà đa đoan, luôn lấy sự che chắn làm nghiệp dĩ đời mình. Tôi còn nhận ra trong những trang văn đọng lắng, tự ngân từ trái tim người đàn bà đa đoan ấy, có sự an nhiên rơi thoảng trong tiếng kinh siêu độ, trắng tinh khôi màu miên hương.

Trịnh Chu

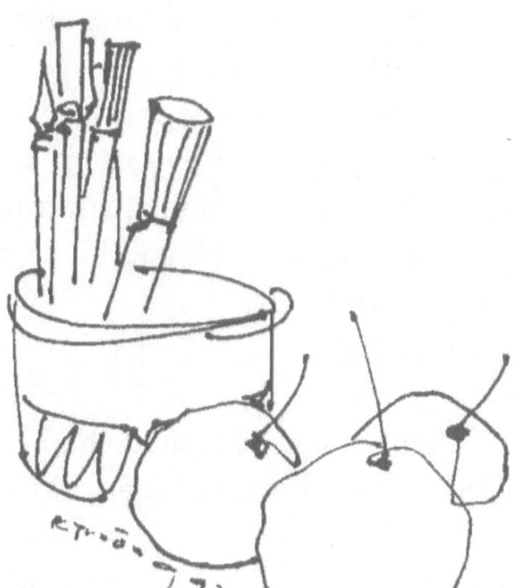

NGUYỄN ĐÌNH PHƯỢNG UYỂN

CHUỐI

Chuối là một trong những thứ trái cây rẻ nhất xứ mình, chia làm nhiều loại, chuối Sứ quả mập tròn, chuối Già vỏ xanh, chuối Cau trái nhỏ bằng ngón tay, thịt vàng, chuối Chà Bột vỏ đen xì, ruột trắng, ngọt và thơm, chuối Hương ...

Nói rẻ thì mỗi chuối Sứ và chuối Già thôi, vì dễ trồng, thậm chí không cần trồng, hồi xưa mọc hoang mọc dại trong làng tôi cả đống, trước cửa nhà, ngoài mé sông, trong trường học ... ra trái đàng hoàng nhé, dĩ nhiên không người chăm bón, tưới tắm, trái lưa thưa, be bé nhưng ngon khỏi nói, organic mà.

Lá chuối được dùng để gói bánh như bánh Chưng (thay lá Dong), bánh Tét, bánh Giò, bánh Bột Lọc, Nậm ... Lá dùng để gói xôi nữa. Xôi nóng, lá chín khiến xôi có thêm mùi hương Chuối ngộ ngộ.

Các bà hàng chợ dùng lá chuối gói thịt cá, rau hành thay giấy báo trước khi giao cho khách.

Thân chuối vứt đi à?

Không hề.

Sinh thời, bà nội tôi hay băm thân chuối, trộn cám và rau cỏ cho gà vịt. Chúng thích lắm. Sáng sớm, nhác thấy dáng bà là chúng ré inh ỏi, dành ăn.

Thân chuối xé từng bẹ, phơi khô, tướt sợi, làm dây cột bánh trái cũng ngon lành lắm.

Hoa chuối còn gọi là bắp chuối, bào mỏng để ăn sống với các loại rau khác như rau muống chẻ, rau thơm, giá ... mỗi thứ một vị, rau chuối hơi chát, màu đỏ tím của nó làm đĩa rau xanh thêm bắt mắt, thường để ăn các món bún nước như bún Riêu, bún Bò, bún Mắm ...

Mẹ tôi hồi xưa làm nộm rau chuối ngon hết sảy. Đơn giản thôi. Rau chuối trộn chanh đường, nước mắm, rau răm, hành phi, rắc đậu phộng rang nữa là xong. Bà gọi đó là món "Tiến Vua". Chả hiểu mẹ nói thật hay mẹ cốt dụ bọn trẻ ăn bằng hết món bà chế. Vương phi nào "Tiến vua" kiểu này chắc khuê phòng muôn đời lạnh lẽo. Vua thích cục thịt chứ.

Ở Úc chuối không đắt lắm. Nhiều người Việt trồng được chuối trong vườn, hạ buồng xuống ăn đâu hết, xẻ bớt cho con cháu, hàng xóm, bạn bè. Chuối không đắt nhưng tìm đỏ mắt không thấy một cọng rau chuối, chả là công bào hết hơi, bán được mấy người, ế đem vứt, mất cả buồng trái.

Rau chuối không ăn cũng chả thèm nhưng nhìn đĩa rau sống thiếu màu đỏ tím, chạnh nhớ quê nhà chút chút.

Chợ xứ mình khác. Quầy nào bán ghém, sẽ bán cả rau chuối, rẻ như rau muống chẻ. Món ăn Việt Nam cầu kỳ, chỉ khổ các bà, các cô. Ai đấy thử ngồi chẻ một bó rau muống, bào một bắp chuối xem mất bao lâu, mấy tiếng đồng hồ nhưng công lãnh chỉ bằng ổ bánh mì.

Tiếp theo là các món từ quả chuối.

Cơ man.

Ở đây tôi chỉ kể món tôi thích thôi.

Thông thường nhất, chuối vừa chín tới, bóc vỏ, ăn tươi, dinh dưỡng cao, nhuận trường. Sau bữa cơm, xơi quả chuối tráng miệng, vừa ngọt, vừa mát, lại bổ.

Chuối chín muồi, cắt lát nấu chè với bột báng, khoai mì, nước cốt dừa, ngon nhức nhối. Miếng khoai làm chè bớt ngọt, bùi bùi, nhớ rắc thêm đậu phộng rang giã dập nữa mới đúng bài.

Chuối chín trộn với ruột bánh mì ngâm sữa, cho tí bơ, bỏ vào khuôn nướng thành bánh chuối.

Ngày bé đi học, trước cổng trường có hàng chuối xào dừa của bà Năm, ra chơi học trò bu đen nghẹt.

Trên cái bàn gỗ thấp, bà đặt một chậu nhôm trắng to đựng nước cốt dừa nấu với bột báng, thêm vài lá dứa xanh cho thơm. Nửa chậu là chuối luộc cắt lát, xếp thành nhiều lớp chồng lên nhau. Một bên là hũ đậu phộng rang đập dập, một cái ly cắm nĩa nhỏ. Bên kia bà để chồng đĩa nhôm, bịch nylon, dây thun.

Học trò mua đem đi, bà sẽ bỏ chuối vào bịch, chan nước dừa, rắc đậu phộng, cột dây chun, đưa hàng lấy tiền. Đứa nào muốn ăn tại chỗ, cũng bằng ấy công đoạn nhưng bà múc ra đĩa nhôm kèm cây nĩa. Đứa cầm bịch nylon chỉ cần cắn rách một góc rồi mút ăn, tiện lắm.

Chuối nướng cũng là món vặt quen thuộc, rẻ tiền. Chuối chín bọc xôi trắng, gói lá chuối cho lên lò than đỏ, nướng cháy cạnh, rồi bỏ vào đĩa, chan nước dừa, thêm miếng đậu phộng rang là đủ bộ. Xôi cháy giòn giòn, dai dai, quyện với chuối ngọt, dừa béo, đậu bùi thành một hợp chất, ăn vào sẽ nhớ tới kiếp sau.

Ngoài mấy món này ra tôi còn khoái chuối chiên.

Hồi học lớp Một, tan trường, ngoại hay ghé xe chuối chiên mua đem về. Chuối ép dẹp, cho vào thau bột nước, lật qua lật lại cho bột áo kín chuối, bỏ vào chảo dầu sôi, chiên.

Nói thì dễ, hơn thua nhau ở chỗ bột pha thế nào để miếng chuối giòn lâu, ít dầu.

Mãi cho đến già tôi vẫn không kiếm đâu chỗ bán chuối chiên ngon như chỗ ngoại mua khi xưa. Miếng chuối dày, cắn ngập răng (chắc hồi đó răng mình nhỏ) ngọt lịm. Thích nhất là bột chiên, lên màu đỏ nâu (định so với màu cánh gián nhưng đồ ăn mà so với gián .. hơi ghê) mỏng thôi, nhai rốp rốp trong miệng. Tuyệt cú mèo!

Những hàng chuối chiên tôi ghé qua sau này, chỗ thì chuối nhạt, chỗ làm nửa quả, ăn chả dính răng, nơi làm bột dày, đẫm dầu, ăn ngán muốn chết, bà thì dùng dầu chiên đi chiên lại mấy lần, hôi rình, có tiệm bánh chưa nguội, bột đã ỉu xìu ...

Chả phải tôi quá quắt. Món ăn trong trí nhớ, nhất là thời của đứa trẻ học lớp Một, vô đối? Dễ hiểu mà.

Nhớ quá đi mấy món ăn từ thứ quả rẻ tiền mà ngon hết biết.

Nguyễn Đình Phượng Uyển

08/05/26

TM

VŨ KHẮC TẾ

ĐỒNG DAO VIỆT NAM – TIẾNG HÁT ĐẦU ĐỜI CỦA TÂM HỒN DÂN TỘC

Trong kho tàng văn học dân gian Việt Nam, đồng dao là một miền ký ức đặc biệt, nơi tiếng hát trẻ thơ cất lên mộc mạc mà bền sâu như hơi thở của làng quê Việt từ bao đời. Không cầu kỳ về câu chữ, không dụng công về cấu tứ, đồng dao hiện diện tự nhiên như tiếng nói đầu đời của trẻ nhỏ, như nhịp võng đưa, như tiếng chân trần chạy trên sân đất, như tiếng cười giòn tan dưới mái đình, sân cỏ. Những câu hát như "Chi chi chành chành", "Dung dăng dung dẻ", "Rồng rắn lên mây", "Nu na nu nống" đã đi qua nhiều thế hệ, không chỉ như trò chơi tuổi nhỏ mà như một phần ký ức văn hóa dân tộc. Đồng dao vì thế không chỉ là tiếng hát của trẻ em, mà còn là một hình thức lưu giữ ngôn ngữ, phong tục, nếp sống và tâm hồn Việt Nam ở dạng hồn nhiên, nguyên sơ nhất.

Đồng dao, hiểu theo nghĩa đơn giản nhất, là những bài hát dân gian truyền miệng của trẻ em, thường ngắn gọn, có nhịp điệu đơn giản, dễ nhớ, dễ thuộc và dễ hát. Đồng dao thường gắn với trò chơi, với sinh hoạt tập thể, với những quan sát đầu tiên của trẻ nhỏ về thế giới xung quanh. Nếu ca dao là tiếng lòng của người lớn, thường nghiêng về tâm tình, thân phận, đạo lý và triết lý sống, thì đồng dao lại thuộc về một thế giới khác: thế giới của âm thanh, nhịp điệu, vận động và trực giác. Trẻ em chưa biết chữ vẫn có thể thuộc đồng dao; chưa hiểu hết nghĩa vẫn có thể cảm được cái vui, cái nhịp, cái ngân nga trong từng câu hát. Chính sự giản dị ấy khiến đồng dao trở thành chiếc nôi đầu tiên nuôi dưỡng tiếng Việt trong tâm hồn con trẻ.

Điều nổi bật nhất của đồng dao là tính nhạc. Đồng dao trước hết là trò chơi của âm thanh. Những câu như:

"Chi chi chành chành
Cái đanh thổi lửa
Con ngựa đứt cương
Ba vương ngũ đế
Bắt dế đi tìm
Ù à ù ập"

nghe qua tưởng như ngẫu hứng, rời rạc, thậm chí vô nghĩa, nhưng lại có sức hấp dẫn rất lớn đối với trẻ nhỏ bởi nhịp điệu nhanh, âm thanh vui tai, tiết tấu dồn dập và lối lặp âm giàu tính ngân vang. Cũng vậy, bài:

"Nu na nu nống
Cái cống nằm trong
Cái ong nằm ngoài
Củ khoai chấm mật
Phật ngồi Phật khóc
Con cóc nhảy ra
Con gà ú òa"

gần như không cần giải thích mà vẫn sống mãi trong ký ức tuổi thơ nhiều thế hệ. Ở đây, điều hấp dẫn trẻ nhỏ không phải là ý nghĩa luận lý, mà là sự rung động đầu tiên của ngôn ngữ. Đồng dao giúp trẻ học nói bằng nhịp điệu, học nhớ bằng âm thanh, học cảm thế giới bằng tiết tấu ngân nga của tiếng mẹ đẻ.

Đồng dao không chỉ là lời hát, mà còn là trò chơi. Khác với nhiều thể loại văn học chỉ tồn tại bằng ngôn từ, đồng dao thường gắn liền với vận động cơ thể và sinh hoạt cộng đồng.

"Rồng rắn lên mây
Có cây lúc lắc
Hỏi thăm thầy thuốc
Có nhà hay không?"

không chỉ là một bài hát mà còn là một trò chơi tập thể, nơi trẻ em nối đuôi nhau thành hàng dài, vừa chạy vừa hát, vừa chơi vừa nhập vai.

"Dung dăng dung dẻ
Dắt trẻ đi chơi
Đến ngõ nhà trời
Lạy cậu lạy mợ
Cho cháu về quê
Cho dê đi học
Cho cóc ở nhà
Cho gà bới bếp
Xì xà xì xụp
Ngồi thụp xuống đây"

là bài hát gắn với bước chân, với vòng tròn, với nhịp di chuyển và tiếng cười cộng đồng.

"Tập tầm vông
Tay không tay có
Tập tầm vó
Tay có tay không"

lại là trò chơi đoán tay, luyện phản xạ, phán đoán và sự chú ý. Trong đồng dao, ngôn ngữ không đứng riêng mà hòa cùng vận động, nhịp chân, tiếng cười và luật chơi. Đó là một hình thức diễn xướng dân gian nguyên hợp, nơi trẻ em học ngôn ngữ bằng cả thân thể.

Đồng dao còn là thế giới đầu tiên của trí tưởng tượng. Trong đồng dao, mọi vật đều có linh hồn, mọi con vật đều có thể nói, có thể nghĩ, có thể sống như con người.

"Con mèo mà trèo cây cau
Hỏi thăm chú chuột đi đâu vắng nhà
Chú chuột đi chợ đường xa
Mua mắm mua muối giỗ cha chú mèo"

là một thế giới nhân hóa đầy hóm hỉnh, nơi mèo và chuột không còn là kẻ thù mà trở thành những nhân vật có quan hệ xã hội.

"Con công hay múa
Nó múa làm sao?
Nó rụt cổ vào
Nó xòe cánh ra"

hay

"Kìa con bướm vàng
Xòe đôi cánh
Bươm bướm bay la la đà
Em ngồi xem"

là những quan sát đầu đời của trẻ về thế giới tự nhiên được chuyển hóa thành nhịp thơ trong trẻo. Thế giới đồng dao vừa thực vừa mơ, vừa gần gũi vừa lung linh, đúng với cấu trúc tâm hồn trẻ nhỏ: nhìn sự vật bằng ánh mắt ngạc nhiên, nhân hậu và tưởng tượng.

Tuy hồn nhiên và vui nhộn, đồng dao không tách rời đời sống thực mà trái lại phản chiếu rất rõ đời sống nông thôn Việt Nam xưa. Qua đồng dao, ta bắt gặp cả một không gian văn minh lúa nước: ruộng đồng, con trâu, cái cày, giếng nước, bờ ao, rau cà, nong nia, khung cửi, lũy tre, sân đình.

"Trâu ơi ta bảo trâu này
Trâu ra ngoài ruộng trâu cày với ta
Cấy cày vốn nghiệp nông gia
Ta đây trâu đấy ai mà quản công"

không chỉ là lời gọi trâu mà còn là một bức tranh mộc mạc của đời sống nông nghiệp.

"Dích dắc dích dắc
Khung cửi mắc vô
Kéo tơ cho khéo
Dệt lụa cho đều"

phản ánh nhịp sống thủ công của làng quê xưa. Hay như:

"Gánh nước tưới cà
Gánh ra tưới cải
Gánh về tưới rau
Rau xanh cải tốt
Mẹ nấu canh ngọt
Cho bé ăn no"

vừa là lời hát, vừa là một bức tranh sinh hoạt gia đình đầy chất quê. Qua lời đồng dao, trẻ em học gọi tên cây cỏ, con vật, học nhịp lao động và học cách nhìn thế giới bằng những hình ảnh gần gũi nhất.

Không chỉ nuôi dưỡng ngôn ngữ và trí tưởng tượng, đồng dao còn nuôi dưỡng tâm hồn. Đồng dao dạy trẻ cách hòa nhập cộng đồng, chơi cùng nhau, hát cùng nhau, chia sẻ niềm vui và học luật chơi tập thể. Trong tiếng hát trẻ thơ ấy, những hạt mầm đầu tiên của tình cảm, của sẻ chia và của nếp sống cộng đồng được gieo xuống một cách tự nhiên. Trẻ nhỏ chưa hiểu hết ý nghĩa của đoàn kết, của yêu thương, nhưng qua việc nắm tay nhau thành vòng tròn, cùng hát, cùng chơi, cùng chờ đến lượt mình, các em đã bắt đầu học cách sống với người khác, học tinh thần cộng đồng từ những điều giản dị nhất. Đồng dao không trực tiếp giảng giải đạo lý như ca dao, nhưng nó bồi đắp nền tảng đầu tiên để đứa trẻ lớn lên biết lắng nghe, biết hòa đồng, biết sẻ chia và biết yêu tiếng nói của chính dân tộc mình.

Giá trị lớn nhất của đồng dao không nằm ở chỗ nó là những câu hát trẻ con, mà ở chỗ nó là tiếng nói đầu đời của văn hóa dân tộc. Trong đồng dao có tiếng Việt ở dạng tinh khôi nhất, có trí tưởng tượng dân gian ở dạng hồn nhiên nhất, có ký ức làng quê ở dạng nguyên sơ nhất, và có những mầm sống đầu tiên của tâm hồn Việt. Đồng dao là nơi đứa trẻ Việt Nam học nói, học chơi, học nhớ, học thương và học sống cùng người khác.

Ngày nay, giữa đời sống hiện đại, khi sân đình dần vắng, khi trò chơi dân gian nhường chỗ cho màn hình điện tử, đồng dao cũng dần lùi xa khỏi đời sống thường nhật. Nhưng mất đồng dao không chỉ là mất vài câu hát cũ, mà là mất đi một phần ký ức văn hóa dân tộc. Bởi trong đồng dao có tiếng nói của tổ tiên, có nhịp sống của làng quê, có tuổi thơ của nhiều thế hệ người Việt. Giữ gìn đồng dao vì thế không chỉ là lưu lại vài văn bản cổ, mà là giữ lấy một phần căn cốt tinh thần dân tộc, là giữ tiếng Việt từ buổi đầu cất tiếng của tuổi thơ trong trẻo nhất.

Vũ Khắc Tế

TN

NGUYÊN CẨN

NHỮNG TRANG ĐỜI HUYỀN ẢO

Buổi chiều trôi qua thật chậm trong quán cà phê Đôi Dép, nhìn ra ngoài trời, biển vẫn ngát xanh dù sắp chuyển màu. Tấn hỏi Nguyên: Bao nhiêu năm xa Nha Trang, ông có kỷ niệm gì còn gửi gắm ngoài này không? Hồi dạy Cao Đẳng ở đây có gì chưa kể lại không? Tui biết hồi xưa học trò ái mộ ông, chắc cũng nhiều mối tình vắt vai phải không?"

Nguyên chậm rãi trả lời "Mình đã nói từ ngày đó, mình có hơn 20 đứa để yêu thương nên không ngu dại gì đi yêu một đứa để mất hết. Bây giờ trải qua bao nhiêu thăng trầm của cuộc đời nhìn lại thì mới biết bấy lâu nay chỉ là một giấc mộng lớn. Như khi đọc Trang Tử, ông ấy viết rằng: "Khổng Khâu và ngươi đều đang ở trong mộng; mà ta nói ngươi đang mộng — lời nói ấy cũng vẫn là mộng."

Nhưng phải thừa nhận có những đoạn đời vừa thực vừa mộng, để lại dư âm nhưng khó nắm giữ. Và đó là những kỷ niệm đẹp của cuộc đời, nhìn lại như một giấc mộng đã trôi qua, những chương đời lấp lánh nhưng phù du. Nói như nhà thơ hiện đại Ocean Vương "Một thoáng ta rực rỡ giữa nhân gian (On Earth We're Briefly Gorgeous)"

Tấn cười "Ông này triết lý dữ dằn nhen. sắp hóa bướm chưa? Thôi ông kể tui nghe chuyện gì dui dui hồi ông làm "giáo giác "ngoài này."

Nguyên nhỏ nhẹ: "Chuyện lớp ban ngày tui không nói vì hãy để nó sống mãi với những kỷ niệm sâu lắng và đẹp. Còn tui kể ông nghe chuyện lớp đêm khi nhà trường mở lớp ngoài giờ.'

Tấn háo hức: "Dữ na, bây giờ mới chịu kể. "

Nguyên bắt đầu nhắc chuyện thành phố biển những năm 1980. Cả xã hội lúc ấy như lên cơn sốt với việc ra nước ngoài bằng mọi cách. Hoặc theo chương trình ODP khi những người có cha hoặc chồng là sĩ quan của chế độ cũ đang mong ngóng đi theo diện HO hoặc những người không có điều kiện thì sôi sục với những kế hoạch thầm kín cho những chuyến vượt biển bất chấp hiểm nguy đầy rủi ro đi qua các cửa sông miền Tây hoặc biển miền Trung, mà Nha Trang và cả vùng duyên hải là điểm nóng. Trong lớp học tiếng Anh ngày đó ta thấy có các bà các cô hoặc chồng ở nước ngoài hoặc là đang rắp tâm lao vào một chuyến hải trình đầy nguy hiểm. Thế nên ông thầy tiếng Anh lúc đó tự nhiên hóa thành một" hiệp sĩ" giúp họ vượt rào cản ngôn ngữ đến với chân trời mới lạ, nhất là khi ông thầy đó chỉ mới ngoài 20 còn quý bà cô thì cũng đã vào tuổi sồn sồn trên 30 cả rồi. Trong lớp của Nguyên ngày ấy có một người ngồi băng ghế đầu tên là Dung. Dung chững chạc khoảng 40, gương mặt sắc sảo và giờ ra chơi nàng hay kể về người chồng ở bên Mỹ của nàng và ca tụng những đức tính của chàng sĩ quan trong quân lực Việt Nam Cộng Hòa và nàng đang hy vọng một ngày đoàn tụ gia đình với chàng theo diện HO.

Nguyên hoàn toàn không để ý đến chuyện này và chàng lắng nghe nhưng mà như một người chị tâm sự với một người em. Cho đến hôm Tết trung thu thì Dung tặng cho Nguyên hộp bánh trung thu với lời dặn dò: Thầy nhớ mở ra nhen thầy, nhớ dùng, đừng cho ai hết."Về nhà, Nguyên tò mò mở hộp bánh ra. Dưới hộp bánh là một lá thư trong đó có những câu mà làm cho Nguyên bàng hoàng khi mô tả về cái sự cô đơn trong đời sống hiện tại khi Dung viết "Ngày anh ấy đi, ai cũng nói: "Ráng vài năm thôi, rồi sẽ đoàn tụ." Câu nói nghe nhẹ nhàng như một lời hứa. Nhưng khi những tháng đầu trôi qua, rồi năm thứ nhất, năm thứ hai... em *(xưng em ngọt xớt!)* mới hiểu rằng thời gian của người xa nhau dài hơn rất nhiều so với thời gian trên lịch. Ban ngày còn đỡ. công việc và người chung quanh giúp em quên đi phần nào. Nhưng buổi tối, khi căn nhà im lặng, nỗi nhớ lại hiện ra rõ ràng.

Chiếc ghế nơi anh thường ngồi vẫn còn đó. Cái ly anh hay dùng vẫn ở trong tủ. Có khi em vô thức nấu nhiều hơn một phần cơm, rồi chợt nhớ ra rằng bây giờ bàn ăn chỉ còn một người... Em nhiều lúc cảm thấy mình như đang sống giữa hai thế giới: một thế giới hiện tại với những ngày lặng lẽ trôi qua, và một thế giới khác — nơi có chồng em -chỉ tồn tại qua những cuộc gọi và vài tấm hình ngày xưa. Điều làm em bối rối nhất không phải là nỗi nhớ, mà là sự mơ hồ của tương lai. Ngày đoàn tụ vẫn còn đó, nhưng xa quá, không biết chính xác là bao giờ. Một năm? Ba năm? Hay lâu hơn nữa? Có những đêm Dung nằm nghe gió ngoài cửa sổ và tự hỏi: khi gặp lại nhau, liệu hai người có còn giống như trước không? Hay thời gian và khoảng cách sẽ lặng lẽ thay đổi cả hai?"

Rồi đến đoạn nàng gạch dưới "Thầy có biết là đêm qua có một người không ngủ khi nghĩ đến thầy không? Thầy có nghĩ đến sự trăn trở của Dung không? Hãy coi nhau như bạn và rất mong được đón thầy ân cần một ngày nào đó ở nhà để nói chuyện nhiều hơn, hiểu nhau hơn. "Cuối thư nàng ghi rõ địa chỉ số XXX Nguyển Thiện Thuật, Nha Trang. Và kết luận "Dung rất mong được đón thầy."

Nguyên giật mình không biết tại sao Dung lại ghi những tâm sự như vậy trong khi vẫn luôn ca tụng chồng như một người hết sức đáng yêu đầy những đức tính của một chiến binh khi vào đời. Những câu chuyện chưa dừng lại ở đó và chàng giả lơ trong lớp không muốn bắt gặp ánh mắt của Dung, chàng nhìn đi chỗ khác khi thấy cô ấy nhìn mình Buổi liên hoan cuối khóa, Dung xin hát bài "Lạnh Lùng "và nàng sửa lời "

Anh nỡ lạnh lùng đến thế sao
Tim em tan nát tự hôm nào
Giờ đây đã nát càng thêm nát
Muốn nói mà sao vẫn nghẹn ngào
...
Anh giết tình em nữa phải không?
Anh đem băng tuyết lấp hoa hồng

Anh đem hờ hững vùi thương nhớ
Anh giết lòng em trong lạnh lùng

Có ý ngầm trách móc Nguyên đã hững hờ cho qua chút tình cảm mà người thiếu phụ cô đơn đang chờ đợi.

Nguyên đã từng đọc qua chủ nghĩa hiện sinh (existentialism) và hiểu nó có ý nghĩa đặc biệt trong những thời kỳ xã hội bất ổn, khủng hoảng hoặc mất định hướng. Khi các giá trị truyền thống lung lay, chiến tranh, biến động chính trị hay khủng hoảng tinh thần xuất hiện, con người thường đặt câu hỏi: Tôi sống để làm gì? Ý nghĩa đời người là gì? Chính trong hoàn cảnh ấy, tư tưởng hiện sinh trở nên mạnh mẽ. Nguyên đã đọc Sartre và cả Camus, chàng hiểu Camus gọi đó là "sự phi lý" (absurd) khi con người luôn tìm ý nghĩa, nhưng thế giới lại im lặng.Trong một xã hội bất ổn đạo đức ,cảm giác phi lý càng rõ rệt.Thế nên họ đã cố sống, hành động và tạo ý nghĩa cho chính mình, bằng cách lao vào một thứ tình yêu mới , một cảm xúc mới ...vì khi xã hội hỗn loạn, cá nhân dễ bị biến thành một con số,một công cụ,hay một phần của đám đông.Các nhà hiện sinh như Søren Kierkegaard nhấn mạnh rằng cá nhân là trung tâm của đời sống tinh thần.Mỗi con người là một chủ thể độc nhất,không thể bị hòa tan hoàn toàn vào tập thể.

Điều này giúp bảo vệ phẩm tính cá nhân trong những thời kỳ xã hội bị áp lực tập thể mạnh mẽ. Và Dung cũng như người thiếu phụ sắp kể dưới đây đều muốn tách ra tạo một động lực để sống với sự tỉnh thức về bản thân thông qua tự do lựa chọn thái độ sống dù hiểu đời sống có thể phi lý, ta vẫn có thể tạo ý nghĩa cho nó.

Nếu Dung có vẻ sắc sảo thì Tám một cô học trò ngoài 30, lại có vẻ kín đáo hơn, hay ngồi bàn dưới cùng. Gương mặt trái xoan, hiền lành, ăn nói nhỏ nhẹ vẫn thường len lén cuối giờ dúi vào túi của chàng khi tan học lúc thì ổ bánh mì lúc thì chai dầu xanh, cục xà bông Camay ... Nguyên không mảy may nhận ra ý nghĩa của hành động ấy cho đến một ngày khi ra về Tám hỏi thầy có rảnh không vì nói bây giờ cũng gần 8:30 rồi, nếu được thì em mời thầy đi uống nước. Nguyên tình thật đi vào quán nước mía gần đó, Tám tâm sự cho chàng biết nàng và ông xã chuyên mua hàng ngoài Cảng Nha Trang. Công việc khá phát đạt. Những phong chocolate, những món quà mà nàng len lén đưa cho chàng đều là hàng nước ngoài từ tàu viễn dương cả. Lúc đó là những món quà quý hiếm. Chàng không suy nghĩ gì và câu chuyện cứ thế trôi đi cho đến một ngày. Tám ghi giấy nhét vào tay chàng "Tối mai em muốn mời thầy đi uống cà phê gì đó hoặc ăn tối tùy thầy nếu thầy rảnh. Em đề nghi quán Đồng Nội ở XX Nguyễn Thị Minh Khai." Hay tối nào thì thầy cho biết, em thu xếp." Thế là họ hẹn nhau một tối thứ bảy. Khi Nguyên đến thì biết đó là một quán cà phê sân vườn lúc đó cũng là hiếm hoi trong thành phố này

Quán cà phê nép mình dưới một cây dạ lý già. Buổi tối, những chùm hoa dạ lý trắng và vàng bắt đầu tỏa hương nồng nàn, thoang thoảng trong không khí. Hương thơm ấy chỉ thoảng qua, nhưng đủ làm cho người ta thấy lòng chậm lại. Đặc biệt, dạ lý hương có mùi thơm vô cùng đặc trưng, cách xa tới trăm mét vẫn có thể cảm nhận được hương hoa, tỏa mạnh nhất là vào buổi đêm. Ở chiếc bàn đá gần gốc cây, Nguyên chọn chỗ. Chàng ngồi yên lặng, tay xoay nhẹ tách cà phê còn bốc khói. Thỉnh thoảng nhìn ra con đường nhỏ phía trước quán, như chờ một dáng người quen. Ánh đèn vàng vừa bật lên, lấm tấm qua tán lá, khiến không gian trở nên mơ hồ và riêng tư.

Một lát sau, người thiếu phụ bước vào.

Tám mặc chiếc áo màu hồng nhạt, mái tóc buộc gọn sau gáy, nước da trắng ngần. Bước chân có chút chần chừ, như thể vừa muốn đến gần, vừa muốn quay lại. Khi nhìn thấy Nguyên, Tám khẽ dừng lại một nhịp, rồi mới bước tới bàn.

"Thầy đợi lâu không?" giọng nhỏ, gần như tan vào mùi hoa dạ lý, quyện theo mùi nước hoa ngoại đắt tiền mà Tám dùng

Nguyên lắc đầu, mỉm cười.

"Không lâu. Tôi cũng vừa tới thôi."

Hai người ngồi đối diện, nhưng giữa họ dường như có nhiều điều cần nói. Tiếng muỗng chạm nhẹ vào ly cà phê, tiếng gió xào xạc trên cao, và hương hoa đêm cứ lặng lẽ lan ra quanh họ. Nguyên nói vài câu chuyện vu vơ về công việc, về những thay đổi trên con đường chàng mới đi qua, ...Người thiếu phụ lắng nghe, thỉnh thoảng gật đầu, đôi mắt ấm áp.

Có lúc cả hai cùng im lặng.

Tám dịu dàng chợt mỉm cười và hỏi:" Thầy, có khi nào thầy nghĩ đến chuyện vượt biên không?" Nguyên nói:" Tôi có đi một hai lần nhưng mà đều không không lọt, số tôi không đi nước ngoài được." Tám nói:" Em có một đề nghị là rủ thầy vượt biên, không biết thầy nghĩ thế nào?"

Nguyên hỏi lại:" Đi với gia đình chị hả?" "Không" Tám nhấn mạnh "Chỉ Thầy với em thôi." Nguyên nói:'" Chị còn hai đứa con, với ông xã nữa?" Tám nói tiếp: "Nhưng mà họ chưa muốn đi, nên em tính bàn với thầy, em với thầy qua trước rồi sau đó ổn định em đưa ông xã với các con qua sau."

Vừa nói Tám vừa móc trong trong giỏ ra một xấp đô la. "Đây là 10.000 đô thầy cầm đi. Chuyển đi em sẽ lo hết, chắc đi ngã Sông Cầu. Đến đúng ngày giờ mình sẽ hẹn nhau đi ra ngoài đó." Nguyên giật mình vì 10.000 đô lúc đó là một số tiền cực lớn. Nhưng chàng vẫn ôn tồn trả lời:" Không, không được chị ơi, vì chị đã có chồng và con mình, mình đi kiểu này không ổn." Nguyên nói thêm "Chị bỏ chồng con rồi sau này đâu biết sẽ gặp lại hay không? Tình hình sẽ không dễ dàng như mình tính đâu? Chị suy nghĩ lại đi, không nên như vậy vì tôi đi với chị cũng rất là kỳ!" Tám nói "Vậy thầy cứ cầm tiền đi." Nguyên thẳng thắn:" Tôi không lấy số tiền này được vì chuyến đi này tôi thấy không ổn lắm, nhất là khi chị bỏ chồng con chị lại." Nguyên được giáo dục trong một gia đình nền nếp, cha chàng vẫn dạy rằng "Chơi đâu chọn bạn mà chơi, Đừng nơi có vợ, chớ nơi có chồng." Chàng hiểu điều đó và muốn tránh những ngộ nhận sau này." Tám líu ríu "Ông xã em cho đi mà. Thầy yên tâm không sao đâu." Thấy Tám quá tha thiết, Nguyên tìm kế hoãn binh:" Chị suy nghĩ lại rồi tôi suy nghĩ thêm. Mình sẽ trả lời nhau nếu đồng ý thì mình sẽ bàn tiếp còn không thì thôi nhé, còn tiền thì chị cất đi." Tám thất vọng thở dài nghe não nuột như một người vừa đánh mất một thứ gì cực quý hay tan vỡ ước mơ. Nhưng Nguyên bước ra quán, trở về mà lòng nhẹ nhàng thanh thản vì đã tránh một chuyến đi đầy bất trắc cả về mặt tình cảm.

Nguyên nghe trong lớp nói về hoàn cảnh Tám, theo lời kể của vài bạn, cô ấy có một cuộc hôn nhân không hạnh phúc vì ông xã là một "cộm cán "giang hồ thứ thiệt ở Cảng Nha Trang, rất là cộc cằn do đó cô ấy có rất nhiều tiền nhưng bất hạnh. Nguyên tự nhủ dù gì đi nữa thì mình nhất định cũng sẽ không chìu theo ý cô ấy được.

Cho đến một đêm dạy xong, Nguyên dắt xe ra về thì bỗng nhiên có một gã đàn ông đi mô tô sát bên anh và gọi giật giọng:" Thầy Nguyên "Nguyên trả lời "Tôi đây, ""Tôi mời thầy ghé vào quán nước nói chuyện và hai người vào một quán nước mía ven đường. Dưới ánh đèn đường hắt vào, gương mặt anh ta rất là hầm hố, người xăm trổ, khi cười lấp lánh những chiếc răng vàng. Một gương mặt rất là đại ca. Anh ta nói:' Tôi là Hòa, còn gọi là Hòa Búa. Tôi gặp thầy vì con vợ tôi là con Tám đó thầy." Nguyên giật mình." Ủa, vậy sao? Mà anh tìm tôi có việc gì không?" Nguyên hơi bối rối. Hòa búa nói oang oang" Nó rủ rê thầy đi vượt biên với nó, mà thầy có biết rằng cái đêm mà thầy ngồi trong quán cà phê đó. Tôi ngồi ngay phía sau thầy với nó, cách một bụi cây. Tôi đã theo dõi nó cả mấy tuần trước khi nó hỏi tìm đường vượt biên mà không bàn với tôi. Tôi biết nó đến quán cà phê đó và tôi đã nghe lời thầy nói với nó khi thầy từ chối tham dự cái cái chuyến đi đầy rủi ro đó." Nguyên nói:" Không, tôi không muốn đi với cô ấy bỏ con cái lại. "Hòa búa gật đầu: "Đúng vậy. Hôm nay, tôi cảm ơn thầy vì thầy là một người có tư cách bởi vì nếu thầy đồng ý đi cùng với nó thì hôm nay thầy đã là một cái xác rồi. "Nguyên nghe lạnh sống lưng. Hòa búa tiếp tục:" Tôi nói thật vì thầy có biết tụi tôi xem cái việc thanh toán nhau là chuyện bình thường như cơm bữa ở cảng không? Va quẹt xe, một cú đâm bất ngờ của một cái một gã côn đồ ở trên phố. Tụi tui đều có thể làm được hết nhưng một lần nữa tui muốn nói tuy là dân giang hồ nhưng tui cũng biết biết trọng nghĩa khí. Và để cảm ơn thầy, tui gửi thầy 500 đô. "Nguyên từ chối thẳng:" Không, tôi không đi là vì cái đó là vi phạm nguyên tắc sống của tôi là không phá hoại hạnh phúc của những người đã có gia đình chứ không phải vì gì cả. Anh cất tiền đi. Cảm ơn anh nhưng tôi không nhận được."

Hòa nói ngay "Thôi, thầy không lấy thì thôi. Dù sao cũng cảm ơn thầy. Chúc thầy ngủ ngon "

Nguyên nghe nhẹ cả lòng. Hú vía chàng nhớ lời bố mình dạy "Ở hiền gặp lành." con ạ!

Chợt nhớ tư tưởng cốt lõi của Jean-Paul Sartre là: "Hiện hữu có trước bản chất." Con người không sinh ra với một định nghĩa sẵn có, mà phải tự tạo nên bản thân mình bằng lựa chọn và hành động. Và chàng đã hành động đúng.

Chuyện kể xong, Tấn và Nguyên mỉm cười. Trời Nha Trang đã tối sẫm. Nhìn ra ngoài, dưới đèn đường lất phất mưa. Lòng Nguyên vẫn ấm áp và thanh thản như lần ra về từ Quán Đồng Nội dù đã hơn 40 năm.

Nguyên Cẩn

TN

ĐẶNG PHÚ PHONG

MỘT CHỖ ĐỨNG

Sài Gòn, chiều tháng ba, nắng đổ xuống đường Nguyễn Trọng Tuyển thành những vệt mỏng như kim loại, không gắt mà cứ lướt nhẹ qua mặt bàn gỗ thấp của quán cà phê cũ, nơi tấm bảng chữ "Tĩnh" treo trên vách đã tróc gần hết, những mảng sơn bong ra loang lổ như một chữ chưa bao giờ chịu đứng yên. Ông ngồi tréo chân, lưng hơi tựa vào ghế, khủy tay đặt lên tay ghế, hai bàn tay đan vào nhau, ngón cái chạm nhẹ rồi tách ra, ánh mắt nhìn thẳng ra phía trước nhưng không dừng vào một điểm nào cụ thể, như thể cái nhìn đó đã quen đi xa hơn những gì đang hiện ra trước mặt.

Cô ngồi ở bàn bên, thoải mái, một chân gác nhẹ qua chân kia, tay đặt hờ trên mặt bàn, những ngón tay thon linh động, khi chạm vào thành ly thì như chỉ để biết rằng nó đang ở đó rồi lại buông ra, gương mặt thanh, tóc buộc gọn phía sau nhưng vẫn có vài sợi rơi xuống má, mỗi lần cô nghiêng đầu thì lay nhẹ theo một nhịp riêng.
Cô quay lại, lông mày hơi nhướng, khóe môi cong nhẹ:
— Chú nhìn gì vậy?

Ông vẫn giữ nguyên tư thế, chỉ nghiêng đầu một chút:
— Tôi thấy cô ngồi yên.
Cô bật cười, đưa tay gạt tóc:
— Ngồi yên cũng bị nhìn nữa à?
Ông khẽ cười, ánh mắt trôi ra phía khoảng nắng đang dịch chuyển:
— Ngồi mà không làm gì... không dễ.
Cô chống khuỷu tay lên bàn, nghiêng người về phía ông:

— Vậy chú đang bận chuyện gì trong đầu?
Ông nhìn ra phía trước:
— Tôi đang tìm.
— Tìm gì?
Hai bàn tay ông đan chéo lại rồi buông ra:
— Một chỗ để đứng cho đàng hoàng.
Cô nghiêng đầu, cười nhẹ:
— Nghe giống như chú đứng chỗ nào cũng thấy chưa đúng.
Ông không đáp. Cô nhìn ông hơi lâu, ánh mắt sáng lên rất nhẹ:
— Hay là chú đứng sai chỗ, chứ không phải chưa có chỗ?
Một cơn gió lùa qua, tấm bảng "Tĩnh" khẽ lay. Cô nghiêng đầu nhìn ông, một sợi tóc rơi xuống má, tay đưa lên vén lại, cổ tay mảnh, sáng trong vệt nắng xiên.
— Chú nhìn gì nữa vậy?
— Cái cách cô vừa vén tóc.
Cô cười, hơi nghiêng người:
— Ủa, cái đó cũng đáng để chú nhớ sao?
Ông không trả lời, ánh nhìn rời khỏi cô gái.
Gió lùa qua, sợi tóc khẽ chạm vào má cô rồi dừng, và trong cái chạm rất nhỏ đó, một dòng khác mở ra.
Đà Lạt hiện lên, mỏng như sương, một người đứng tựa lan can, cũng một cái đưa tay như vậy, cũng một lần quay lại rất nhẹ, rồi bước xuống con dốc.
Chưa kịp tan, đã là Xuyên Mộc, gió ngang mặt, tóc bay, một người quay lưng ra biển, cổ tay giữ tóc, khi quay lại ánh nhìn không giữ, sóng lên, dấu chân mất.

Rồi một khung cửa hẹp, một người đứng đó, tay giữ quai túi, dáng đứng mỏng, cửa khép lại sau lưng.
Mọi thứ đi qua rất nhẹ, như nước lướt trên tay, không giữ lại, chỉ để lại một thoáng gì đó vừa buồn, vừa dịu, như một nụ cười đã biết trước là sẽ tan.
Ông đứng dậy, kéo ghế, gật đầu rất khẽ, giã từ. Cô cũng gật lại.

Những ngày sau, căn phòng trọ ở cuối hẻm Lê Văn Sỹ vẫn giữ cái im lặng mỏng của nó, đèn vàng treo trước cửa từng phòng, tiếng tivi vọng qua vách như một đời sống khác không liên quan, ông ngồi trên nền xi măng, lưng dựa tường, hai tay đặt lên đầu gối, ánh mắt mở ra không dừng ở bức tường trước mặt mà như xuyên qua nó, nơi những gương mặt cũ không còn tách rời nữa mà chảy thành một vệt dài, đi qua mà không ở lại.

Chiều khác, ông quay lại quán, vẫn tư thế đó, tréo chân, lưng tựa nhẹ, mắt nhìn thẳng mà không dừng, hai bàn tay đan nhau.

Cô đã ở đó.

Cô nhìn ông, giọng nhẹ nhưng nhanh:

— Chú vẫn chưa chịu đứng yên à?

Ông ngồi xuống:

— Tôi không biết mình đang làm gì nữa.

Cô chống tay lên bàn:

— Vẫn còn tìm?

— Ừ.

Cô nhìn sâu vào mắt ông:

— Tôi nghĩ hoài câu chú nói hôm trước.

— Câu nào?

Cô cười nhẹ:

— Một chỗ đứng cho đàng hoàng.

Ông cười:

— Tìm ra chưa?

Cô lắc đầu, nhưng ánh mắt không còn trêu nữa:

— Có khi không phải đứng cho đàng hoàng... mà là đừng đứng sai chỗ nữa.

— Vậy đứng kiểu gì?

Cô đáp ngay, không ngập ngừng:

— Đứng kiểu... không phải sửa mình liên tục.

Đặng Phú Phong

TM

TRƯƠNG VĂN DÂN

NHỮNG NGƯỜI CHỌN NGHIỆP

Đừng tạo nghiệp rồi đổ thừa số kiếp (vô danh)

Chúng tôi không sinh ra dưới những vì sao. Số mệnh tốt hay xấu là tùy theo phán xét của các bạn. Còn ở đây tôi chỉ xin kể lại những việc kể từ ngày được bước vào cõi sống.

Điều khác biệt với mọi người là chúng tôi không được tạo hình từ sự hòa hợp giới tính giữa nam nữ mà đến từ những ý nghĩ của bộ óc giàu tưởng tượng nên rất khó nói về.. gốc gác.

Điều khác biệt thứ hai là chúng tôi không sinh ra đơn độc, sinh đôi hay sinh ba hoặc sinh trăm như trường hợp của Lạc Long Quân và bà Âu Cơ. Bởi chúng tôi sinh ra hàng loạt, hàng ngàn hay hàng triệu... tùy nơi sinh chôn nhau cắt rốn thuộc xã hội văn minh hay... lùn văn hóa.

oOo

Có thể nói quá trình từ ý cõi hư vô đến hình hài cụ thể, chúng tôi đã phải đi qua nhiều bước: từ phác thảo, chỉnh sửa, có khi phải chịu cắt xén đớn đau... nếu mọi thứ trôi chảy thì mới được khóc oe oe, bước ra cõi sống.

Rồi một khi vào đời thì chúng tôi cũng như mọi người, phải chấp nhận những phán xét, khen chê.

Vâng, chúng tôi chính là những quyển sách!

Tuy chúng tôi được gọi là những kẻ thuật chuyện nhưng thực chất là những đứa con **câm.** Con của ba ***hay*** mẹ. Và xin các bạn đừng gọi chúng tôi là lũ bất hiếu khi tôi nói ba (***hay*** mẹ) mình... là những kẻ... **Ngây ngô.**

Lát nữa chúng tôi sẽ giải thích tại sao còn chữ ***hay*** ở đây có nghĩa là đôi khi cũng có trường hợp ba mẹ "*đẻ*" chung, nhưng thường họ tự đẻ một mình!

Bây giờ tôi, đứa con cứng đầu nhất trong đám anh em, xin được phép trở lại với chuyện **Ngây ngô**.

Trong một buổi gặp, một bạn văn đã nói một câu với ba nhưng đã làm tôi sững sờ: "*Viết là phơi ra cái dốt của mình!*". Tôi hoảng hốt khi nghe lời phán ấy nên vội vã gọi tất cả anh em, bạn bè họp nhau bàn tán.

Ui chao, thế thì những "tên" cầm bút và "đồng bọn", tất cả đều là một lũ khờ sao? Có phải vì thế mà ngày xưa nhà thơ Viên Mai ở Trung Quốc đã viết "*Lập thân tối hạ thị văn chương*" để nói về sự lập nghiệp thấp hèn qua con đường chữ nghĩa? Còn ở ta nhà văn Nguyễn Vỹ cũng đã cay đắng thốt lên:"*Thời thế bây giờ vẫn thấy khó, Nhà văn An Nam khổ như chó!?*"

Nghĩ cho cùng, văn chương thời nào mà lại không khó? Vừa ít được quan tâm, vừa bị rẻ rúng. Nhà thơ Tản Đà nói "*Văn chương hạ giới rẻ như bèo*" khi ông thấy những bạn viết lách đều phải chạy ăn từng bữa. Tuy có người ảo tưởng văn chương là ánh sáng soi đường nhưng thực tế là đem ra bán rẻ ở chợ đời.

Ba mẹ tôi tuy có biết những chuyện này thế mà vẫn cứ tự nguyện dấn thân vào con đường khổ ải: Khi người ta vui chơi, la cà bia ôm, nhậu nhẹt hay ngồi sơn móng tay, tỉa lông mày... thì họ mãi hì hục cày trên cánh đồng chữ. Vất vả chọn câu, vật lộn với từng dấu chấm, phẩy.

Từ lúc viết đến xin giấy phép, phát hành... lúc nào lòng cũng nơm nớp lo âu.

Khi đặt bút, ông sợ mình viết không hay. Viết xong sợ bị cắt bỏ. Không tỏ bày chính kiến thì sợ bị cho là hèn còn an phận viết lăng nhăng thì thấy vô bổ và hoang phí thời gian. Cứ thế, sửa đi sửa lại năm lần bảy lượt... mà lòng luôn phấp phổng. Khi tạm cho hoàn tất thì sợ nhà xuất bản không chịu đầu tư, nghe họ bảo phải tự bỏ tiền ra in thì tím mặt.

So với các bạn ba tôi còn gàn hơn một bậc. Ông không xem chữ nghĩa là một món hàng: "Nếu muốn kiếm tiền thì chọn việc khác chứ viết theo thị hiếu để vừa lòng công chúng thì lý tưởng, đạo đức và sự sáng tạo còn có ý nghĩa gì"?

Không hiểu sao ông *ngông* như vậy? Đã nghèo xơ xác, mà còn dám coi tiền như rác!

Thế nhưng nếu sách được in mà không bán được nhiều thì cũng tạm gọi là... may.

Tôi nói điều này khi thấy các anh chị âm nhạc con ông bác nằm chèo queo trên trang bản thảo đã ố vàng: Bác bỏ năm năm ròng rã để sưu tầm, thu thập tài liệu cho tập sách "*Nhìn lại một nền âm nhạc*" nhưng liên tiếp bị mấy nhà xuất bản từ chối cấp phép!

Bác cay đắng nói tại mình đã không muốn tự nắn đứa bé cho đúng với ni tấc của thời đại!

Dưới chân cái tủ sách nhỏ có vài tờ bị xé, vo tròn, ném thành đống nằm chồng lên nhau như hình ngôi mộ thai nhi.

Và không được cấp phép in đồng nghĩa với *phá thai* và khai tử tác phẩm!

oOo

Đời cầm bút có chi hấp dẫn mà người viết nào cũng ngoan cố bám theo?

Trong "cõi văn chương bé tí" nhưng cũng chẳng mấy yên lành. Bác tôi nói trong đời văn của bác cũng thường thấy bạn bè ganh ghét và dèm pha. Chuyện trái tim Phùng Quán luôn mãnh liệt tình yêu đất nước mà đành phải chịu cảnh "cá trộm, rượu chịu, văn chui" còn Hữu Loan chỉ làm thơ khóc vợ mà phải đi đập đá suốt đời.

Nhưng không chỉ ở ta mà trên thế giới cũng không thiếu những trường hợp điển hình. Quyển *Mặt trận phía Tây không có gì lạ* của Erich Maria Remarque là tác phẩm nổi tiếng về Thế chiến thứ nhất đã từng bị chính quyền Đức Quốc xã cấm.

Gần đây là trường hợp nhà văn Salman Rushdie. Tác phẩm *"Những vần thơ quỷ"* của ông bị Iran coi là vi phạm đạo lý nên từ năm 1989 ông phải sống dưới sự đe dọa bị ám sát. Một số nhà sách ở Anh bị đánh bom vì bán sách của ông. Còn người dịch phiên bản tiếng Nhật đã bị giết, dịch giả tiếng Ý thì bị tấn công và dịch giả bản tiếng Na Uy thì bị bắn trọng thương!

Tiền đã không mà danh cũng chẳng, thế mà ba tôi không những ù lì mà lại còn ***mắn đẻ*** nữa mới chết. Nhìn lũ em và cái bụng bầu của mẹ to dần trong máy tính, thật tình chúng tôi vô cùng ngán ngẩm.

Ngày xưa nhà thơ Nguyễn Bính đã từng viết:

Ai bảo dấn thân vào bút mực
Suốt đời mang cái kiếp long đong
Người ta đi kiếm giàu sang cả
Mình chỉ mơ toàn chuyện viển vông !

Ba mẹ tôi đâu phải mù mờ, thậm chí còn thuộc lòng mấy câu thơ này ấy chứ!

oOo

Nếu gọi đó là nghề thì viết sách là một nghề... kỳ lạ!

Không hiểu vì lý do gì mà nhiều người gần như mặc định là tác giả in xong *phải* tặng! "*Mày mới ra sách hả, thế là sắp được đọc chùa rồi!*". Cho, thì nhận, nhưng ít khi nghĩ đến việc góp một chút tiền giấy mực cho tác giả.

Công sức, trí tuệ đều được xem là *miễn phí* chăng?

Tất cả bọn tôi đều ức lắm vì bị xem như món hàng không giá trị. Thử so với các sản phẩm khác thì chưa thấy ai đến quán phở mới khai trương của người thân, làm một tô rồi vẫy tay chào! Cũng chẳng ai dám đến bác sĩ và nói "*mầy chữa giùm cho con tao*!", chờ xong việc rồi bồng con về hoặc dắt chiếc xe máy cà tàng đến nhờ người quen sửa, rồi phóng đi mất dạng?

Nhưng với chuyện sách chúng tôi thì chuyện đó là thường.

Ba tôi là người quảng giao, bạn bè anh em cũng lắm. Thế nhưng phần lớn có thể bỏ tiền cho một bữa ăn chứ ít người mua sách.

Phần đông chỉ lo phần xác, mấy ai chăm chút phần hồn?

Thống kê nói hằng năm người ta chi tiền mua sách không bằng tiền một bát phở(?). Nhiều tiệm sách ở Việt Nam muốn tồn tại phải trở thành "cửa hàng *tiện ích văn hóa*", nghĩa là vẫn bán sách nhưng chỉ chiếm một phần rất nhỏ, còn lại là văn phòng phẩm, đồ chơi trẻ em và quà tặng.

Ít đọc nhưng khi được tặng sách họ trang trọng chưng trong phòng khách, rồi bỏ mặc lũ chúng tôi tù túng lâu ngày trên kệ. Có nhiều bạn bị mối ăn, chuột gặm. Và khi bị trơ xương, chúng tôi mới hiểu **sách tặng hiếm khi được đọc**!

Một bạn văn của ba tôi, khi có việc phải đi xa rồi bị kẹt Covid 19 ở nước ngoài. Thời gian đó sách của bác được in trong nước và tuy bác đã nhắn tin nói là còn lâu mới về được thì nghe nhiều bạn đáp: "*Vài năm tôi cũng chờ anh về ký tặng!*". Bác nói may là cũng có những bạn đọc tâm huyết, mỗi lần in sách đều mua mười, hai, ba mươi quyển để tặng và giới thiệu.

"Nếu không có những niềm vui như thế chắc bác đã buông bút từ lâu!"

Ba tôi là người bình tĩnh nhưng chuyện xảy ra hai mươi năm trước đã làm ông thấy mình bị xúc phạm: Khi in quyển tiểu thuyết đầu tiên thì có một bạn từ nước ngoài nhắn tin:"*Mầy viết cái gì vậy, gửi ngay tao một quyển để đọc chơi*!". Ông không trả lời, chỉ lẳng lặng cắt đứt mối quan hệ.

Ngày xưa thi sĩ Nguyễn Bính chắc đã nhìn thấy được những nỗi ê chề của người cầm bút nên đã nói rất đau:

"Mai sau chớ lấy chồng thi sĩ
Nghèo lắm con ơi, bạc lắm con..."

Bạc, và chuyện tặng sách cũng lắm nhiêu khê, mất thời gian và tốn kém: tặng thì phải đi gặp, phải mời cà phê, ở xa thì đóng gói bao bì, bỏ công ra bưu điện sắp hàng để gửi, gánh bao nhiêu nhọc nhằn để khỏi bị hờn trách.

Có lần ba tôi nhờ đứa cháu gửi tặng một bạn văn. Cô cháu gửi theo phương thức người nhận trả cước, ông bạn này đã trả sách về!

Đó là chưa kể những việc ra mắt sách, tìm thuê địa điểm, có khi gánh luôn chi phí nước uống.

Có lần các tập thơ của chú tôi, than khắp người ê ẩm: khách bỏ thơ xuống ghế, ngồi lên, khi ra về không thèm cầm lấy. Chú uất ức thề trong nước mắt là không bao giờ tặng nữa!

Trên giang hồ còn đồn đại hai câu thơ hủy diệt:

Gặp nhau tay bắt mặt mừng
Tặng gì cũng được xin đừng... tặng thơ?

oOo

Trong những mối quan hệ với sách, bạn đọc thường quý mến tác giả, muốn được tiếp xúc, trao đổi còn những bạn văn thì thưa dần sau khi in được vài quyển sách. Lo lắng và suy nghĩ mãi họ mới hiểu là những bạn đó không ưa cái thằng có cùng khởi điểm với mình mà giờ trở nên nổi tiếng (hic! mà *nổi cái gì chứ*!). Cứ tìm hiểu thì sẽ biết người cầm bút đang khổ sở như đi giày với hòn sỏi bên trong.

Đã từng có một ông nhà thơ[1] cảm thán: *"Hồn ta đẹp nhưng đời ta thảm quá!"*.

oOo

Thời xưa người ta nói sách là chữ của thánh hiền và mang hàm lượng tri thức, nhưng từ ngày có nhân vật cộm cán ở phương Đông gọi trí thức không bằng cục phân thì sách chẳng là gì!

Bên cạnh đó còn có chuyện sách xoàng, nhờ quảng cáo như cao đơn chữa bá bệnh, bốc thơm đến tận mây xanh làm người đọc chán, thất vọng và mất niềm tin!

Phê bình là một nhiệm vụ quan trọng để đưa lũ chúng tôi đến với bạn đọc nhưng bây giờ công việc này cũng đã khác xưa. Thị trường đã phát minh vài nhà phê bình *ngửi sách*, nếu nghe mùi phe nhóm thì sẽ cho vài hàng để tưng lên, nếu tác giả là nữ xinh đẹp thì có khi tặng thêm cái giải thưởng... còn ngửi thấy mùi lạ thì phán chung chung, dùng cho quyển nào cũng được: kiểu các thi sĩ có bài thơ làm bùa, chỉ cần đổi tên thì đem tán em nào cũng được.

Chỉ có điều là những bạn bè tôi được tưng lên quá cao thì hay chết yểu, người đọc hụt hẫng, thấy mình bị lừa nên sau đó sớm được đem cân ký.

Khác với chúng bạn, là sản phẩm của những cây bút thời thượng, biết tư duy mang tính sự kiện, biết "gây sốc", tạo scandal, gây ấn tượng tức thời, câu chữ tung ra như cú đấm làm người đọc

---

[1] Tạ lỗi cùng người- Nguyễn Tất Nhiên

choáng váng. Còn anh em chúng tôi chỉ là những sản phẩm hiền lành, câu chuyện nhân văn và ước mơ một xã hội công bằng.

Chúng tôi là thế vì văn chương đối với ba tôi là cách ông nhìn sâu vào hiện thực, sau khi viết xong ông thấy lòng nhẹ nhõm, như trút được gánh nặng. Ông không viết để được xã hội tôn vinh, mà vì một sự thôi thúc nội tâm chứ không phải vì những phần thưởng từ bên ngoài. Ông xem trang viết là một thứ nhan sắc quý báu. Chúng tôi không biết sau này có còn ai yêu yêu văn chương đến độ say đắm như ông chăng?

Trong những trang viết ông cũng thường đặt những câu hỏi về lẽ tử sinh, và lắng nghe những rung động từ trong trái tim mình. Một câu nói của ba làm tôi nhớ mãi: *"Ba viết là... để **học**, những gì chưa hiểu rõ sẽ lộ ra, để tự cải thiện mình."*

Ông đi theo đường riêng, bỏ vào ruột tôi những ngôn từ nhân ái làm người đọc nghe và cảm được lòng yêu thương. *"Không phải ai cũng hiểu con đường của ba đâu, nhưng không sao cả. Ba sinh ra để sống cuộc đời mình chứ không phải để giải thích điều gì!"*

Vì thế tuy cũng có lúc tủi thân nhưng trong sâu thẳm chúng tôi vẫn rất yêu ba mình.

Tất nhiên tôi biết, đọc một cuốn sách không thể làm thay đổi nhận thức, nhưng kiên trì đọc hàng trăm, hàng ngàn cuốn sẽ giúp nâng cao tư duy. Chỉ tiếc là triết lý chủ đạo về lẽ sống hiện nay xem cuộc đời là tranh đấu để kiếm miếng ăn và mua sắm!

oOo

Khi anh em chúng tôi nằm hứng bụi thì cũng có nhiều bạn bè được bán với số lượng lớn nhờ nhà xuất bản lăng xê bằng các thủ thuật thông tin hiện đại.

Ba tôi tuy có hơi buồn nhưng không nao núng.

Chỉ khi công nghệ phát triển thì tôi mới thấy ông hoang mang.

Trong những trang sách gần đây, ông viết là tốc độ sinh học của con người không thể cạnh tranh với tốc độ của thuật toán; Nó đang như đứa bé nhưng sẽ nhanh chóng biến thành **gã khổng lồ**. Con người sẽ bị nó tiêu diệt hay bị làm *mất tính người*. Đó là khả năng biết yêu, biết ghét, biết phẫn nộ, biết đau khổ và ước mơ những điều tốt đẹp.

oOo

Tôi là đứa con yêu của ba nên ông thường đặt tôi trên bàn viết. Một hôm đang say ngủ vì tiếng gõ đều đều trên bàn phím, tôi đột ngột thức giấc.

Một tiếng nổ, và người tôi dính đầy chất lỏng. Nhơm nhớp.

Tôi hoảng hồn khi thấy đầu ba tôi gục lên bàn. Mặt mày bê bết máu.

Rồi bác tôi đến, vừa khóc vừa lau những vết máu trên người ông. Bác không hiểu vì sao ba tôi lại chọn cách kết liễu đời mình như vậy.

Khi bác khởi động máy tính và lau cái màn hình lấm máu thì hiện lên những hàng chữ: *Sống là phải tạo ra giá trị! Con người bây giờ không còn là trung tâm trí tuệ, máy móc và* ***AI***[2] *sẽ thay thế chúng ta, sẽ làm tốt hơn ta trên tất cả mọi lĩnh vực khoa học và nghệ thuật.*

Tôi phải làm gì? Tôi không muốn được sinh ra rồi bị biến thành một cỗ máy được lập trình bởi thuật toán!

oOo

PS: Lời bàn của chú em bị mối gặm:

Như thế là bác tôi cảm thấy mình là kẻ vô ích trong cuộc sống này! Con **AI** đã chiếm dụng quyền và ước mơ sáng tác của ông. Ông chọn cách ra đi, kiểu "*Tao không thèm chơi nữa!*"

Con người sắp tới đây sẽ không là gì, chỉ là một đống thịt ăn ngủ, sinh tồn như cây cỏ, chờ ngày úa tàn.

Trương Văn Dân

Sài gòn tháng 2, 2026.

---

[2] AI (*Artificial intelligence*): Trí tuệ nhân tạo

PHẠM NGA

BỮA RƯỢU BUỒN THÁNG 4

<<... Vào ngày 30 tháng 4 ấy chỉ uống thôi – dù ít dù nhiều, dù say dù tỉnh. Vâng, ở cái góc trần gian vừa đông vui vừa hiu quạnh ấy, vào ngày ấy tôi lại lặng lẽ uống cùng bạn bè khít bên hang ổ suy nghĩ riêng mình.>>

1.

Cuối tháng 3, trời chuyển mùa nóng bức. Anh Bảy rủ tôi qua nhà anh *làm bậy* vài chai bia cho mát. Sau khi sai thằng con chạy mua thêm nước đá, anh vô đề chuyện thời sự, rằng mấy năm trước, công ty anh cho lãnh thêm tiền lễ 30-4 khoảng trên dưới ba trăm ngàn, thiệt không nhiều nhặn gì so với mức lương "cứng" hai triệu mốt của anh. Đã vậy, năm nay tiền lễ ấy chắc chắn còn bèo hơn nữa vì công ty đã chuyển thành công ty cổ phần, phải "liệu cơm gắp mắm" kỹ hơn thời còn bao cấp, tức thẳng tay xiết lại tất cả các khoản lương, thưởng. Nhưng vì sang năm anh Bảy nghỉ hưu nên đối với anh, tiền lễ sắp lãnh dù có bèo bọt vẫn là món bổng lộc cuối cùng của đời công nhân, sẽ ý nghĩa lắm. Anh kết luận vậy mình phải xài thiệt là có lý, có tình – đó là anh em mình sẽ nhậu một bữa thiệt "chất lượng".

Anh Bảy nói xong thì cười khục khặc. Anh vốn có thói quen hay cười, cười vài tiếng ngắn khi mở đầu một chuyện kể, cười hề hề kết thúc một nhận xét, cười ấm ứ ngưng ngang một ý kiến... Trước cái tánh cười dễ dàng như thế của anh Bảy thì ngoài trường hợp anh kể chuyện tiếu lâm, nhiều lúc tôi đã ngớ ngẩn, không hiểu nổi là anh cười về chuyện gì, vì lý do gì. Khi cười trước khi nói ra một ý kiến hay kể một câu chuyện, là anh muốn gây chú ý đối với người nghe hay tự phê phán trước về điều mình sắp nói? Khi cười kết thúc một thông báo, như vừa rồi là báo cho tôi biết sẽ đãi nhậu bằng tiền lễ, phải chăng anh cười chua chát đánh giá ý nghĩa của món tiền gọi là tiền lễ, hay anh cười như tự chế giễu cái sự "chịu chơi" đem tiền lễ nhậu hết, hoặc anh cười để trấn an tôi, cho tôi khỏi ngại chuyện anh đã nghèo mà còn tốn hao, bao biện anh em như thế?

Dù sao thì anh Bảy cũng đã vỗ vai tôi, cười nữa và nhắc trước: "*Nhớ nghe, bữa 30 qua tui xỉn một bữa cho dui, khỏi si nghỉ chi cho mệt cái đầu chú ơi!*".

Ông bạn vong niên, dễ mến, chất phác, cả đời chỉ sống bằng nghề lao động chân tay, lúc nào cũng ăn nói kiểu ruột để ngoài da này coi vậy mà vừa nói đúng *chóc* tim đen của tôi.

Sau tháng 4 -75, trôi nổi, lưu lạc cả hơn chục năm trời, rốt cuộc tôi về náu thân trong một xóm lao động gần nhà ga Gò Vấp. Hàng xóm trong hẻm toàn dân nghèo, bà con kiếm sống bằng nghề làm thuê làm mướn, bán hàng rong hay có làm cho nhà nước cũng chỉ là công nhân quèn, bậc lương thấp. Ở khít vách tôi là anh Bảy, lớn hơn tôi vài tuổi, thợ cơ khí điện lạnh ở một công ty may bên Nhà Bè. Ở chầu nhậu cóc, ổi sơ giao bên nhà anh Bảy, anh hỏi tôi làm nghề gì, tôi đáp vắn tắt là mình làm báo, đã nghỉ lâu rồi và chỉ còn viết lách vớ vẩn. Tôi nhớ anh Bảy đã cười, nhận xét ngay: "*Chà, anh em diết báo chắc phải si nghỉ dữ lắm he? Thôi dô cái đi!*".

Vô xong *tua* đầu, anh ân cần cầm một miếng ổi, chấm muối ớt đưa cho tôi, lại cười và hỏi câu nữa: "*À quên, mình nghèo nên chỉ nhậu rượu đế hà, anh em chơi đế, rượu thuốc được hôn, mà uống khá hôn?*". Tới phiên tôi cười, đáp: "*Dạ em uống rượu đế, rượu thuốc cũng quen rồi, gặp gì uống nấy anh Bảy!*".

Vậy là ở ngay vòng đầu phỏng vấn lý lịch, anh Bảy đã phóng khoáng *chíp* bụng "kết" tôi liền mà chỉ cần thông qua hai điểm thú thật là không có gì sáng giá, một là tôi làm nghề viết, hai là tôi biết uống.

2.

Nay có dịp lễ lớn, nghỉ dài ngày, thì quả là một cái dịp quá đẹp để dân biết uống, hay nhậu như tôi và anh Bảy 'gầy độ' cùng uống. Đúng hơn, đâu đó chỉ mới đầu tháng 4, có thể nói đại cũng đúng là toàn thể dân nhậu trên đất nước này đều đã cùng nhau vạch, vẽ xong xuôi kế hoạch về địa điểm, thời gian, phần hùn hạp… cho bữa nhậu nhất định tưng bừng vào ngày cuối tháng.

Thường thì, nếu có ai rỗi hơi hỏi dân nhậu uống vì lý do gì, cho điều gì, thì tất nhiên sẽ dễ dàng nghe những câu trả lời tương tự nhau, đại loại là nhậu chơi, nhậu cho vui, nhậu để *xả* hơi… Nhưng có điều là dịp nhậu 30 tháng 4 tới đây lại trúng vào thời điểm nhắc nhớ một biến cố lịch sử lớn lao, kết thúc một thời chiến tranh, chết chóc, đồng thời gây bao cuộc đổi đời, kẻ lên voi, người xuống chó cho vô số thân phận. Nhiều người nhờ biến cố này được thăng tiến, bổng lộc và danh vọng đến tay, cả họ cùng giàu lên… thì vui vẻ, hả hê ăn lễ, nhậu mừng lễ. Ngược lại, những người bởi '30 tháng 4' mà thua thiệt, mất mát người thân, nhà cửa cùng danh vị, còn nghèo mạt đi cả nhà thì nhậu buồn, cầm ly rượu mà ngậm ngùi, nghĩ suy, nuối tiếc dĩ vãng, tưởng nhớ người thân và bạn bè đã mất trong cuộc chiến, ngoài biển khơi hoặc đã bỏ nước ra đi, đăng đẳng nhiều năm rồi không gặp…

Tất nhiên, thực tế thì trong các bữa rượu kéo dài và hào hứng, cảm xúc dù bởi nhậu vui hay nhậu buồn gì rồi cũng lần hồi qua đi theo những lần *xây tua* hay *dô* trăm phần trăm liên tục. Người uống rượu chỉ còn vô tư uống cùng người khác, uống theo người khác, chẳng còn suy nghĩ gì nữa, hay *tâm trạng* gì nữa – cái từ ngồ ngộ mới xuất hiện sau này trong cách nói, cách viết, tức làm lơ chuẩn mực văn phạm, cho các danh từ nhảy vô thay chỗ các tính từ/hình dung từ, như "bữa nhậu chất lượng", "công nhân tài năng", "nhà báo trí tuệ", "lời lẽ tâm trạng quá!"…

Trở lại với anh Bảy, có vẻ như theo anh thì dân làm báo, viết lách, có chút chữ nghĩa như tôi thế nào cũng phải suy nghĩ, thường xuyên suy nghĩ, nhậu *xả xì-trét* cho khỏe cái đầu cũng suy nghĩ. Riêng về cái từ 'suy nghĩ' thì như nhiều người Nam bộ khác, anh Bảy lười cái vụ phải chu miệng, giựt hàm dưới vô, xì hơi ra để phát âm cho đúng chữ 'suy', cứ nói nhẹ tưng cho nó khỏe, nghe bắt cười là 'si', nhân tiện anh cũng cho dấu 'ngã' trong chữ 'nghĩ' đi chơi chỗ khác luôn – người Nam mà! Tuy nhiên, tôi hiểu anh Bảy, dù có chểnh mảng cái vụ phát âm, nhưng đúng là tình-thương-mến- thương như dân nhậu thường tâm đắc, anh đã thầm lặng mà chú ý, ái ngại dùm cho bạn bè. Thấy tôi đã trót bị cái tật 'si nghỉ', như thể đó một khuyết tật đầy khổ ải, thì anh Bảy – con người chơn chất, nghĩ suy đơn giản – dường như cũng có ý nể tôi chút ít nhưng tội nghiệp tôi thì chắc nhiều hơn.

3.

Tôi đã trả lời ngay cho anh Bảy, rằng đến bữa 30 dù tôi vẫn trì độn, không lúc nào gỡ nổi mình ra khỏi cái thói quen 'si nghỉ' đi nữa thì bữa 30 tôi cũng vẫn qua uống, vẫn vui thiệt tình với anh, không say không về.

Thì mọi năm, năm nào cũng vậy, cũng vào mùa này, dù ít dù nhiều tôi chẳng hẹn uống rượu với vài bạn bè cùng cảnh ngộ, cùng *hệ* về thân thế, tâm tư và lịch sử cuộc tồn sinh trước và sau biến cố tháng 4? Bữa rượu *bèo* cóc ổi cũng được, vắng đi nhiều "chiến hữu" cũng đành. Chỉ uống thôi – dù ít dù nhiều, dù say dù tỉnh. Nghĩa là ở cái góc trần gian vừa đông vui vừa hiu quạnh ấy, vào ngày ấy tôi lại lặng lẽ uống rượu cùng bạn bè khít bên hang ổ suy nghĩ của riêng mình.

Phạm Nga

(Sydney, tháng 4/2026)

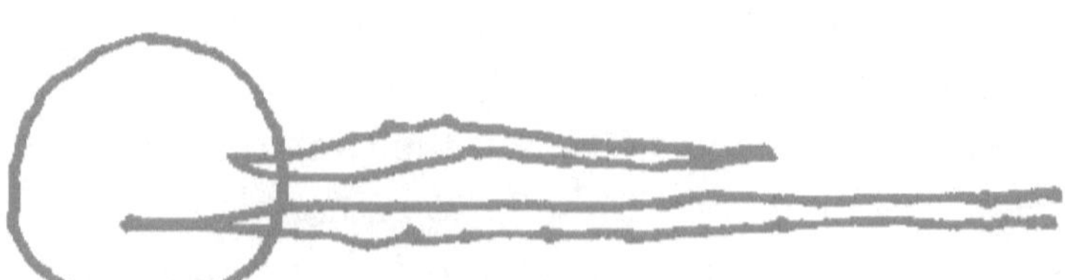

NGUYỄN KIẾN THIẾT

VỀ BA TẬP THƠ BÌNH DÂN NAM KỲ ĐẦU THẾ KỶ XX

Kỳ 2

*Mời các bạn đọc từ *Ngôn Ngữ* số **43** tháng 5/2026

Bố Cục

*Nhằm giúp bạn đọc tiện theo dõi, chúng tôi chia quyển sách thành **bốn chương**, như dưới đây (sẽ ghi cụ thể ở Mục Lục):

Chương I: Dẫn nhập
Chương II: Về ba tập thơ bình dân Nam Kỳ
Chương III: Nội dung
Chương IV: Hình Thức

Quy Cách Biên Tập

1.- Quốc hiệu nước ta được sử dụng trong tập sách tương ứng với các triều đại: Đại Việt, Việt Nam, Đại Nam, Liên Bang Đông Dương:

- Đại Việt: tồn tại 723 năm trong hai giai đoạn từ năm 1054 đến năm 1400 và từ năm 1428 đến năm 1804.
- Việt Nam: do vua Gia Long đặt ra vào năm 1804 đến năm 1839. Thật ra, căn cứ vào các tư liệu cổ, hai tiếng Việt Nam đã có từ xưa (thế kỷ XIV) và chánh thức trở thành quốc hiệu nước ta từ năm Nhâm Tý (1792) dưới triều Tây Sơn.

- Đại Nam: do vua Minh Mạng đặt ra từ năm 1839 đến năm 1945 thời vua Bảo Đại nhà Nguyễn.

- Liên Bang Đông Dương: được thành lập từ năm 1887 đến năm 1954 thời Pháp thuộc.

2.- Sử dụng hầu hết tư liệu xuất bản **trước** năm 1975, chú trọng *bản gốc*, nếu có thể. Tôn trọng cách thức ghi chú theo thứ tự: tên tác giả, nhan đề tác phẩm (chữ nghiêng), nơi và năm xuất bản, trang số mấy. Thí dụ: cùng một quyển Sài Gón Năm Xưa của Vương Hồng Sển, mỗi nhà xuất bản có cách trình bày khác nhau nơi bìa 1:

.VƯƠNG-HỒNG-SẾN: SÀI-GÒN NĂM XƯA. Sài Gòn, Nhà xuất bản Tự Do, 1960, trương....(Để ý chữ hoa, chữ thường, các dấu nối).

.VƯƠNG HỒNG SẾN: Sài Gòn năm xưa. Nhà xuất bản Đồng Nai, 2004. Nhà xuất bản đã "biên tập" lại, xóa tất cả dấu nối và bỏ sót rất nhiều bản đồ quan trọng.

Trường hợp không truy cập được bản gốc, vẫn chưa rõ xuất xứ (trích của ai, trích ở đâu): "Chưa xuất xứ chính là một điều do phép biên khảo đòi hỏi và sự liêm khiết trí thức bắt buộc" (Bằng Giang: Mảnh Vụn Văn Học Sử. Sài Gòn, Nhà Xuất Bản Chân Lưu, 1974, tr.110).

3.- Sẽ đánh dấu chú thích theo thứ tự: từ số 1 cho đến hết tập sách.

4.- Về việc trích dẫn, sẽ *trích y nguyên tác* (như chữ nghiêng/chữ đứng, chữ hoa/chữ thường, có gạch nối hay không, kể cả các chữ sai chánh tả hoặc có thể hiểu sai chánh tả). Xin *trích y nguyên tác* vài đoạn của Vương Hồng Sển trong *Sài Gòn Năm Xưa:*

.Sài Gòn, nxb Tự Do 1960: *"NHẮC LẠI CUỘC **NAM-TIẾN** VĨ-ĐẠI CỦA DÂN VIỆT (...). Vào cuối thế kỷ XVIII, tại Gia-Định, Trịnh-hoài-Đức, Ngô Nhơn-Tịnh, Lê-Quang-Định ba người cùng lập thi-xã nâng cao đuốc văn-hiến một thời"* (tr.15-16).

.Nxb Đồng Nai, 2004: *"NHẮC LẠI CUỘC **MỞ MANG BỜ CÕI** VĨ ĐẠI CỦA DÂN VIỆT (...). Vào cuối thế kỷ XVIII, tại Gia Định, Trịnh Hoài Đức, Ngô Nhơn Tịnh, Lê Quang Định ba người cùng lập **thị** xã nâng cao đuốc văn hiến một thời"* (tr.11-13). Bản này *trích không đúng nguyên tác* bằng cách "biên tập" lại: Bỏ tất cả dấu nối, đổi NAM-TIẾN thành MỞ MANG BỜ CÕI, đổi thi-xã thành **thị** xã (dấu nặng).

- Trường hợp nguyên tác in sai chánh tả, vẫn trích y rồi chỉnh sửa và tô đậm chữ viết đúng chánh tả trong dấu [ ]. Chẳng hạn: xử dụng = [**sử** dụng].

- Nếu nguyên tác dùng chữ theo thói quen, theo cách đọc từng vùng miền, phương ngữ, kiêng húy, vẫn giữ nguyên; có thể ở phần chú thích. Thí dụ: **tào** khang (viết đúng là **tao** khang); căn **duyên (căn duyên); Bệnh viện Chợ Rẫy; Phi trường Tân Sơn Nhất** (trước 1975).

- Tôn trọng cách viết của người miền Nam Lục Tỉnh, như cách dùng chữ của Phan Khoang (Quảng Nam): Nguyễn **Phước** Nguyên (thay vì Nguyễn **Phúc** Nguyên), của Vương Hồng Sển (Sóc Trăng): **Nhựt Bổn** (thay vì Nhật Bản), Minh **Mạng** (thay vì Minh Mệnh), Đệ **Nhứt** (thay vì Đệ Nhất) theo *Đại Nam Quấc Âm Tự Vị* (1895) của Huình-Tịnh Paulus Của.

5.- Về quốc danh, nhân danh, địa danh, **không theo** cách viết của Ủy Ban Quốc Gia Soạn Thảo Danh Từ Chuyên Môn (Việt Nam Cộng Hòa), sẽ *xóa bỏ dấu gạch nối* và *viết hoa* tất cả các chữ chỉ quốc danh, địa danh và nhân danh. Chẳng hạn: Việt Nam; Sài Gòn; Nguyễn Du, Nguyễn Đình Chiểu (thay vì Việt-nam, Sài-gòn, Nguyễn-Du, Nguyễn-đình-Chiểu). Ngoại lệ, vẫn *giữ gạch nối* như tên họ ghép: Huình-Tịnh Paulus Của; hoặc phiên âm tiếng nước ngoài, nhưng phải chua tiếng nước ngoài trong dấu ngoặc đơn, như: Ăng-lê (Anglais); ba-nhe (panier).

6.- Khôi phục các tiếng nước ngoài đã được Việt hóa và không chua tiếng nước ngoài: Tây Ban Nha, Mã Lai, ga (nhà ga), xà bông (xà bông Cô Ba)...

7.- Cần phân biệt các chữ "băng", "băng hà" và "thăng hà":

. Băng 崩: vua chết (*Tự Điển Thiều Chửu*)

. Băng hà 冰河: sông băng, một khối băng khổng lồ được hình thành từ tuyết tích tụ qua hàng trăm năm. Nhiều người còn dùng "băng hà" chỉ vua chết. Thật ra chữ "băng" đã có nghĩa là vua chết.

. Thăng hà 升遐: vua băng (*Đại Nam Quấc Âm Tự Vị,* tr.368); lên cao và đi xa, chỉ vua chết *(Từ Điển Nguyễn Quốc Hùng*).

Chương I: DẪN NHẬP

I.1 Về tên gọi Nam Kỳ

"Nam Kỳ" hay "Nam Kỳ Lục Tỉnh" hoặc "Lục Tỉnh" gồm ba tỉnh miền Đông (Biên Hòa – Gia Định – Định Tường) và ba tỉnh miền Tây (Vĩnh Long – An Giang – Hà Tiên) được phân chia dưới thời nhà Nguyễn, dựa vào câu cổ ngữ: "Khoái mã Gia Biên Vĩnh Định An Hà" (phóng ngựa ra roi giữ an bờ cõi). Địa danh "Nam Kỳ Lục Tỉnh" xuất hiện từ năm 1832 thời vua Minh Mạng cho tới khi toàn cõi Nam Kỳ rơi vào tay thực dân Pháp. Đương thời, người Pháp gọi Nam Kỳ Lục Tỉnh bằng cái tên Basse-Cochinchine (tức vùng Cochinchine "hạ"). Chánh quyền Pháp bỏ tên Lục tỉnh nhưng còn giữ lại hai chữ Nam Kỳ, gọi là Cochinchine, phân biệt với Bắc Kỳ (Tonkin) và Trung Kỳ (Annam). Người Anh, Mỹ cũng gọi Nam Kỳ là Cochinchina. Đời Minh Mạng thứ 15 (1834), Nam Kỳ Lục Tỉnh còn được gọi là Gia Định nữa [(1)]. Bằng chứng là *Gia Định Thành Thông Chí* của Trịnh Hoài Đức là bộ sách chép lịch sử, địa lý gồm cả sáu tỉnh Nam Kỳ, chớ không riêng gì Gia Định. Ngày nay địa danh Gia Định để chỉ Lục Tỉnh không còn thông dụng nữa. Nam Kỳ còn được gọi "Nam Bộ" từ năm 1945 nhưng ít phổ biến ở vùng Quốc Gia. Đến năm 1946, Pháp thành lập chánh phủ Cộng hòa tự trị Nam Kỳ, còn gọi "Nam Kỳ Quốc". Nam Kỳ/Nam Bộ còn được gọi là Nam Phần hay Nam Việt từ 1948 tới 1975 thời Quốc Gia Việt Nam và Việt Nam Cộng Hòa. Từ sau Cách mạng Tháng Tám năm 1945 cho đến nay, chánh quyền Việt Nam Dân Chủ Cộng Hòa vẫn tiếp tục sử dụng và thống nhất cách gọi Nam Bộ. Riêng tại Miền Nam, các tác phẩm của Lê Thị Minh: *Hò Miền Nam* (Phạm Văn Tươi – 1958), của Sơn Nam như: *Nói Về Miền Nam* (Lá Bối – 1967), *Lịch Sử Khẩn Hoang Miền Nam* (Đông Phố -1973), của Nguyễn Văn Hầu qua loạt bài *Hò Miền Nam* (*Bách Khoa* các số 135 và 136, năm 1962), của Nguyễn Kiến Thiết: *Tánh Cách Đặc Thù Của Ca Dao Miền Nam* (1972), v.v... đã sử dụng tiếng Miền Nam được ngầm hiểu là Nam Kỳ hay Nam Kỳ Lục Tỉnh theo ý nghĩa đã dẫn giải trên.

I.1.2 Tóm lược lịch sử hình thành Miền Nam/Nam Kỳ

Trước thời Nguyễn, vào thế kỷ VI, miền cực Nam phía Tây sông Hậu thuộc về vương quốc Phù Nam (Funan). Năm 580, Chân Lạp đánh chiếm Phù Nam, thực hiện cuộc di dân. Cần phân biệt Lục Chân Lạp (Le Tchenla des montagnes ou Cambodge) và Thủy Chân Lạp (Le Tchenla des eaux ou Basse Cochinchine). Lục Chân Lạp (chánh quốc) là phần lãnh thổ phía Bắc của vương quốc Chân Lạp cổ đại (550-802). Còn Thủy Chân Lạp là phần lãnh thổ phía Nam của vương quốc Chân Lạp. Đây là khu vực thuộc đồng bằng châu thổ sông Cửu Long và miền Nam Việt Nam ngày nay được sáp nhập theo đà Nam tiến. Tưởng cần nói thêm, theo học giả người Pháp Pierre Dupont, xứ Phù Nam gồm đất Nam Kỳ cũ (Thủy Chân Lạp) cộng với một phần đất Cao Miên (Lục Chân Lạp) và một phần xứ Tiêm La (Bulletin de l'École Française d'Extrême-Orient [BEFEO] năm 1959, tr.635).

Ngược dòng thời gian, lần giở lại trang sử nước nhà, Nam Kỳ được hình thành trong một kỳ gian khá dài theo cuộc Nam tiến của tổ tiên người Việt - đặc biệt dưới thời các **chúa Nguyễn**. Với "chánh sách khôn ngoan" mà có người gọi là "chánh sách quỷ quyệt" [(2)] (machiavélisme) như "hợp Chân", "dĩ Chân chế Chân", "dĩ Chiêm chế Chân", "dĩ Hoa chế Chân" và "tàm thực", chỉ trong vòng **100 năm** (1658-1757), các chúa Nguyễn đã mở rộng bờ cõi về phía Nam với những vùng đất mới từ Biên Hòa tới Hà Tiên.

Trước hết, Chúa Sãi Nguyễn Phước Nguyên (1613-1635) đã áp dụng kế sách "hợp Chân" (kết thân Việt-Chân Lạp) bằng cách gả công nữ Ngọc Vạn cho vua Chân Lạp là Chey Chetta II (1620) [(3)]. Bà được vua Chân Lạp sủng ái, phong làm Hoàng hậu. Món quà sính lễ của vị vua này là cho phép người Việt đến lập *khu dinh điền* tại vùng Mô Xoài (Bà Rịa - Biên Hòa) vào năm 1623. Đây là cuộc "hôn nhân-chánh trị" nhằm kết thân giữa Đại Việt và Chân Lạp.

Sau khi Chey Chetta thăng hà, trong cung xảy ra nội loạn. Vua kế tiếp là Nặc Ông Chân (Chau Pohéa Chan) cưới công chúa Mã Lai và nghe lời vợ theo Hồi giáo. Bề tôi rất bất bình. Họ nổi dậy chống đối, nhưng thất bại nên mới cầu cứu với Hoàng hậu Ngọc Vạn. Bà này nhờ binh chúa Nguyễn can thiệp (4). Theo *Gia Định Thành Thông Chí* của Trịnh Hoài Đức thì năm Mậu Tuất (1658), chúa Hiền Nguyễn Phước Tần (1648-1687) mới sai Trấn thủ Trấn Biên dinh (Phú Yên) tên Yên, Tham mưu trưởng tên Minh và cai cơ Xuân cử một đạo binh 2000 người đi suốt 24 ngày đến Mỗi Xúy (tức Mô Xoài) và đã lập lại trật tự một cách dễ dàng. Như vậy, **năm 1658 vùng Mô Xoài (Bà Rịa-Biên Hòa) đã sáp nhập vào lãnh thổ Việt Nam và cũng là dải đất đầu tiên của miền Nam Việt Nam.**

Một biến cố quan trọng đáng lưu ý: vào năm 1644, bên Trung Hoa quân Mãn Thanh đánh đuổi nhà Minh, xâm chiếm tới các vùng duyên hải Hoa Nam là các tỉnh Quảng Đông và Phước Kiến. Những tướng lãnh trung thành với nhà Minh không chịu khuất phục dưới chế độ mới nên đã di cư xuống vùng Nam Hải bắt đầu từ năm 1679 với mưu đồ "bài Mãn phục Minh".

Đầu tiên, có Tổng binh Long Môn là Dương Ngạn Địch và phó tướng Hoàng Tiến [Vương Hồng Sển gọi Huỳnh Tấn] hiệp cùng tổng binh trấn thủ các địa phương Cao, Lôi, Liêm (5) là Trần Thượng Xuyên và phó tướng Trần An Bình đem 3000 quân và 50 chiến thuyền đến cửa biển Tư Dung (6) xin quy phục chúa Hiền Nguyễn Phước Tần. Trước tình thế khó xử vì đang chiến tranh với quân Trịnh, chúa Hiền bèn *phân tán* họ và hạ lịnh đưa bọn Trần Thượng Xuyên ngược dòng sông Đồng Nai đến Bến Gỗ (7) (Biên Hòa) khai hoang, lập ấp, mở rộng giao thương, lập "Nông Nại đại phố"; còn Dương Ngạn Địch thì xuôi dòng sông Cửu Long vào đóng ở Mỹ Tho (Định Tường) mà mở đất, lập phố chợ, lập "Mỹ Tho đại phố". Bấy giờ vua ở Chân Lạp là Nặc Ông Thu. Còn đứng đầu ở Sài Côn (8) là đệ nhị vương Nặc Ông Non.

Vào năm 1688, phó tướng Hoàng Tiến nổi dậy ở Cù Úc Mỹ Tho giết Dương Ngạn Địch và chống nhau với Nặc Ông Thu. Ông Thu đắp lũy ở La Bích (Lovek), chăng dây sắt ở Cầu Nam (Preiveng) chống nhau với Hoàng Tiến lẫn chúa Nguyễn. Sau Hoàng Tiến bị Mai Vạn Long lập kế hạ vào thời chúa Nghĩa Nguyễn Phước Trăn (1687-1691). Năm 1689 chúa sai Nguyễn Hữu Hào (con Nguyễn Hữu Dật) làm Thống suất (9) vào đánh bại Nặc Ông Thu. Từ đó nội tình Chân Lạp ngày càng rối ren.

Năm 1698 Quốc chúa Nguyễn Phước Châu (1691-1725) bèn *"sai Chưởng cơ Nguyễn Hữu Cảnh kinh lược Cao Man, đem xứ Đồng Nai (người Thanh gọi là Nông Nại) đặt làm huyện Phước Long và dinh Trấn Biên (khi đầu khai quốc những chỗ địa đầu biên giới gọi là Trấn Biên thuộc Gia Định) mộ lưu dân từ Quảng Bình trở vô đến ở, chia đặt thôn ấp, người Thanh lưu ngụ cũng được liệt kê vào hộ tịch"* (10). Thế là **miền Nam có thêm đất Gia Định năm 1698.**

Một nhóm khác trong đám di thần nhà Minh do Mạc Cửu cầm đầu từ năm 1695 đã đến Chân Lạp, Vịnh Tiêm La và vùng Sài Mạt (tức Cheal Meas). Năm 1671, Mạc Cửu đến Phnom Penh (Nam Vang) yết kiến vua Chân Lạp (tức Préa Batom Réchéa). Nhờ tài ngoại giao khéo léo bằng cách đút lót với vợ yêu và bầy tôi của vua, Mạc Cửu đã vận động xin phép vua Chân Lạp đến Mang Khảm (Mang Khan) chiêu mộ khách thương đến buôn bán để giúp nước này. Vua Chân Lạp đã phong cho Mạc Cửu làm Ốc nha (11) cai quản vùng Mang Khảm tức huyện lỵ Hà Tiên ngày nay. Mạc Cửu đã lập bảy xã từ biên giới Xiêm đến mũi Cà Mau. Vào năm 1714, Mạc Cửu vì có hiềm khích với Tiêm La mới đem đất Hà Tiên (12) quy phục Nam triều. Đó là kế sách "dĩ Hoa hợp Chân" (dùng người Trung Hoa để kết hợp Chân Lạp) của các chúa Nguyễn. Nhứt là sau nầy thời Mạc Thiên Tích, kế sách ấy càng được áp dụng một cách hiệu quả hơn.

Lúc bấy giờ ở Chân Lạp, chánh sách "phi chánh trị" của Nặc Ông Thu đã làm cho nội tình Chân Lạp xào xáo. Từ 1697, Ông Thu đã hòa giải với Ông Yêm (con của đệ nhị vương Nặc Ông Non) bằng cách nhường ngôi cho ông này rồi lại truất phế Ông Yêm, lên làm vua. Sau đó Ông Thu lại nhường ngôi cho con mình là Ông Thâm. Rồi Ông Thu lại lên ngôi trở lại đến lần thứ tư. Vì lẽ đó các hoàng thân Ông Yêm nổi loạn. Từ 1705, cuộc chiến tranh giành ngôi vua liên miên không dứt. Chánh sách cầu viện "cõng rắn cắn gà nhà" của các vua Chân Lạp đã đưa nước này đến tình trạng tan rã, suy sụp: Ông Thâm cầu viện Tiêm La; Ông Yêm chạy xuống Gia Định nhờ sự giúp sức của chúa Nguyễn. Kết quả Ông Thâm thua chạy về Tiêm La. Sau Ông Yêm (từ trước vẫn về phe Việt Nam) đã thương thuyết với Tiêm và xưng thần nếu Tiêm La không che chở cho Ông Thâm. Từ đó Tiêm

La trực tiếp xen vào nội bộ Chân Lạp. Ít lâu sau, Ông Yêm nhường ngôi cho con là Nặc Ông Tha [13].

Năm 1731 người Lào là Sá Tốt dấy lên ở Cầu Nam (Preiveng) hiệp cùng người Chân Lạp ở rừng hoang kéo xuống Gia Định cướp giết dân kinh (một hình thức "cáp duồng"). Sau nhờ Tổng binh Trần Đại Định (con Trần Thượng Xuyên) hiệp cùng Thống suất Phước Vĩnh và cai đội Nguyễn Phước Triêm đánh lui liên quân Miên-Lào. Về sau giặc Lào lại nổi dậy nữa. Nặc Tha khi chạy trốn ở Tân Bô về hứa sẽ dẹp yên giặc Lào, và "*dùng mưu chước phỉnh dụ người Lào mà giết sạch rồi tự trói mình đến quân môn thỉnh tội*" [14]. Chúa Nguyễn Phước Trú (1725-1738) tức giận liên quân Miên-Lào đã vô cớ gây hấn, cướp phá Gia Định nên đã **sai binh đoạt Mỹ Tho (Định Tường) và Long Hồ (Vĩnh Long) năm 1731.**

Đến năm 1735, Tổng trấn Hà Tiên là Mạc Cửu mất, con là Mạc Thiên Tích lên thay. Thiên Tích nối nghiệp cha lo củng cố vùng Rạch Giá - Cà Mau và lập ra Trấn Di (1737), rồi Trấn Giang (Cần Thơ). Năm 1739, Thiên Tích đem dâng cho Võ vương Nguyễn Phước Khoát (1738-1765) bốn huyện: "*Long Xuyên (miền Cà Mau), Kiên Giang (Rạch Giá), Trấn Giang (miền Cần Thơ) và Trấn Di (miền bắc Bạc Liêu*)" [15]. Kế sách "dĩ Hoa hợp Chân" đã áp dụng đúng mức.

Ở Chân Lạp, vào năm 1748 Nặc Ông Thâm sau khi chạy trốn sang Tiêm La đã kéo quân về đánh đuổi Nặc Ông Tha. Sau khi Ông Thâm mất, các con tranh giành ngôi báu và có người sang cầu cứu với chúa Nguyễn. Võ vương sai quan điều khiển Nguyễn Hữu Doãn đem binh vào dẹp và lập Ông Tha trở lại.

Năm 1750 con của Ông Thâm là Nặc Ông Nguyên viện binh Tiêm về đánh Ông Tha rồi lên làm vua. Nặc Nguyên lại thông sứ với chúa Trịnh Doanh (1740-1767) lập mưu đánh chúa Nguyễn và lại "*đem binh lấn hiếp người Côn Man là tàn tích dân Chiêm sang trú ngụ từ năm 1693*" [16]. Đây là lúc thuận tiện để chúa Nguyễn áp dụng kế sách "dĩ Chiêm chế Chân" (dùng người Chiêm Thành để chế phục người Chân Lạp). Một mặt chúa sai Nguyễn Cư Trinh cùng Thống suất Thiện Chính đem binh Ngũ Dinh [17] đi đánh Nặc Nguyên; một mặt kết hợp với người Côn Man (Chiêm Thành) vào đánh phá Chân Lạp (1754). Nặc Nguyên yếu thế bỏ chạy sang Hà Tiên nhìn nhận lỗi mình với Mạc Thiên Tích và yêu cầu Thiên Tích tâu hộ với chúa được cắt đất xin hàng. Chúa y theo và **ta có thêm hai phủ mới là Tầm Bôn (Tân An) và Lôi Lạp (Gò Công) từ đó (1756)**.

Đó cũng là kế sách "tàm thực" (tầm ăn lá dâu) và "dĩ Chiêm chế Chân" mà Nguyễn Cư Trinh đã tâu với chúa cho rợ Côn Man (Chiêm Thành) đóng ở hai phủ mới mà chế phục Chân Lạp: *"Thần thấy rợ Côn Man đánh đường bộ rất tài, quân Chân Lạp cũng đã chột dạ. Nếu cho rợ Côn Man ở đấy, sai nó ngăn chống, lấy rợ đánh rợ cũng là kế hay"* [18].

Năm 1757, Nặc Nguyên thăng hà, chú họ là Nặc Nhuận lên thay và dâng đất Trà Vang (Trà Vinh - Bến Tre) cho ta để xin cầu phong. Từ đó ta có thêm hai vùng đất mới nữa, tức **Trà Vang** và **Ba Thắc**. Chỉ còn đất Tầm Phong Long nữa là cuộc Nam tiến được hoàn thành.

Nặc Nhuận bị người con rể là Nặc Hinh nổi loạn bắt giết và cướp ngôi vua. Lúc bấy giờ con của Nặc Nguyên là Nặc Tôn [19], cháu Nặc Nhuận chạy sang cầu cứu với chúa Nguyễn. Thống suất Trương Phước Du đánh tan quân Nặc Hinh. Mạc Thiên Tích đưa Nặc Tôn về nước lập lên làm vua. Nặc Tôn đã dâng đất Tầm Phong Long cho ta năm 1757: *"Mạc Thiên Tích tâu xin sách lập Nặc Tôn làm vua Cao Man. Nặc Tôn bèn dâng đất Tầm Phong Long. Sau khi ấy lại dời dinh Long Hồ qua xứ Tầm Bào (nay là địa phận thôn Long Hồ). Lại ở đất Sa Đéc đặt đạo Đông Khẩu, Tiền Giang đặt đạo Tân Châu, Hậu Giang đặt đạo Châu Đốc, đều thuộc dinh Long Hồ"* [20].

Tóm, chỉ **trong vòng 100 năm (1658-1757) các chúa Nguyễn đã hoàn thành cuộc Nam tiến, sáp nhập vào bản đồ Đại Việt một vùng đất mới mầu mỡ tốt tươi từ Biên Hòa cho tới Hà Tiên. Đó chính là miền Nam Việt Nam – tức Nam Kỳ Lục Tỉnh.**

Nguyễn Kiến Thiết

(còn tiếp)

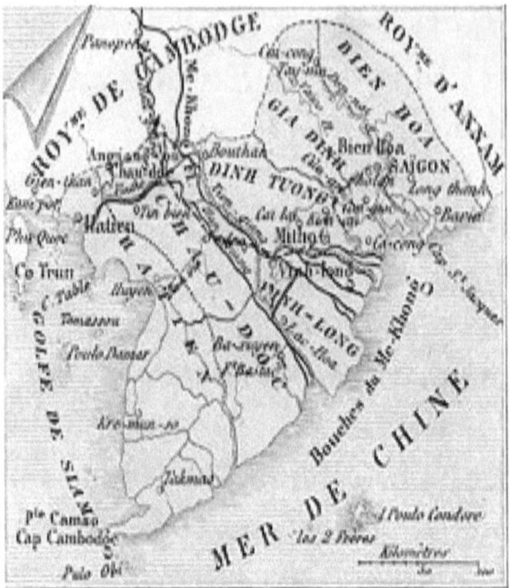

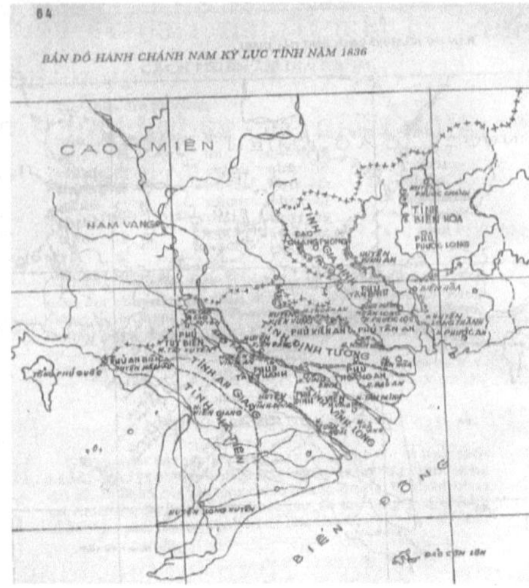

.*Hình 1: Bản đồ Nam Kỳ Lục Tỉnh giai đoạn ổn định (1841-1862), do người Pháp vẽ năm 1883* (Nguồn: Wikipedia).
.*Hình 2: Bản đồ hành chánh Nam Kỳ Lục Tỉnh năm 1836 (Nguyễn Đình Đầu: Tổng Kết Nghiên Cứu Địa Bạ Nam Kỳ Lục Tỉnh. Nxb TPHCM 1994 tr.64).*

Chú thích:

(1) Theo *Đại Nam Nhất Thống Chí (ĐNNTC),* Lục Tỉnh Nam Việt, tập Thượng. Bản dịch của Tu Trai Nguyễn Tạo. Bộ Quốc Gia Giáo Dục Sài Gòn xb.1969 tr.49.

(2) Phù Lang Trương Bá Phát. *Tập San Sử Địa* số 19 và 20 tháng 7-12, 1970, tr.99.

(3) Theo *Văn Hóa Nguyệt San* số 43 tháng 8, 1959 tr.877.

(4) Theo Madeleine Giteau: *Histoire du Cambodge*, éditions Didier 1957, p.138.

(5) Cao Châu: ở Đông Bắc bán đảo Quảng Châu Loan. Lôi Châu ở giữa và Liêm Châu ở Tây Bắc bán đảo Quảng Châu Loan.

(6) Tư Dung có tên khác là Tư Hiền ở Thừa Thiên. Đào Duy Từ có sáng tác quyển *Tư Dung Vãn* để nói về cảnh vật nơi đó.

(7) Bến Gỗ còn gọi là chợ Bàn Lăn hoặc Băng Lăng (theo *Văn Hóa Nguyệt San* số 61 tr.52).

(8) Sài Côn gọi là Prei Nokor, bây giờ là Sài Gòn.
(9) Thay Mai Vạn Long vừa bị cách chức.
(10) *Đại Nam Nhất Thống Chí (ĐNNTC).* Lục Tỉnh Nam Việt, tập Thượng, 1969 tr.2.
(11) Ốc nha: tiếng Miên là Oknha, tức Tỉnh trưởng.
(12) Hà Tiên có tên khác là Thục quốc, cũng gọi là Mang Khảm Hà Tiên (theo *ĐNNTC*, Lục Tỉnh Nam Việt, tập Hạ, 1969 tr.81.
(13) Nữ học giả Madeleine Giteau gọi Nặc Ông Tha là Préa Sotha.
(14) *Văn Hóa Nguyệt San* số 63 tr.81.
(15) *ĐNNTC*, Lục Tỉnh Nam Việt, tập Hạ, 1969 tr.65.
(16) Nguyễn Cư Trinh: *Sãi Vãi*. Lê Ngọc Trụ và Phạm Văn Luật sao lục và chú thích. SG. Tân Việt xb.1951 tr.45.
(17) Ngũ Dinh là: Bình Khang (Khánh Hòa); Bình Thuận; Trấn Biên (Biên Hòa-Bà Rịa); Phiên Trấn (Gia Định) và Long Hồ (Mỹ Tho-Vĩnh Long).
(18) Nguyễn Cư Trinh: *Sãi Vãi*, sđd.tr.45.
(19) Cháu nội Ang Tông (Préa Outey II).
(20) *ĐNNTC*, Lục Tỉnh Nam Việt, tập Hạ, 1969 tr.1 và 2.

TN

THÁI THỊ LÝ

ĐÀ NẴNG MỘT CHIỀU...

Trong khi chờ Bão đến, bão số 5; ngoài trời màn mây xám che phủ nhưng lại không mưa và lặng gió! Một sự yên lặng "đáng sợ"! Bão có nổi lên không? Tối biết. Vì dự báo đêm nay mới tới. Vậy thì... chờ thôi, ngồi trong nhà mà ngóng. Chỉ mỗi cái đầu đi rong... Tôi đang thả lòng ra tận Đà Nẵng vào một buổi chiều, buổi chiều cuối cùng, sáng mai đã trở về SG và cũng chỉ còn địa chỉ cuối cùng phải đến, cái nơi con trai tôi ấp ủ từ lúc chưa đi, theo lời chỉ điểm của bè bạn:

"Ra Đà Nẵng, nếu không ghé đến quán này xem như phí cả chuyến đi: Quán thịt rừng, giữa trung tâm phố, không thiếu loại thịt gì kể cả dưới biển, nhất là... nó kể một lô một lốc món nhưng chốt lại 4 món... Còn thêm: mẹ à, phải ăn được mới về! Tôi thụ động hưởng ứng:

- Ừ, thì tuỳ tụi con, ba mẹ dễ lắm! Với lại, có biết thứ gì có thứ gì không, ngon dở ra sao đâu? Tới đi con!

Để tới được quán đâu có dễ! Ông nhỏ con khư khư điện thoại trên ray, í ới gọi bạn, nó nghe tai phải, nghe đến đâu, nghiêng miệng về tài xế dẫn đường đến đó; khổ nỗi nó nói giọng miền Tây, tài xế nghe còn được, nhưng khi tài xế hỏi, lại rặt giọng Quảng Nam- Đà

Nẵng, vậy là tôi thành thông dịch bất đắc dĩ. Cũng đến lúc xe dừng! Ông già xuống trước, vẻ tần ngần chờ tôi bước xuống, tôi lại ngớ người, chờ hai tụi nó. Hai đứa tới, ngẩn ngơ, bốn người nhìn nhau... đều chung một nỗi lo: phải quán ăn không đây? Con trai lại bấm đt hỏi bạn lần nữa, nghiêng đầu nhìn mặt phố, "tả" cho bạn nghe. Xác định "đúng" rồi! Nhưng ba người còn lại vẫn đứng nhìn nhau không nhúc nhích! Nghĩ sao, ông nhỏ con, vốn là "linh hồn" của chuyến đi miệng dặn, chân bước:

- Em với ba mẹ vô trước đi- anh đi rút tiền, sợ ở đây không "cà thẻ" được.

Nghe "cà thẻ" là tôi phát mệt, chắc gì tìm ra cái trụ ATM? Linh hồn đã qua bên kia đường, còn đây ba người ngơ ngác như đang ở bên Sông Hằng... Thôi, đã vậy thì vào quán chờ nó chứ biết sao? Chỉ có điều, trời ơi, có phải là "quán" hay không, khi mà: quán vắng lắm, không khách mà chủ cũng không luôn, bàn ghế càng không có, nó giống như một ngôi nhà cổ, im ắng một cách bất thường! Vô hay không vô? Hỏng lẽ ba người, dàn hàng ngang trước nhà người ta lom lom nhìn vào? Khó xử quá! Lạ nước, lạ cái, lạ phong thổ, lạ địa bàn... ôi thôi, cũng phải vào để xác định "đúng chỗ" hay không rồi tính chứ. Nhưng, ai vô trước? Đau đầu là chỗ này! Ông già tụi nó đứng xa bên ngoài, lại cong lưng, vói mỗi cái đầu nhìn vô, con gái chân trên hè đường mà mắt thì soi tận bên kia, ý chờ chồng; tôi đứng gần sát cửa nhưng ngại vì ngay bậc cửa phía trong là hai con chó nằm chầu hai bên. Hỏi vọng vào, không tiếng người hồi đáp, hỏi thêm, vẫn lặng như tờ, tôi cố lấy hết can đảm bước hẳn vào trong nhà, hỏi vọng vào:

- Có ai không? Có khách đến nè...

Im lặng, nhưng hai con chó chầm chậm đứng lên, lững thững đi ra, chắc nó cũng "già cỡ mình" rồi. Sợ, nhưng lỡ rồi, đành đứng yên kêu tiếp, chớ ngu gì chạy, nó rượt sao? Tôi kêu tiếp, gần như lạc giọng, vì đàng nào cũng không còn lối thoát, tay nhè nhẹ thả dài dây của cái bóp, có gì còn... tự vệ! Bây giờ, hai con chó bắt đầu sủa, tiếng người gọi hoà cùng tiếng chó sủa, thật quá bi hài, nhưng quan trọng là: liệu chủ quán có nghe tiếng người không? Trời gần sập tối, vào quán nhậu nổi tiếng mà vắng như Chùa Bà Đanh, tiếp khách là hai con chó, hai bên đang lườm lườm nhìn nhau đầy cảnh giác; thật tình tôi không thể hình dung nỗi! Cuối cùng, có người đi ra, hú hồn; tôi hỏi nhanh, khi ấy hai bên tôi đã có thêm hai cha con.

- Em ơi! Phải đây là quán thịt rừng không?

- Doạ phởi! (Dạ phải).

Tôi đưa mắt nhìn quanh, hơi nghi ngại. Vắng tanh! Giờ đã hơn 6 g chiều. Lúc này, con gái đã trở nên hoạt bác hẳn. Lên tiếng:

- Cho em đặt bàn bốn người.

- Doạ!

Vừa "dạ" cô ấy vừa quay lưng, chủ trước, khách sau, đi ra phía sau nhà... sâu thăm thẳm, nhà xưa mà, bước qua 3 cái ngạch cửa, qua thêm 2 khúc ngoặc, ba người chúng tôi mới tới một khoảng không gian rộng mà thành hẹp bởi đầy các cây xanh, thật có, bon sai có, với lủ khủ bàn ghế theo kiểu "gốc cây cổ thụ cưa ngang" làm bàn, thân cây nhỏ hơn làm ghế đơn hoặc băng ghế! Tóm lại, rất giá trị vì vân gỗ rất đẹp; duy chỉ... trời ơi, bụi dày "tám lớp" có dư! Vợ chồng con gái tự mà quét bàn, lau bụi. Vừa lau dọn, vừa nhìn nhau lo lắng, chung một câu hỏi: trời ơi, liệu món ăn ra sao đây? Quán xá bừa bộn vậy rồi thức ăn liệu có tươi mới không? Liệu bạn của tụi nó có nhầm lẫn gì không? Hay mình đi... nhầm địa chỉ, chớ đâu có gì gọi là quán, mà lại còn "ngon nức tiếng- không thể bỏ qua..."; còn ông nhỏ chủ xị nữa... trời ơi, có tìm được trụ để rút tiền không đây mà chưa thấy xuất hiện? Ba người ngồi xuống ghế, nhìn nhau, tự hỏi, tự trả lời, cười ra nước mắt! Tôi tự nhủ: cho chừa cái tật mê ăn, thích món lạ. Giờ chỉ hóng "ông nhỏ" kia về; thời gian trôi chậm chạp, quán chắc cũng chỉ có một người phục vụ, nên thời gian trôi qua khá lâu, cô nhỏ đó mới ra, yêu cầu gọi món! Hai ông bà già nhìn con gái. Hình như nó chờ chồng nó, người mang tâm hồn ăn uống, tâm điểm chiều nay còn bôn ba tìm trụ ATM! Lại nữa... đói lắm rồi! Thôi, gọi vài món ăn và chờ... Và, đúng là quán thịt rừng, gọi là có, chỉ là đợi hơi lâu; ba món, toàn là "mồi nhậu" nhưng ngon lắm, thịt tươi mới, mềm mại, hương vị thơm ngon rất vừa miệng, nhưng ông già nó đói, đói lắm luôn, đói mà hỏi: bánh mì không có, bánh tráng cũng không, ổng nhìn dĩa xì dầu... hỏi bún; một giây trôi qua, cô nhỏ gật đầu, xoay cổ vào bếp nói vọng vào:

- Mi đoạp xe mua ký bún! (Mày đạp xe mua ký bún!)

Liền có dáng một cậu bé từ bếp vụt ra. Khi ấy, con trai tôi về, mồ hôi ướt trán! Hỏi ngay:

- Ngon không ba mẹ, em?

Người trả lời nhanh nhất là tôi:

- Ngon con, hợp khẩu vị nhà mình lắm!

Thằng nhỏ thở phào nhẹ nhỏm, bắt đầu thử, sau khi nói:

- Trời, không ngon sao được mẹ! Thổ công Đà Nẵng chỉ mà...

Nó gọi thêm món chủ lực mà nó tơ tưởng "Cá chình um nghệ và chuối già"! Tôi hơi "ớn lạnh", khi chợt nhớ ngày xưa còn đi chợ, gặp con cá chình dài ngoẵng, khoanh trong cái rổ đã xô dạt người bên cạnh mà chạy thục mạng! Tôi nín thở, giương mắt nhìn nó mà không nói gì? Sao đây, con thèm, ngược xuôi từ SG ra tận đây chỉ để "ăn", mà không lẽ tôi bỏ chạy? Một sự suy tư, tính toán đầy cân não. Cậu chàng này cũng khá nhạy cảm, nó chợt hiểu, an ủi mẹ:

- Trời ơi, không sao đâu mẹ, không nói mẹ sẽ chẳng biết gì đâu! Ngon lắm, ăn một lần là ghiền luôn mẹ! Lát mẹ thử một miếng thôi, không gạt mẹ đâu.

Tôi ngồi mà chân cứ ngo ngoe chờ chạy. Nhưng nhìn cái mặt nó thấy cũng thương, nhưng, không "thương" thì cũng chịu thua nó thôi! Nó quyết tâm lắm, lo dọn lại các món trên bàn, để chỗ cho "chình um nghệ và chuối già" lên mâm; ông già nãy giờ hình như không nghe mẹ con nói gì, chỉ cặm cụi ăn "bún-chang xì dầu" vẻ rất ngon! Thằng con với tay dời dĩa bún đi, miệng nói:

- Thôi ba, ba ăn chi bún vậy, "noa" rồi làm sao ăn món kia! Trời ơi, xì dầu sao bằng "con chình um...". (Giọng miền Tây: no).

Ông cha không hề dừng đũa:

- Kệ con, có ăn là được, ba đói rồi!

Lúc này, tôi chỉ ngồi cười dài, nó chưa biết tính cha nó. Xấu chứng đói, đã đói rồi thì... chỉ cần ăn no là được, ngon dở không quan trọng. Dễ thương vậy đó! Ai cản nữa là...nổi sân si ngay! Thằng con thì bồn chồn lắm, chằm chằm nhìn mẹ, tôi nói nhỏ, vì tôi đã nháy mắt, xua tay ra hiệu "đừng nói" nữa! Nó vẫn than:

- Trời đất, con kêu dĩa lớn là để ba ăn cho ngon, cho đáng công ra ĐN, giờ ba ăn bún xì dầu no cành rồi thì sao đây?

Ba mẹ con chỉ còn "nhìn nhau" trong tâm trạng "bó tay"! Cá Chình được đem lên, ôi, từ xa mà mùi thơm đã lừng bên mũi, mùi ớt-nghệ thơm nồng và chắc chắn "cay lắm"; tôi lo thầm họ mà chơi "nguyên con hoặc nguyên khúc" thì chắc là tôi...chạy ngay! Nhưng may quá; và đúng như thằng con nói: không nói thì sẽ không biết! Cá được cắt như quân cờ, cá vuông, chuối già tròn gần như nhau, nước sốt vàng ươm, hơi đỏ, rau mùi xanh, tiêu đen rắc đều trên mặt... hấp dẫn lắm! Tôi nói:

- Nhìn hấp dẫn ghê con! Thôi, ăn ngay đi cho thoả lòng ao ước...

Ông nhỏ ba hoa, nói như rên:

- Trời ơi, khỏi chê mẹ ơi! Món này không đâu nấu bằng ở đây đâu!

Vừa nói, nó vừa gắp ngay miếng cá và miếng chuối bỏ thẳng vào chén "của mẹ", vồn vã:

- Thử đi mẹ..., ba thử đi...

Và chừng như không thể đợi thêm, nó bỏ cho vợ rồi bắt đầu "đắm đuối"! Ông già đang dở dang miếng "bún- xì dầu" nên xong mới ăn tới, nó hỏi ngay:

- Ba thấy sao?

- Ừ, bình thường, ba "no" rồi!

Ha..ha... tôi thiếu điều muốn sặc vì cười! Các con chưa quen với từ "bình thường" của ông già nó, bình thường nhưng chẳng bình thường tí nào, nó có tác dụng "tụt cảm xúc" còn nhanh hơn "tụt huyết áp"! Sau một hồi nhiệt tình "thưởng thức" trong tâm trạng "hả hê", nhìn lại dĩa "cá chình" thằng con hoang mang: nó ăn nãy giờ mà hầu như chưa vơi được lấy một nửa, nó hầu như độc diễn, mẹ thì nể nang con chỉ mỗi một miếng trong chén còn chưa xong, vợ cũng chỉ thêm miếng nữa, ông già thì cũng một miếng thôi, no rồi, sao ăn thêm được? Vậy là nhìn cái mặt của nó tôi buồn cười quá, để an ủi, vừa nói tôi vừa gắp vào chén thêm miếng nữa:

- Thôi, con cứ ăn cho đã đi, dư cũng không sao, đừng ráng nghe! Mẹ cũng tiếc lắm, nhưng sức mẹ chỉ vậy thôi. Miếng này là ủng hộ con nè.

Rời quán ăn, ai cũng lặc lè. Nhỏ vợ gợi ý:

- Mình đi bộ chơi đi, đi chậm cho xuống bụng!

Tôi tán thành, nhưng... chồng nó nói nhỏ vào tai tôi:

- Đừng tin mẹ ơi! Dẫn mình đi tìm hàng Chè Cung Đình" đó; hăm he dữ lắm!

Tôi cãi:

- Chắc không đâu con! Ăn gì nữa mà ăn, ai cũng lết hết rồi!

- Xời, con nói mà mẹ không "tinh"! (Tin: cũng là giọng miền Tây.)

Ha..ha... quả y! Đi một hồi, nhỏ vợ dừng chân trước một hàng chè, đúng là "Chè Cung Đình"; la liệt chè là chè, dễ cũng gần 30 món! Màu sắc rất đẹp, dưới ánh đèn sáng choang thú thật tôi hoa cả mắt! Tất cả, trừ nó đều đồng thanh:

- Ăn gì nỗi nữa! Thôi con, đừng vô, lần sau đi!

- Mẹ làm như dễ đi lắm vậy! Sài Gòn- Phan Rang- Đã Nẵng nghe, mẹ làm như Phan Rang ra chợ vậy...

Đố ai mà không chìu nó và anh chồng càng không thể! Hai đứa nó ôm nhau đi vào, vợ chồng tôi không ôm nhưng cũng rảo bước theo sau. Bát ngát chè là chè! Nó vồn vã mời mọc xem ra còn nhiệt tình hơn chủ quán:

- Ba ăn chè nào? Anh ăn chè nào? Mẹ theo con đi lựa nghe!

Hai cha con vừa lắc đầu, vừa ngồi xuống ghế! Tôi bị nó cặp kè đến bên dãy chè, mà không phải một dãy, 3 dãy, bảy ngăn... chè, hoa cả mắt! Không ai chọn thì nó chọn! Ha..ha... bốn người, kêu 7 chén! Phần tôi chỉ hạt sen, đậu ngự là món ruột. Còn lại, nó nhìn đẹp là mua, chuyên gia "ăn bằng mắt" mà, xác định: ai cũng phải ăn mỗi món một muỗng cho biết!

Vừa ăn, vừa nhìn con nhỏ, trong tôi cảm giác "say say" chợt ùa đến! Ôi, chiều cuối cùng ở Đà Nẵng đã để lại trong tôi biết bao cảm xúc!

Thái Thị Lý

VÕ THỊ NHƯ MAI

Một Ánh Lung Linh Đang Tự Làm Mới Mình

Nếu lục bát là một phần của tâm hồn Việt, thì *Tuyển thơ lung linh lục bát* của Nguyễn Nguyên Phượng đặt ra một câu hỏi thầm lặng nhưng không thể né tránh: Tâm hồn ấy hôm nay đang ngân lên bằng giọng nào?

Không còn là tiếng ru thuần nhất của đồng quê, không còn chỉ là những nhịp thương nhớ êm đềm, lục bát đã đi qua một hành trình dài để đến với hiện tại. Con người vừa gần gũi hơn lại vừa xa cách hơn chính mình. Trong sự chuyển động ấy, lục bát không thể đứng yên. Và thơ của Nguyễn Nguyên Phượng, ở một nghĩa nào đó, chính là nỗ lực giữ cho thể thơ này tiếp tục lung linh trong một đời sống đã đổi khác.

Điều đáng nói là: lục bát trước hết sống bằng câu thơ. Mỗi câu lục, câu bát vừa là một đơn vị âm thanh vừa là một khoảnh khắc thở của ngôn ngữ. Câu thơ có thể chưa trọn nghĩa, nhưng phải trọn nhịp; có thể chưa khép lại, nhưng phải mở ra. Chính ở điểm dừng của mỗi câu có âm vang lắng xuống, thơ bắt đầu hiện diện.

Trong lục bát, hai câu không tách rời mà nương tựa vào nhau. Câu lục da diết, câu bát ngân dài. Một bên khơi gợi, một bên mở rộng. Sự phụ thuộc ấy tạo nên chiều sâu cho lời thơ. Người viết lục bát, vì thế mà viết từng câu và khoảng cách giữa các câu, viết cái chưa nói hết, cái còn dư vang.

Đọc Nguyễn Nguyên Phượng, có thể nhận ra một ý thức khá rõ ràng về điều này. Thơ không vội khép lại. Nhiều câu dường như dư, dư chữ, dư nhịp, dư cả ý nhưng chính cái dư ấy lại mở ra một không gian cho người đọc bước vào. Đó là một lựa chọn: để thơ không đóng kín, để cảm xúc có chỗ lan ra ngoài câu chữ.

"Chưa xa nghe đã mịt mờ
Em như giọt mộng cuối bờ đại dương

Lay phay mưa nắng vô thường
Biết đâu cỏ lá một phương diệu tình

Chốn về thơm ánh hương quỳnh
Cầu vồng khát nhớ biến hình sau mưa!"
(Thơ tình viết dưới mưa)

Ở những câu thơ như thế, ta nhận ra một khuynh hướng đáng chú ý: cảm xúc lan ra trong một trường liên tưởng. *"Giọt mộng, cuối bờ đại dương, cầu vồng, hương quỳnh"*, những hình ảnh vượt qua tả thực, những điểm sáng trong một không gian cảm giác. Lục bát ở đây gợi và làm mờ đi để mở rộng. Đặc biệt, cách kết hợp giữa những yếu tố mong manh, *"giọt mộng"*, *"lay phay"* với những không gian rộng lớn như *"đại dương"*, *"cầu vồng"* tạo nên một độ căng thẩm mỹ thú vị. Câu thơ vì thế vừa nhẹ, vừa sâu; vừa như thoảng qua, vừa để lại dư vang. Đó chính là một biểu hiện của lục bát khi được đẩy ra khỏi quỹ đạo quen thuộc của nó với nhịp điệu và một trường cảm xúc nhiều tầng.

Đây cũng là đặc điểm đáng chú ý trong lục bát của Nguyễn Nguyên Phượng: sự dịch chuyển của giọng điệu. Nếu lục bát truyền thống thường nghiêng về một giọng kể đều đặn, êm ái, thì ở đây, giọng thơ không ngừng thay đổi: khi thủ thỉ, khi bâng quơ, khi chợt sắc lại như một nhận thức bất ngờ. Chính sự chuyển giọng ấy làm cho bài thơ mở ra nhiều lớp rung động khác nhau. Lục bát vì thế vừa là lời ru vừa trở thành một cách nghĩ và một cách tự vấn.

"Loang chiều bước đẫm tâm tư
Mùa rơi phía nắng tạ từ thu xa
Áo xanh từ độ khép tà
Trái tim ứa lệ. Ta bà biết tên

Trăng tình một thuở soi nghiêng
Rỗng rang nỗi nhớ... bạc miền sương bay
Nổi nênh sợi bạc hao gầy

Hóa ra hạt bụi cũng đầy chiêm bao

Tiêu đời vào cõi bể dâu
Dòng trôi nhân thế một màu mang mang
Nghe xưa vọng tím địa đàng
Không hoàng hôn sóng. Ngổn ngang kinh chiều..."
(Kinh chiều)

Một dòng cảm xúc nghiêng về suy tư, một không gian suy tưởng về thời gian và thân phận. Các hình ảnh như *"mùa rơi, áo xanh, trăng tình, bể dâu hay hạt bụi"* nối tiếp nhau vừa cổ điển vừa mơ hồ tạo nên cảm giác trôi dạt, bảng lảng. Nhịp thơ chậm, nhiều chỗ như khựng lại giữa chừng, khiến cảm xúc lắng xuống thành những lớp âm thanh. Điều đáng chú ý là sự pha trộn giữa chất trữ tình và ý vị triết lý, khiến mỗi câu thơ gợi nghĩ và mở ra một cảm thức về đời sống vừa mong manh vừa vô tận.

Bên cạnh đó, có thể thấy một nỗ lực đưa vào lục bát những chi tiết của đời sống hôm nay. Thơ bắt đầu hướng đến những không gian khác: đô thị, những va chạm thường nhật, những cảm giác rời rạc mà con người hiện đại thường trải qua. Khi những chất liệu ấy đi vào lục bát, chúng tạo ra một độ "lệch" cần thiết, một sự không hoàn toàn ăn khớp với nhịp điệu truyền thống và chính sự lệch ấy làm nên cái mới.

"Lời thương mắt đếm thật thà
Trái tim không tuổi đuối tà áo bay
Em về cúc nở vàng vai
Chết từ vô lượng áo ai thôi vàng
Sổ lồng chim sáo không sang
Đáu đau rét ngọt thả tràn vào đông!"
(Thơ tình tháng Chạp)

Vẻ đẹp mong manh và ám ảnh. Cảm xúc được đẩy đến độ tinh vi của sự tan chảy. *"Mắt đếm lời thương, tà áo bay, cúc nở vàng vai"*, một thế giới vừa gần gũi vừa siêu thực, tình cảm được đo bằng độ sâu của rung động. Nhịp thơ chậm và mềm nhưng ẩn chứa những điểm gãy tinh tế, khiến nỗi buồn thấm dần như cái rét ngọt cuối mùa. Cảm thức về mất mát hiện lên như một sự phai đi của sắc vàng, của hơi ấm, để lại một khoảng trống đầy trăn trở trong lòng người đọc.

Tuy nhiên, điều làm nên sức bền của những câu thơ là ở khả năng giữ được một nhịp điệu nội tại, một thứ nhạc nghe bằng tai và cảm bằng trí nhớ. Những câu thơ đọc xong tưởng như rất giản dị, nhưng lại ở lại rất lâu, bởi chúng gây thương tạo nhớ. Lục bát khi đạt đến độ chín cứ ngân vang.

"Ba mươi năm. Cuộc tình mơ
Hai ta chung một chuyến đò nhân gian
Trái tim thuở đập mơ màng
Hẹn nhau cuối đất. Đa mang với đời!

Chan chiều mặn đắng hạt vui
Chênh chao sông thẳm nối lời gừng cay
Qua đông đếm sợi hao
ua thu bờ tưởng vẫn đầy chiêm bao

Thơ tôi thả tận phương nào
Miền em neo đậu phía sau đá mòn
Ba mươi năm. Cuộc tình son
Xôn xao trái mộng, vuông tròn cõi xuân..."
(Đò tình ba mươi năm)

Dòng hồi tưởng thấm đẫm thời gian. Tình yêu được nhìn lại trong chiều dài ba mươi năm với tất cả những ngọt đắng đã lắng lại. Chuyến đò nhân gian mở ra một cảm thức định mệnh, còn những chi tiết như *"sông thẳm, gừng cay, đá mòn"* lại làm dày thêm trải nghiệm đời sống. Nhịp điệu lục bát ở đây vừa đều đặn vừa chênh chao, như chính hành trình của tình cảm qua năm tháng. Điều đáng chú ý là sự hòa quyện giữa cái riêng và cái chung, giữa một cuộc tình cụ thể và một cảm thức rộng hơn về kiếp người, khiến bài thơ thể hiện sự kiên trì cũng như những biến đổi của yêu thương.

Lục bát vốn là thể thơ cho phép nói lại, nói dài, nói chậm. Nhưng nói dài không có nghĩa là lặp lại vô ích. Sự lặp, nếu có, phải tạo nên nhịp điệu, phải làm dày thêm cảm xúc. Ở những câu thơ hay, ta thấy chữ như được đặt đúng vào chỗ của nó, không thể thay, không thể bớt. Và đôi khi, chính một chữ rất nhỏ lại giữ toàn bộ linh hồn câu thơ.

Một trong những thử thách lớn nhất của lục bát hôm nay là làm mới mà không đánh mất mình. Làm mới không chỉ là đảo câu, ngắt dòng, hay thay đổi hình thức bên ngoài. Những cách ấy có thể tạo ra cảm giác khác lạ, nhưng chưa chắc đã tạo ra giá trị. Cái mới đích thực phải đến từ bên trong: từ cách nhìn, cách cảm, cách nghĩ về đời sống.

Trong *Lung linh lục bát*, điều đáng ghi nhận là sự tìm kiếm ấy không dừng lại ở ngôn từ. Những câu thơ rất hay và cảm động bởi những chi tiết nhỏ, những cảm xúc rất riêng. Lục bát ở đây đối diện với hiện tại, vừa dịu dàng, đằm thắm lại vừa chênh chao, đứt đoạn.

Đoạn thơ mang nhịp điệu tự do nhưng vẫn giữ được linh hồn trữ tình của lục bát, tạo nên một cảm giác vừa gần vừa xa, vừa cụ thể vừa mơ hồ. Em hiện lên như một trung tâm cảm xúc, vừa là đối tượng của tình yêu vừa là điểm hội tụ của thời gian và không gian. Những câu thơ ngắn dài đan xen làm nhịp điệu trở nên đứt nối có chủ ý, như nhịp tim khi xúc cảm dâng lên. Ngôn ngữ giàu tính gợi, nhiều khoảng lặng, khiến bài thơ mở ra một trạng thái, tình yêu được cảm nhận như một sự hiện hữu toàn vẹn, vừa dịu dàng vừa ám ảnh.

Thực ra, lục bát chưa bao giờ là một thể thơ hoàn tất. Nó luôn dang dở, luôn mở.Mỗi bài thơ như một đoạn giữa của một câu chuyện dài hơn, câu chuyện của tiếng Việt, của đời sống, của con người Việt qua các thời đại. Vì thế, viết lục bát hôm nay không lặp lại quá khứ mà tiếp tục một cuộc đối thoại. Nguyễn Nguyên Phượng bước vào cuộc đối thoại ấy, với một giọng điệu riêng không quá ồn ào trong cách tân, nhưng cũng không bằng lòng với những gì đã có. Có lúc thơ nghiêng về sự mộc mạc, có lúc lại có những chỗ phá nhịp, lệch giọng như thể người viết đang thử xem lục bát còn có thể đi xa đến đâu. Điều quan trọng hơn cả, có lẽ, là thơ vẫn giữ được một sự thành thực. Trong một thời đại mà ngôn ngữ dễ trở nên sáo rỗng, sự thành thực ấy trở thành một giá trị hiếm. Lục bát, với tất cả những ràng buộc của nó, buộc người viết phải thật, thật với cảm xúc, thật với ngôn ngữ.

"Lung linh" gợi một ánh sáng không cố định, không chói lòa mà lay động, không đứng yên mà biến đổi. Có lẽ đó cũng là cách lục bát tồn tại hôm nay: một chuyển động liên tục giữa truyền thống và hiện đại. Và nếu phải nói một điều sau cùng, thì có lẽ là thế này: lục bát sẽ còn sống, chừng nào vẫn còn những câu thơ khiến ta muốn dừng lại, đọc chậm hơn một chút, và lắng nghe tiếng Việt vang lên, vừa quen thuộc, vừa mới mẻ, trong chính lòng mình.

Võ Thị Như Mai

NGUYỄN NGUYÊN PHƯỢNG

ĐÓA HỒNG TỪ MẪU LÁNH NGỜI TRONG TIM

Hanh hao nắng gió bời bời
Chao cánh động, Bóng chim côi lạc bầy
Khói đồng ngun ngút tiễn ngày
Rưng rưng cội lá chiều nay tìm về
Lớp hàng điện mộ cung mê
Mẹ khiêm ẩn dưới bóng tre quê nhà
Một thời trường dạ xót xa
Cho con rạng lối bao la chân trời
Đau thế thái. Đắng nỗi đời
Vẫn thơm nếp một. Bùi ngời khúc lau (1)

Mòn thân đá dựng dãi dầu
Con bay mấy phía tinh cầu.
Hư không!
Núi hư ảo. Vói má hồng
Đùa Thi Ca.
Ngóng phiêu bồng.
Mùa phai!
Muội tình bái tạ ánh mai
Bông cài chin chữ. Trắng lay lắt chiều (2)

Tâm thành cong ngọn nhang xiêu
Nếp vương núi tưởng. Lau triều sông trôi
Mẹ an nhiên.
Áng mây vời
Đóa hồng từ mẫu lánh ngời trong tim, ■

(1) Mẹ già như chuối ba hương/ Như xôi nếp một như đường mía lau – Ca dao VN
(2) Chín chữ cù lao: Người xưa đã tóm tắt công đức của người Mẹ thành chín điểm, gọi là chín chữ cù lao: sinh,cúc, phủ, dục, súc, trưởng, cố, phục, phúc. (sinh nở, nâng đỡ, vỗ về, dạy dỗ, cho bú, nuôi lớn, trông nom, nuông chiều, che chở).

NGUYỄN VĂN GIA

SỢI NẮNG CUỐI THU

Có phải chinh phu đâu
mà đòi rượu quan san đưa tiễn
Là ta — một gã giả say cho qua hết
một đời hiền — pha lẫn chút hèn
Vui không dám cười buồn không dám khóc
Giữa đúng — sai đã không chính kiến chính ruồi
còn vờ ngả ngả nghiêng nghiêng
Đi hết một vòng đời buồn
về lại dưới hiên nhà một chiều nắng nhạt
Ngồi nhớ chuyện xưa có lần dại dột theo lời rủ rê
xông pha đi tìm cái-không-có-thật
Dẫu sớm quay đầu —
dẫu sớm đọc lời kinh sám hối
Đêm đêm buồn lòng nghe trong mơ vọng về
tiếng chim từ quy, tiếng chim "bắt cô trói cột"
Rồi mốt mai được hưởng lẽ công bằng tuyệt đối —
mọi người ai rồi cũng về nằm chơi với đất
Xin tạ lỗi sợi nắng ấm cuối thu — đang vội
Xin tạ lỗi với dòng sông tuổi thơ chưa hề oán trách
Xin tạ lỗi với cỏ cây chim chóc
Ta một đời — chẳng được tích sự gì —
ngoài ba chuyện vớ vẩn gái gú rong chơi... ■

THANH TRẮC NGUYỄN VĂN

HÈ VỀ TỪ THÁNG SÁU

Hè về từ tháng sáu
Bụi phấn lặng lờ rơi
Mắt em chừng vời vợi
Giảng đường rồi xa xôi.

Hè về từ tháng sáu
Sân trường lất phất mưa
Bâng khuâng hồn hai đứa
Bơ vơ gió cuối mùa.

Hè về từ tháng sáu
Náo nức một mùa thi
Lặng trao chùm phượng vĩ
Áo trắng ngày ta đi.

Hè về từ tháng sáu
Mực tím dần phôi pha
Ngậm ngùi lên hoa lá
Nẻo xưa nắng nhạt nhòa. ■

THY AN

Trời Mây Xám Tháng 5

tặng các bạn thân tình

hôm nay, sau ngày nắng đẹp
những vòng tròn chứa mây xám yên lặng
mang nỗi niềm không định dạng
tháng nào cũng có buồn, vui
tâm tình như con nước
trôi qua những xuân, hạ, thu, đông
chiều hôm, sớm tối
bờ bến run tay ngã lòng
*
mở trang ký ức nằm sâu phế thải
vươn tay vói biển
vỗ về rừng núi nhấp nhô
tảng đá rong rêu lặng buồn
trơn chân người viễn xứ
những ám ảnh bóng hình xưa cũ
chầm chậm thâu đêm
âm vang hoài niệm mênh mang...
*
níu giữ bầu trời và tâm hồn thi sĩ
giọt nắng trên vai ngập ngừng áo bạc
chữ nhấp nhô bàn phím
những ước mơ về đây múa hát
có quê hương và tình yêu thoang thoảng
trong đôi mắt thấy tình tâm giao
tóc còn đen như thuở nào
đã lỡ bao nhiêu mùa ước hẹn?
*
hôm nay, sau những ngày nắng đẹp
trời mây xám
nhưng mong sao vẫn bình yên... ■
tháng 05-2026

NP PHAN

Suối Sông Rồi Sẽ...

gửi mưa xuống phố dịu dàng
cho đêm hội ngộ mây ngàn lưu vong
cho hư ảo xuống phiêu bồng
bến mê lạnh giấc mơ hồng kiêu sa

tàn tro cũng đã nhạt nhoà
gót phiêu lãng nhớ hiên nhà quạnh hiu
chỉ mình với bóng liêu xiêu
chỉ ta với chút cô liêu cuối đường

gửi sương xuống cội vô thường
cho ngày chia cách nỗi buồn vô vi
suối sông rồi sẽ từ bi
ngàn năm vô lượng mang đi phận người ■

BÙI DŨNG

CÚI ĐẦU TIỄN BIỆT THI SĨ PHẠM THIÊN THƯ

(4/1/1940- 7/5/2026. Hưởng thọ 86 tuổi)

Biết trăm năm cõi thế
Ai cũng vướng bụi trần
Tu sĩ rồi thi sĩ
Đạo, Đời ngõ bâng khuâng

Lục bát ngời thực ảo
" Động Hoa Vàng" cõi nao?
Để Phạm Duy khúc phổ
Thăng hoa đến xuyến xao

Nay anh về mây trắng
" Chim chết dưới cội hoa
Hay chết dưới cội đào
Thiên thu xin nhỏ lệ! " * ■

(Thứ sáu 8/5/2026)

** Lấy ý từ bài thơ " Động Hoa Vàng" của thi sĩ Phạm Thiên Thư (khổ 12 trong toàn bài lục bát 100 khổ 4 câu)*

HỒ XOA

NẮNG MƯA MỘT ĐỜI

Vô lí và ngu ngốc tôi thù ghét mặt trời
Nhưng trái tim đau nhớ mẹ vai sờn nắng cháy

Sao phải oán những chiều mưa lê thê
Nhớ mẹ những bập bềnh ruộng trũng

Ngày lớn khôn trái tim không cãi cọ
Cùng những giọt lệ giấu vào ngăn đông

Mưa và nắng rồi cũng buồn tha thiết
Dành trăm năm không đủ hát ru Người

Nửa cuộc đời là đêm bao la hơn biển
Thức(trong cả chiêm bao) tìm kiếm mấy phương trời

Thế gian chập chùng mưa nắng Mẹ ơi! ■

TRẦN VẠN GIÃ

GHI Ở BIỆT ĐIỆN BẢO ĐẠI

Thời gian vẫn lặng im
Nhưng
Lịch sử không bao giờ chấm dứt
Vẫn đâu đây tiếng ngựa,xe lăn trên đường cũ

Ông Vua thứ 13 triều Nguyễn
Đã ở đây
Thời vương giả
Lặng chìm trong tiếng sóng
Và ngai vàng
Cát lấp bóng nhà Vua

Ai nhớ ai quên
Có một đế vương
Từng đứng bậc thềm này nhìn ra biển cả
Và chiều nay tôi cũng đứng bậc thềm này

Ngẫm sự đời
Có, không và không, có ■

(Cầu Đá, Nha Trang)

PHƯƠNG UYÊN

PHƯỢNG VỸ

Hạ đã về
 nắng cháy lửa yêu thương
Một màu hoa mang theo nhiều nỗi nhớ
Nhìn trời đỏ
theo dòng cây phượng đó
Sao nỗi lòng cảm xúc nhớ không tên

Nhặt cánh phượng
 nỗi nhớ kia lại gần
Nhớ
 kỷ niệm một thời còn đi học
Mối tình đầu em ghép vào cùng lúc
Nhưng cuối cùng...
 vẫn giây phút chia xa

Phượng vỹ nở
có người tới nhặt mà, rồi trao em những lời yêu vào trang sổ
Câu thề ước sao mà em mãi nhớ
Cứ cố mình mà chẳng thể nào quên

Ngày hôm nay, nhìn phượng nở ve kêu
Đỏ bầu trời...ve thay em lên tiếng
Hạ đã về
Đem theo một màu ấy
Đỏ
 nhớ thương, trong tim lại lên màu. ■

HỒNG HẠNH

ANH CÓ VỀ

Anh có về đón Hạ với em không
Phố thân quen bồng bềnh nghe gió hát
Mưa đầu mùa bắt đầu rơi từng hạt
Cây Phượng già đỏ rực góc đường xưa

Anh có về cùng ngắm hạt nắng thưa
Bên khung cửa nhìn mưa chiều rả rích
Bản tình ca mình cùng nghe rất thích
Vẫn nụ cười khúc khích thuở còn nhau

Anh có về hay lại hẹn mùa sau
Để Hạ nhớ loang sắc màu kỷ niệm
Ánh mắt ai trong mỏi mòn tìm kiếm
Nhớ thương nào xâm chiếm mảnh hồn hoang

Anh có về để gió mãi lang thang
Bên thềm vắng chợt lá vàng rơi rụng
Hạ về rồi em về mưa ướt sũng
Đôi tay gầy anh hứng giọt sầu rơi

Anh hãy về mình vui vẻ rong chơi
Đi đây đó quên hết thời giông gió
Quá khứ nào thôi ta cùng buông bỏ
Dệt mộng vàng lại hò hẹn như xưa... ■

NGUYỄN NHÃ TIÊN

Khẳm Một Thuyền Trăng

Tiếng lá lao xao hồn ngói đỏ
ơn phù sa tôi phải đắp bồi
không nên nổi hoa
thôi, làm rêu cỏ
tấc lòng gieo son sắt đỏ tươi

Dường như quanh tôi vẫn đường thơm
cổ lục
vẫn mây xa vỗ cánh sâm cầm
vẫn khói biếc Bích Câu nghìn tuổi
vẫn nguyệt lung lay trống giục tràng thành

Viên gạch vỡ - là tôi em ạ
lửa nung nghìn xưa tro bụi đến bây giờ
nhắm con mắt, nhìn xa...
hư ảo
những kiều thơm ca múa trong mơ

Bất chợt mơ hồ "Mộng đắc thái liên" (*)
Tây Hồ mênh mông
Tây Hồ thăm thẳm
nàng con gái hái sen ngày xưa ấy
khói sương theo về khẳm một thuyền trăng. ■

(*) *Thơ Nguyễn Du*

NGUYỄN THỊ NGỌC LAN

KHÚC SÁU MƯƠI

Mỗi chiều người đàn bà và con chó nhỏ ngồi bên vuông cửa sổ.
nhìn con đường và những con người
không ai vội vã.
vì con những con đường này chả đưa họ đến đâu.
và họ cũng không cần thiết phải đi đến đích.
họ đi, để khỏi nằm ngồi, hình như thế.

trong khu vườn bé của người đàn bà cũ.
cũng không còn những kỳ hoa dị thảo, như ngày ba mươi tuổi, mua được căn nhà xinh xinh , sau khi người đàn ông ra đi đem theo tình tiền, lòng tin vào con người, từ một người cả tin ....

sau bao nhiêu năm vật vã với bão tố cuộc đời
một mình
người đàn bà đã cũ đi
mọi góc cạnh
đang thu về một góc bé nhất
trong một căn nhà bé nhất
mỗi buổi chiều chỉ ngồi đó, nhìn khu vườn nhỏ, và những con đường "thảnh thơi "

có ai đó thảnh thơi bước ngang đời mình ,mà không ai biết bên trong vuông cửa sổ, có người đàn bà cũ , đang ngắm nhìn.

khu vườn nhỏ, chỉ ươm những loài hoa không cần chăm sóc (vì cũng cần những sắc màu, nhưng lòng đam mê thì đã xài hết cho những dại khờ ngày son trẻ)
nên dị ứng với từ chăm sóc.
và cũng dị ứng với: náo nhiệt, hàn huyên, lao xao, trình diễn...

mỗi buổi sáng, người đàn bà cũ, lao ra đường cho giống những con người,
tìm chút nắng, ly cà phê, hẹn hò với Chúa,
và làm những việc vặt vãnh, mà mỗi con người thì phải làm
rồi đi về

với góc quen thân bên khung cửa sổ
là tìm thấy bình an.

cũng mang ơn những bạn bè dễ tính
là đám iPad
nữa đêm thức giấc: tìm nó
có những ngày quá dài: tìm nó
năm mười phút rảnh chờ cơm chín: tìm nó
có những con iPad cũ như dĩ vãng người đàn bà
thi thoảng chuyên chở tâm tư , như đêm nay.
đêm cuối năm.
đem về từ lúc giá nó bằng một chuyến du lịch.
vẫn chưa qua đời.
nên được nằm chung với đám mới.
một ngàn ba cái
hòa hợp nhau đem thế giới về bên trong khung cửa sổ.

nếu nói với ai rằng, chúng nó là duy nhất, phục vụ người đàn bà cũ, e rằng quá đáng, nhưng vẫn là sự thực, duy nhất, từ ngày cô ấy có trí khôn.

cha mẹ anh em chồng con, tha nhân, kể cả chó mèo hoang, cô ấy phục vụ đến tàn hơi, một đời người.
nhưng nhận lấy là gì , không có

và những con cún
ước gì đời mình đừng vướng vào những đôi mắt đó.
để muốn là bay.
nhưng những đôi mắt đắm đuối, chỉ có một người để trao gởi, là cô ấy, (vẫn thích chữ cô ấy, hơn chữ người đàn bà , dù cô ấy đã không còn trong veo)

nên đời vẫn còn vương vương...
chút nợ nần, từ con của người đàn ông bội bạc
là những con cún , mà chẳng phải cô ấy chọn đem về , đặt nằm trong khung cửa sổ, nhưng cún vẫn cứ nằm đấy, cho đến tàn hơi, hoặc là cún,hoặc là cô ấy, tàn hơi.

chẳng lẽ cuộc đời, toàn vấp những điều mình không chọn
cho đến tàn hơi. ■

HUỲNH THỊ QUỲNH NGA

MỌC NHỮNG MÙI HƯƠNG

Đàn sáo nâu
Đẫm giấc chiều châu thổ
Tôi trở về giữa lòng quê hương

Những cánh cò trắng
Bay vào trong câu hát
Nghe đồng bằng xanh giấc linh thiêng

Dòng sông hát lên
Những mọc khúc bùa mê
Đồng bằng thơm mùi rạ rơm...

Và mưa tháng giêng
Gọi xanh ký tự
Bay về phía ngôi nhà mở toan cửa sổ

Đẫm những giấc mơ xanh
Hát lên những giai điệu thơm
Mùi bùn nâu và đất

"Một hôm tôi về nghe quê quán
Phía cánh đồng
Mọc những mùi hương"! ■

CÁI TRỌNG TY

LỤC BÁT TIỂU HÀN

Em về Bình Định Phú Phong
trời Phương Nam cũ nặng lòng đuối thương
sông Côn ngày ấy nhiễu nhương
chạnh lòng ảo sắc uyên ương sụt sùi

cầm tay Em luống ngậm ngùi
yêu nhau chưa trọn đã vùi tro than
xưa kia binh lửa tan hàng
tình trong cỏ úa ngỡ ngàng gió đưa

sóng xa vọng tiếng bờ trưa
Em đi mai phượng cũng vừa tả tơi
chiều qua sông nắng đoạn rời
nghe buồn tự thuở tháp Hời cháy tiêu

bước chân lên đắm thủy triều
lao xao nước cuộn liêu xiêu tiếng buồn
ngược đường vạn nẻo mây suông
miên du mộng mị suối nguồn tụ tan

anh về lục bát tiểu hàn
nghìn thu hang động trăng ngàn gót mây
rằng Em xanh ngọn lưu đầy
rằng tôi từ thuở trông cây nhớ rừng ■

LÊ HÂN

CHỚM HÈ SỚM BƯỚC XA NHÀ

1.

Lâu lâu có chuyến chơi xa
Cách uống thuốc bổ dưỡng da thịt mình
Gia tăng vào khối xuân tình
Những đường tinh huyết lung linh đậm đà

Tuổi thêm cao không tăng già
Loại bỏ những tế bào xa xót phiền
Giàu trở lại những hồn nhiên
Giữ mình ở tuổi trung niên yêu đời

Chuyến đi xa chỉ vậy thôi
Cảm ơn nắng ấm gió trời vi vu
Tạ tình người sống thiên thu
Cạnh tôi san sẻ đắp bù cho nhau

2.

Chơi xa gồm những nơi đâu ?
Không gì đặc biệt sắc màu cảnh quang
Vẫn là nơi từng lang thang
Từng ngắm từng ngó bảo tàng, chùa xưa…

Từng gặp hơi thở Chúa Vua
Những nước Châu Á nắng mưa sống còn
Cùng Hà Nội Huế Sài Gòn
(đất mất tên vẫn giữ hồn Việt Nam)

Những nơi trải tình chân nhàn
Mọi người đều đã ghé ngang hoài hoài
Khỏi cần gọi tên, vỗ vai
Toàn cõi trái đất là ngai riêng người

Rất mừng trong đó chúng tôi
Đã góp ánh mắt tiếng cười thân thương ■

cuối tháng 5-2026

TRƯƠNG XUÂN MẪN

SÔNG TÔI

Tôi đến với dòng sông
Như đến với ngọn nguồn
Sông khác gì lòng mẹ
Chảy dọc suốt đời tôi

Tôi đến với dòng sông
Như thể đến cùng em
Bài thơ tình dịu ngọt
Tôi uống cạn môi mềm

Tôi đến với dòng sông
Là đến với lòng tôi
Đời bao nhiêu dáng chảy
Sông chỉ một dòng thôi

Chỉ một dòng vô tận
Qua lưng núi chân đồi
Qua bao nhiêu ghềnh thác
Như mỗi ngày đời tôi

Như là em là mẹ
Đến với tình yêu tôi
Sông muôn đời vẫn thế
Một dòng xanh êm trôi. ■

NGÔ NGUYÊN DŨNG

NGÀN NĂM TRONG KHOẢNH KHẮC

Phỏng dịch từ nguyên bản Đức ngữ của Ngô Nguyên Dũng: *"Tausend Jahre im Augenblick"*

Lời tác giả:
Không gian và thời gian trong tiểu thuyết này, những chương chữ thẳng và những chương chữ nghiêng, cách nhau vài trăm năm. Những nhân vật và ngữ cảnh đều là sản phẩm hư cấu, mặc dù đây đó có những dữ kiện được dựa theo lịch sử cũng như địa lý thường thức. Trân trọng.

(Phần 4) (tiếp theo Ngôn Ngữ Số 42)

Chuỗi ký ức từ tiềm thức ông trào dâng. Cảnh giới biển nước thời ấu thời của ông và cõi ý thức nồng nàn vị muối mặn. Những mẩu chuyện váng vất mùi cá của cha ông và người chú trong một chuyến hải hành vào một ngày ấm áp thời tiết Địa Trung hải. Cảm xúc lần đầu đâm chồi trong tâm thức ông niềm khát vọng một lần mạo hiểm khám phá thế giới mênh mông. Và nghi vấn muôn đời về căn nguyên nhân loại.

Nhưng mà, vị giáo sĩ thầm nhủ, ai sẽ đọc được những dòng chữ thánh hóa này tại một xứ sở Đông Nam Á chết tiệt, với hơn bảy mươi phần trăm người mù chữ. Phó mặc những hoài nghi, nhà truyền giáo vẫn bền chí chuyển ngữ pho kinh thánh. Từ tiếp từ. Dòng nối dòng. Bằng lòng nhẫn nại phi thường và sự trợ giúp của đấng tối cao. Đồng điệu nhịp nhàng cùng guồng máy thuộc địa hóa toàn cõi Đông Dương của đế quốc Pháp.

Một sáng tinh sương, trong giấc ngủ mơ màng, sau ngày hoàng đế An-nam bị ép buộc ký hiệp ước chuyển giao toàn cõi Nam kỳ cho người Pháp, Cha Bốn bắt được tiếng chuông vang động lẫn cùng tiếng thú rên xiết và thanh âm kim loại va chạm. Ông tỉnh giấc, khoác vội áo choàng, châm đèn, bước ra. Cha Bốn không tin ở mắt mình. Trong vòm sáng đầu mùa khô đỏ choé, trong vắt, ông nhác thấy quả chuông đồng treo đong đưa một xác thú sẩm đen. Giáo sĩ cuống cuồng leo lên gác chuông. Một con chó. Đuôi của nó bị ai cột vào dùi chuông. Hai vành tai bị cắt mất. Bằng chút sinh lực còn lại, nó đang giẫy giụa tìm cách giải thoát. Mỗi lúc va đầu vào thành chuông, con thú rống rú đau đớn. Vọng âm báo tử càng lúc càng yếu. Khi Thầy Thông hợp lực cùng Cha Bốn cởi được dây trói, ánh ban mai đã chan hoà. Máu đóng váng thành vũng trên sàn gỗ. Vết thương của con thú được băng bó và khữ trùng bằng i-ốt. Máu được rửa sạch. Nhưng từ đó, tiếng kêu thống thiết của con thú thỉnh thoảng lại vọng về trong cơn mộng dữ, đọng ám giấc ngủ Cha Bốn. Ông chiêm bao thấy một lũ đàn ông bịt mặt, trần truồng, xẻo tai và treo ngược ông vào dùi chuông, rồi hùa nhau xô đẩy từng chặp. Mỗi hồi chuông gióng là một tiếng rú nhục hình. Máu, dãi nhớt, mồ hôi, phân và nước tiểu trây trúa thân thể ông không manh vải che thân. Ông nghe ra tiếng mình rú rống hoá thành tiếng chó tru vang vọng. Nhưng lạ thay, trong tột đỉnh đớn đau ông cảm nhận một nỗi dục lạc kỳ lạ, thấy mình loé sáng trong lăng kính cầu vồng. Trong cơn dật lạc, ông phún tinh thành cơn mưa hoan dâm, cấy vào bụng đất phì nhiêu những hạt mầm phúc âm. Những giấc mộng dữ khắc dấu rành rành trên tấm vải giường, đè nặng tâm thức ông, bắt ông ghi xuống lần đầu tiên trong đời những dòng nhật ký. Những lúc ấy, ông không ngớt hồi tưởng thời thơ ấu ở quê nhà.

Ông là con một, sinh trưởng trong một gia đình hành nghề đánh cá tại vịnh Lyon ở miền nam nước Pháp, cách Marseille một eo biển ngắn. Mẹ ông kể lại, bà sinh khó. Xương chậu bà hẹp, phải mổ. Thời đó, ngành sản khoa còn phôi thai, dụng cụ y học thô sơ, phẫu thuật là chuyện rủi may, trời định. Cha ông, Monsieur Antoine Debeauvais, hành nghề ngư phủ, hầu như mỗi ngày đều ra khơi với người chú của ông bằng con tàu nhỏ gắn động cơ. Lưới được mẻ nào, hai người chở thẳng tới Marsseille, giao cho bạn hàng.

Vào mùa nghỉ hè năm ông bảy tuổi, trước khi chuông giáo đường gióng lễ năm giờ sáng, ông được phép theo cha ra biển. Từng bầy hải âu liệng vòng bám theo trên không, buông tiếng oang oác. Sáng ấy, lần đầu trong đời ông hiểu ra ý nghĩa của lạc thú phiêu du tiềm tàng trong cảnh sắc thiên nhiên tráng lệ. Trời và biển tiết tấu vào nhau thành bản giao hưởng của thời khắc. Cảnh nhá nhem tỏ dần trong cơn thổ huyết đầu ngày, từ đỏ choé đổi vàng rực. Để rồi, như một con kỳ nhông đổi sắc, mái trời chuyển màu xanh tía, nhuốm sắc vàng nõn đầu trưa, chiếu rọi gương biển lấp lánh thiên thanh. Sương khói đại dương xoá mờ ranh giới địa lý trời và biển. Đất đai tuồng như liền lạc nhau. Khát vọng viễn du của cậu bé Debeauvais dần dà tượng hình, mang một diện mạo, dặm thêm khẩu vị, mùi hương và cảm xúc. Đối với cậu bé Paul, những trải nghiệm đầu tiên ấy đều dính líu ít nhiều tới vị muối, khiến cậu về sau không nguôi nhớ tới đại dương cùng những giao động của ngũ quan, sắc nét như một lần hoá thân.

Trong khi làm việc, hầu như lúc nào ông Debeauvais cũng ở trần, phơi phiến ngực nạm lông vàng hoe. Gáy lưng ông vạm vỡ bò mộng, cũng đầy lông xoắn. Bắp tay phải ông xăm hình một con cá ngựa màu dâu dại tím bầm. Mỗi lần ông chuyển động cơ bắp, con cá ngựa bắt đầu cựa quậy như tìm cách thoát thân, bơi ra đại dương.

"Sau nầy qua đời, ba nhớ để lại cho con con cá ngựa nghe?", đã có lần Paul buột miệng hỏi, khiến ông Debeauvais không khỏi bối rối.

"Lẽ đương nhiên, mon fils, con sẽ nhận được miếng da có hình xâm con cá ngựa sau khi ba chết", ông cười xoà, rồi giơ bàn tay chai sần xoa đầu Paul.

Có điều, Paul không mấy thích mùi mồ hôi của ông, nó hăng hắc mùi chua nồng tanh tưởi của rượu táo, dầu cá và hành sống. Paul nghĩ mình biết lý do tại sao, chỉ vì cha cậu rất hảo ăn món Sarde in Saor, cá mòi ngâm giấm, một đặc sản miền Venezia, ông thường ăn kèm với nửa tá củ hành.

Trong những chuyến chở hàng tới hải cảng Marseille, ông Antoine Debeauvais và chú thường tán gẫu những chuyện mà Paul chẳng hiểu gì cả.

"Chú mày phải thử một phát với con nhỏ Jasmin!", ông nói, đồng thời ra dấu tay lộ liễu.

"Anh không thấy nó có vẻ gì bí hiểm sao?"

"Chẳng có gì bí hiểm hết. Thứ đàn bà á châu chúng nó là như vậy. Chú mày không thể tưởng tượng nổi thịt da của nó mềm mại như thế nào đâu. Không, không phải nhão nhoẹt như khoai nghiền, mà êm mát như làn da một con búp bê làm bằng lụa Trung Hoa, hiểu không?"

"Anh tập tành làm thơ từ khi nào vậy?", chú cười lớn, rồi rít sâu một hơi thuốc ống vố. "Em chuộng con bé lai da đen Alisa hơn."

"Tao thấy con nhỏ tanh rình mùi cá."

"Anh em mình cũng vậy thôi." Rồi chú nói thêm, yết hầu trồi sụt nhấp nhỏm: "Cái lũ điếm tinh quái đó rặt một bầy cá tẩm dầu

trầm hương mê hoặc. Mà anh em mình tính sao với thằng Paul đây?"
"Mày có hứng không, tao với mày chơi trò bánh mì kẹp thịt với con Jasmin?", vừa nói ông Debeauvais vừa ra dấu bằng cách đập hai lòng tay vào nhau, rồi ông xoay qua ngó Paul, tủm tỉm. "Còn con, con hứng chơi trò gì? Một phần bánh kem sô-cô-la được không?"

Hai người đàn ông bật cười khoái trá. Đoạn, ông Debeauvais xướng giọng tuồng một bản thánh ca đổi lời tục tĩu, được cậu em phấn khởi hoà giọng.

Khi tàu gần đến bến cảng, ông Debeauvais trỏ tay chỉ Paul xem thánh thất Notre Dame de la Garde, biểu tượng tốt lành của người dân Marseille, xây trên đỉnh đồi tít xa xa. Paul xoe mắt chiêm ngưỡng. Không dưng cậu cảm thấy ngực trái nhói đau, như có ai dùng vật cùn thốc vào. Lạ thay, nỗi đau gần như dịu dàng, bắt cậu thẫn thờ liên tưởng tấm ảnh vẽ thánh Sebastian bị trúng tên cắm xuyên ngực in trong tự điển bách khoa Larousse.

Khát vọng viễn du của cậu càng đậm nét, khi tàu đánh cá cột neo bến cảng Marseille, là nơi các thương thuyền từ khắp nơi đổ về. Lái buôn da trắng, Á, Phi, Ả-rập và nhiều giống dân tạp chủng khác gặp gỡ nhau tại đây để trao đổi và mua bán hàng hoá. Tơ lụa và đồ men từ Trung Hoa. Cà phê và hạt ca-cao từ châu Mỹ la-tinh. Hương liệu từ trung đông. Đồ rèn từ bắc Phi. Cao su từ Công-gô. Gia vị và trà từ Ấn Độ. Trái cây khô từ Thổ Nhĩ Kỳ. Và cá, cá, vô số cá cũng như nhiều loại hải sản khác. Trên không, từng bầy hải âu đói rình rập săn mồi, nhào lượn không mỏi. Một loại tạp hương lạ lẫm, trộn lẫn hài hoà, ngập ngụa không gian. Người mua kẻ bán chuyện trò, trả giá, rao bán, la lối và cãi vã nhau bằng một thứ ngôn ngữ chợ búa.

Sau khi bán xong mẻ cá, cha và chú dẫn Paul tới một tiệm bánh nằm trong một ngõ hẹp lát đá. Bên trong thấy treo nhiều khung hình lộng ảnh chụp các giống dân thuộc địa, có vài tấm chân dung phụ nữ phô bày ngực trần, miệng phì phèo ống điếu. Ông Debeauvais dúi vào tay bà chủ tiệm mập phì một mớ tiền, xoay qua dặn dò Paul, ngồi ở đây chờ, muốn ăn bao nhiêu bánh tuỳ thích. Nói xong, hai người đàn ông lủi mất, như hai con thú hoang xổng chuồng.

Sau khi ngấu nghiến một lố bánh kem Petits Fours và uống xong hai ly sữa, Paul bắt đầu thấy chán. Để khỏi ngủ gục, một thói xấu mà mẹ cậu, một con chiên ngoan đạo triệt để cấm đoán, cậu xin phép bà chủ tiệm, ra ngoài dạo chơi.
"Nhớ đừng đi quá xa nhé bé con, petit homme, và để ý coi chừng! Đây là Marseille, không giống như xứ quê mùa của cậu đâu đó!", bà ta căn dặn.

Marseille một xế trưa, sau khi bôi xoá lớp hoá trang tuồng hát bán buôn khi nãy, lạnh nhạt chào đón cậu bé Debeauvais. Những căn phố nhiều tầng, lợp ngói đỏ. Những khung cửa sổ tô xanh da trời khép hờ, lớp sơn loang lổ, hoen tróc. Những ban công trồi thụt, móc dây phơi quần áo, đối diện nhau gần đến nỗi, có thể giơ tay chạm nhau. Paul lần theo mùi tạp nhạp ban nãy, tìm ra quảng trường nhóm chợ ban sáng, trước một thánh đường được xây theo kiến trúc la mã cổ Byzantine. Hải âu và bồ câu tranh nhau chí choé đầu tôm đuôi cá vương vãi. Trong cái nóng trưa nắng, các lái buôn đang dọn hàng. Vài người phu quét đường đang lặng lẽ làm việc. Paul ngước nhìn, thấy hai đỉnh tháp dường như chuyển động ngược hướng mây trôi. Cậu tưởng mình có thể nhận ra những hình người và những diện mạo lệch lạc phô diễn nỗi đớn đau dị thường. Một nỗi thôi thúc kỳ bí thúc đẩy cậu leo lên bậc cấp, bước vào chính toà, bị choáng ngợp bởi bầu không khí trầm mặc, gần như uể oải. Chỉ thấy lác đác dăm ba người. Paul ngẩng mặt ngắm vòm mái cong lắp kính màu sặc sỡ. Luồng nắng dọi tia lạ thường, rực rỡ hấp lực, bắt cậu bước lại điện thờ, ấn người cậu quì xuống. Đường nét kính hoạ tạp sắc thôi miên, dầm mình cậu trong bát thánh chan hoà ánh sáng phúc âm, thuật lại ngắn gọn toàn bộ thánh kinh. Những mẩu chuyện, mà mẹ vẫn đọc cho cậu nghe mỗi đêm một tiểu đoạn trước khi ngủ. Tâm thức cậu loé lên một khối ánh sáng như chạm phải sấm sét.

Khi rời thánh đường, Paul cảm thấy như mình vừa tái sinh và cậu chợt hiểu ra, sẽ phải làm gì sau nầy. Phải, cậu sẽ học thành linh mục và trở thành một người truyền giáo, nhằm cứu vớt lũ người khốn khổ tại những xứ thuộc địa.

Đêm đó, sau thời kinh tối, cậu thuật lại tự sự cho bà Debeauvais và ngoan ngoãn lắng nghe bà kể chuyện về đoạn đường khổ hạnh mà thánh Sebastian đã trải qua, khiến cậu thiếu điều bật khóc. Liên tiếp những đêm sau đó, bà lặp đi lặp lại, mẹ sẽ dạy dỗ và khuyến khích con tu học thành đức hồng y, hoặc ít ra cũng là tổng giám mục địa phận Aix-en-Provence. Thay vì phản đối và thố lộ cho mẹ biết ước vọng trở thành linh mục, sẽ lìa nước Pháp, sang một xứ thuộc địa, trước tiên với mục đích hoàn thành sứ mạng truyền giáo, sau đó nhằm thoả mãn khát vọng phiêu lưu, Paul chỉ bật hỏi một câu vô vị:

"Nhưng mà, maman, rồi ai sẽ là người săn sóc cho ba mẹ sau nầy?"

"Ba mẹ sẽ có cách giải quyết", mẹ cất giọng hờ hững.

"Hay là mẹ sinh tặng cho con một đứa em trai?", Paul nghĩ, đó

là cách giải quyết tốt đẹp nhất.

"Không được đâu con", mẹ trả lời, rồi cúi xuống hôn lên trán Paul, chúc cậu ngon giấc và lặng lẽ bước ra. Đêm ấy mẹ không đọc cho cậu nghe đoạn kinh thánh nào cả.

Cách ứng xử đầy bí ẩn của bà Debeavais đã xé nát ngàn mảnh vụn, làm phai úa và mặn chát tuổi ấu thơ Paul trong gia đình ngư phủ tại vịnh Lyon trong đại dương bóng tối đặc kín hoài nghi không lời giải đáp. 'Điều gì đã ngăn cản mẹ sinh thêm đứa con thứ hai?', cậu tự hỏi. Trò chơi "bánh mì ba-ghét kẹp thịt" theo như lời của cha và chú cậu nghe dễ dàng lắm mà. Khi Paul tới tuổi khôn lớn, nhờ hấp thụ một nền khoa bảng tuyệt hảo, cậu không những hiểu được phương pháp lý luận theo khoa học tự nhiên một cộng một luôn luôn là hai, mà còn thấm nhuần thuật ngữ thần học của chủ nghĩa độc thần, triết học đông phương, và tính mâu thuẫn của một thứ tình mẫu tử rối rắm. Kết quả những cố gắng của Paul là ngày cậu nhận được bí tích tấn phong linh mục, vào tu viện chuẩn bị cho hành trình truyền giáo.

Ngày cậu lên đường sang Đông dương, ra từ giã tại hải cảng Marseille bà Debeauvais hôn khóc và dúi vào tay cậu một quyển sổ con, bảo đọc giải khuây trong bảy tuần hải hành. Một tập nhật ký.

Vào buổi chiều thứ bốn mươi sáu, gió nhẹ, tiết trời nhiệt đới êm mát, con tàu xuôi ngược Marseille-Saigon ba lần trong năm tiến vào vịnh Xiêm-la. Trên boong tàu hấp hối nắng tàn, nằm trong ghế dài, linh mục Paul Debeauvais vừa đọc xong những dòng sau cùng trong quyển nhật ký viết dang dở của mẹ. Ông gấp quyển sổ lại, thẫn thờ ngắm tấm ảnh màu thuốc rửa nâu cũ được mẹ kẹp giữa những trang giấy, chụp chân dung bà thuở thanh xuân. Mái tóc bà trông như mới uốn, tia mắt đào hát mơ màng, khoé cười mỉm khiến gương mặt bà nhuốm vẻ ngây thơ, tràn đầy tin tưởng ở một tương lai thảnh thơi và hạnh phúc. Lúc ông ngẩng mặt, ở hướng tây mặt trời sưng tấy một lát lửa đỏ, đang bị đại dương, cũng đỏ rực một phiến, nuốt trửng từng mảnh. Chỉ là trò phỉnh lừa của ý thức, không gì khác hơn chiêu thức lường gạt của thị giác, ông bâng khuâng nghĩ thầm và chẳng thiết tha gì tới bữa ăn tối. Khó tưởng tượng nổi. Thượng đế chỉ cần sáu ngày để dựng nên vũ trụ, còn ông có tới bốn mươi sáu ngày để giải mã những ẩn số của cuộc đời mẹ, phải phấn đấu cam go với quyển tập con vỏn vẹn trăm trang chứa đầy những ghi chú thất thường, đứt đoạn. Bây giờ ông mới thấu hiểu những gì mẹ phải chịu đựng sau khi hạ sinh ông. Một lầm lỗi trong ca giải phẫu trầm trọng đến nỗi, chuyện gối chăn với chồng với bà, sau đó, trở nên một cực hình khủng

khiếp. Bà tìm cách thoả mãn chồng bằng cách để cho chồng giao hợp hậu môn, cho tới thời điểm bà không thể chịu đựng được nữa. Trong những buổi xưng tội, linh mục giáo phận lên án hành động giao hợp nầy mạnh mẽ đến nỗi bà càng lúc càng tránh né và ghê tởm chuyện tình dục vợ chồng, cho tới khi bà quyết định từ chối hẳn. Bà xa lánh ông Debeauvais như hoạ dịch tả. Đời sống vợ chồng biến thành địa ngục và ảnh hưởng nặng nề tới tâm lý bà. Mỗi khi tiếp xúc với người lạ, nhất là người khác phái, bà phản ứng hốt hoảng. Căn cứ theo lời xưng tội, linh mục giáo xứ chẩn đoán bà bị quỉ ám và gởi bà tới một nhà dòng nằm trong một thung lũng hẻo lánh vùng Aix-en-Provence để trục quỉ. Đã đôi lần Paul được ông Debeauvais dẫn đi thăm mẹ. Trong ký ức mười tuổi của Paul còn rành rành đậm nét những cánh đồng oải hương ngút ngàn dọc đường và cách ứng xử của mẹ trong lần thăm viếng đầu tiên sau một thời gian dài xa cách. Bà nữ tu trưởng dẫn hai người ra vườn rau và giơ tay trỏ người đàn bà trong bộ áo xám bạc thếch, đang cắm cúi làm việc. Nghe động, người đàn bà ngẩng đầu, khuôn mặt ám mờ loang lổ dưới vành nón rách. Không một chút ngần ngại, Paul cuống quýt chạy tới, nhưng khựng chân ngẩn ngơ cách bà một sải tay. Tia mắt trân trân, cặp môi mím nghiêm nghị trên gương mặt thất thần của người đàn bà đứng trước mặt cậu không mang bất kỳ vẻ gì thân thuộc của mẹ suốt thời thơ ấu.
"Maman?", cậu tần ngần cất tiếng.

Và rồi, như được lay thức từ cơn mê trầm, người đàn bà buông dao và bó rau vừa cắt, dang rộng vòng tay. Trong lòng mẹ, Paul bắt được những biến đổi của mùi hương thân thể bà. Không phải mùi tỏi hành, giấm nho, mỡ heo, cá biển và phó mát của những ngày trong tuần, hoặc hương đường cháy, quế hồi, dâu táo vào những chủ nhật và lễ lạt, mà là mùi mồ hôi khét nắng, rau cải sống, lẫn lộn vô số những mùi vị khác, vừa kỳ thú vừa xa lạ, khó định nghĩa.

Giờ đây, trước khi tàu dừng lại hải cảng một xứ Đông dương, sau khi linh mục Debeauvais đọc xong quyển nhật ký mẹ viết, ông chợt định nghĩa ra những đổi thay của mùi hương thân thể mẹ mùa hè năm nào. Đó chính là khoảnh khắc khởi đầu tiến trình rữa nát của một trường hợp tử đạo.

(còn tiếp)

Ngô Nguyên Dũng

NHÀ XUẤT BẢN NHÂN ẢNH
GIỚI THIỆU SÁCH MỚI IN
TRONG THÁNG 5 & 6 NĂM 2026

www.ingramcontent.com/pod-product-compliance
Lightning Source LLC
LaVergne TN
LVHW090313210926
848480LV00001B/235

* 9 7 9 8 2 4 0 9 6 0 1 6 1 *